പ്രൊഫഷണൽ പൊലീസ്
ഇന്നലെ ഇന്ന് നാളെ

professional police
innale innu nale

•

jacob punnoose i p s

•

first edition
may 2019

•

typesetting & published
chintha publishers, thiruvananthapuram

•

cover
vinodmangoes

വിതരണം

ദേശാഭിമാനി ബുക്ക് ഹൗസ്

H O തിരുവനന്തപുരം–695 035
www.chinthapublishers.com
chinthapublishers@gmail.com

ബ്രാഞ്ചുകൾ

ഹെഡ്ഡാഫീസ് കുന്നുകുഴി • സ്റ്റാച്യു തിരുവനന്തപുരം • കെ എസ് ആർ ടി
സി ബസ് സ്റ്റേഷൻ ആലപ്പുഴ • കെ എസ് ആർ ടി സി ബസ് സ്റ്റേഷൻ എറ
ണാകുളം • ഐ ജി റോഡ് കോഴിക്കോട് • കെ എസ് ആർ ടി സി ബസ്
സ്റ്റേഷൻ കോഴിക്കോട് • എൻ ജി ഒ യൂണിയൻ ബിൽഡിങ് കണ്ണൂർ •
സെൻട്രൽ ബസ് ടെർമിനൽ കോംപ്ലക്സ് താവക്കര കണ്ണൂർ

CO - 2791 / 5044
ISBN - 978-93-88485-53-1

പ്രൊഫഷണൽ പൊലീസ്
ഇന്നലെ ഇന്ന് നാളെ

ജേക്കബ് പുന്നൂസ് ഐ പി എസ്

ചിന്ത പബ്ലിഷേഴ്സ്
തിരുവനന്തപുരം-695 035

ജേക്കബ് പുന്നൂസ് ഐ പി എസ്

പത്തനംതിട്ട ജില്ലയിൽ റാന്നി കുരുടാമണ്ണിൽ പുന്നൂസിന്റെയും അന്നമ്മയുടെയും മകനായി 1952 ആഗസ്ത് 12 ന് ജനിച്ചു. മാവേലിക്കര ഈരേഴ ഗവ: എൽ പി സ്കൂൾ, ഓലകെട്ടിയമ്പലം തെക്കേക്കര ഗവൺമെന്റ് യു പി സ്കൂൾ, റാന്നി എസ് സി സ്കൂൾ എന്നിവിടങ്ങളിൽ സ്കൂൾ വിദ്യാഭ്യാസം. തുമ്പ സെന്റ് സേവിയേഴ്സ് കോളേജിൽ പ്രീഡിഗ്രി പഠനം. യൂണിവേഴ്സിറ്റി കോളേജിൽനിന്ന് ബി എസ് സി ബിരുദം. കൊച്ചിൻ യൂണിവേഴ്സിറ്റിയിൽനിന്ന് ഫിസിക്സിൽ എം എസ് സി ബിരുദം. 1975 ൽ ഐ പി എസ് ലഭിച്ചു. ഐ പി എസിൽ ഒന്നാം റാങ്ക്. 1976 ൽ ഐ പി എസിലെ ഏറ്റവും മികച്ച ട്രെയിനിക്കുള്ള പ്രധാനമന്ത്രിയുടെ ബാറ്റൺ പുരസ്കാരം ലഭിച്ചു. 1977 ൽ തലശ്ശേരിയിൽ എ എസ് പിയായി ആദ്യ നിയമനം. 1996 ലും 2005 ലും രാഷ്ട്രപതിയിൽ നിന്ന് വിശിഷ്ട സേവനത്തിനുള്ള മെഡൽ ലഭിച്ചു. കേരളാ പൊലീസിന്റെ വളർച്ചയിൽ മുഖ്യ പങ്കുവഹിച്ചു. കേരളാ പൊലീസ് നിയമം, ജനമൈത്രി പൊലീസ്, സ്റ്റുഡന്റ് പൊലീസ് പദ്ധതി, കടലോരജാഗ്രതാ സമിതി, കേരളാ പൊലീസ് അക്കാദമി, ധീരസ്മൃതിഭൂമി, പൊലീസ് ഹൗസിങ് സഹകരണ സംഘത്തിന്റെ പദ്ധതികൾ എന്നിവയുടെ മുഖ്യ ശില്പി. 2008 മുതൽ 2012 വരെ കേരളാ സംസ്ഥാന പൊലീസ് മേധാവി. 2012-ആഗസ്ത് 31-ന് സർവ്വീസിൽനിന്ന് വിരമിച്ചു. വിരമിച്ച ശേഷം കാര്യവട്ടം ഗ്രീൻഫീൽഡ്, കണ്ണൂർ മുണ്ടയാട് സ്റ്റേഡിയങ്ങളുടെ നിർമ്മാണത്തിന്റെ മുഖ്യ ചുമതല വഹിച്ചു. 2015-16 ൽ കെൽട്രോൺ ചെയർമാൻ; ഇപ്പോൾ പുഷ്പഗിരി മെഡിക്കൽ കോളേജ് അഡ്മിനിസ്ട്രേറ്റർ, സംസ്ഥാന സുരക്ഷാ കമ്മീഷൻ അംഗം എന്നീ നിലകളിൽ പ്രവർത്തിച്ചുവരുന്നു.

ഭാര്യ : പ്രൊഫസർ റബേക്കാ തോമസ്,
മാർ ബസേലിയോസ് എഞ്ചിനീയറിങ് കോളേജ്.
തിരുവനന്തപുരം.

മക്കൾ : റൂബൻ ജേക്കബ്, റിസർവ്വ് ബാങ്ക് ന്യൂസിലന്റ്
തോമസ് ജേക്കബ്, ബാംഗ്ലൂർ.

വിലാസം : 65, യമുനാകോളനി, കുടപ്പനക്കുന്ന് പി ഒ,
തിരുവനന്തപുരം - 695043

മൊബൈൽ : 9446111221

email : jacobpunnoose@gmail.com

ഉള്ളടക്കം

പ്രസാധകക്കുറിപ്പ്

അനിയന്ത്രിത അധികാരത്തിന്റെ പ്രഭാവം മിക്ക പൊലീസ് ഉദ്യോഗസ്ഥരും അനുഭവിച്ചിരുന്ന കാലമായിരുന്നു അടിയന്തരാവസ്ഥ. എന്തു ചെയ്താലും ആരും ചോദിക്കാനില്ല എന്ന അവസ്ഥ. ഒട്ടേറെ ഉദ്യോഗസ്ഥർ അത് ആസ്വദിച്ചു. എന്നാൽ ഈ അവസ്ഥ പെട്ടെന്ന് മാറിമറിഞ്ഞു. അമിതാധികാരത്തിന്റെ പ്രയോക്താക്കൾ പെട്ടെന്ന് കുറ്റവാളികളായി.

സംശയമോ ചോദ്യങ്ങളോ ഇല്ലാതെ എന്തു പറഞ്ഞാലും അനുസരിക്കുക എന്ന ഉപസംസ്കാരം ഉപേക്ഷിക്കപ്പെടേണ്ടതാണെന്ന ബോദ്ധ്യം ക്രമേണ നിലവിൽവന്നു.

കഴിഞ്ഞ കുറേ വർഷങ്ങളായി മെച്ചപ്പെട്ട പ്രൊഫഷണലിസം ലക്ഷ്യമായിക്കണ്ട് കേരളാ പൊലീസ് മാറിക്കൊണ്ടിരിക്കുകയാണ് ഈ മാറ്റത്തെ സംബന്ധിച്ചുള്ള തന്റെ കാഴ്ചപ്പാട് അവതരിപ്പിക്കുകയാണ് കേരളത്തിലെ മുൻ പൊലീസ് മേധാവി (2008-2012) യും ഇപ്പോൾ സംസ്ഥാന സുരക്ഷാ കമ്മിഷൻ അംഗവുമായ ജേക്കബ് പുന്നൂസ് ഐ പി എസ്, തന്റെ *പ്രൊഫഷണൽ പൊലീസ് ഇന്നലെ ഇന്ന് നാളെ* ഈ പുസ്തകത്തിൽ.

പൊലീസ് പുനസംഘടനയെയും അതിന്റെ ആവശ്യകതയെയും സംബന്ധിച്ച് അറിവു നല്കുന്ന ഈ പുസ്തകം വലിയ തോതിൽ സ്വീകരിക്കപ്പെടേണ്ടതാണ്.

ചിന്ത പബ്ലിഷേഴ്സ്

ആമുഖം

മുസ്സോറിയിലും ഹൈദരാബാദിലും പരിശീലനം പൂർത്തിയാക്കി ഞാൻ കേരളാ പൊലീസിൽ തുടർപരിശീലനത്തിനായി വന്നു ചേർന്നത് അടിയന്തരാവസ്ഥയുടെ മൂർദ്ധന്യദശയിൽ ആയിരുന്നു. അനിയന്ത്രിത അധികാരത്തിന്റെ മാസ്മരിക പ്രഭാവം മിക്ക പൊലീസുദ്യോഗസ്ഥരും അനുഭവിച്ചാസ്വദിച്ചിരുന്ന കാലം. ആരെയും എന്തുചെയ്താലും മന്ത്രി യല്ലാതെ മറ്റാരും ചോദിക്കാനില്ലാത്ത അവസ്ഥ. എന്നാൽ പെട്ടെന്ന് സ്ഥിതിഗതികൾ മാറി മറഞ്ഞു. പല കാര്യങ്ങളും വെളിപ്പെടുത്തപ്പെട്ടു. അരമന രഹസ്യങ്ങൾ അങ്ങാടിപ്പാട്ടാകുമ്പോൾ അതിശയോക്തിയും സ്വാഭാവികം. രണ്ടുമാസം മുൻപുവരെ അസൂയാവഹമായ പ്രശസ്തിയും അതിശക്തിയും ഒക്കെ ഉണ്ടായിരുന്ന പ്രഗത്ഭരായ പല പൊലീസുദ്യോ ഗസ്ഥരും സ്ഥാനഭ്രഷ്ടരായി; ചിലർ ജയിലിലായി; മറ്റു ചിലർ അറസ്റ്റോ ശിക്ഷണ നടപടികളോ ഭയന്ന് ഇതികർത്തവ്യതാമൂഢരായി. ആ സമയ മെല്ലാം ഞാൻ വടകര പൊലീസ് സ്റ്റേഷനിൽ സ്റ്റേഷൻ ചാർജ് പരിശീല നത്തിലായിരുന്നു. പൊലീസിനെതിരായി വ്യാപകമായി പ്രതിഷേധം അല യടിച്ചു. അഞ്ചുവിളക്ക് കവലയിൽ ഗതാഗതനിയന്ത്രണ ജോലി ചെയ്യാൻ പോലും എന്റെ കീഴിലുള്ള പൊലീസുകാർ, ആരോപണങ്ങളും ആക്രമ ണങ്ങളും ഭയന്ന്, മടികാട്ടി.

രണ്ടുമാസംകൊണ്ട് പൊലീസിന്റെയും ജനങ്ങളുടെയും മനോഭാവ ത്തിലും പരസ്പര ബന്ധങ്ങളിലും വന്ന മാറ്റം എന്നെ അത്ഭുതപ്പെടു ത്തി. ഭയംകൊണ്ടും ഭീഷണികൊണ്ടും നേടുന്ന മേധാവിത്വം ജനാധി പത്യ അവകാശങ്ങൾ അനുഭവിക്കുന്ന ഒരു ജനതയുടെ മേൽ നില നില്ക്കുന്നതല്ല എന്ന സത്യം പലരും തിരിച്ചറിഞ്ഞു. അന്ധമായ ആജ്ഞാ നുവർത്തിത്വം നിയമ പരിപാലന ദൗത്യത്തെ എത്രമാത്രം മലീമസമാ

ക്കുമെന്നും കാലക്രമേണ എല്ലാവരേയും എത്രമാത്രം അപകടത്തിലാക്കുമെന്നും പൊലീസുകാരുൾപ്പെടെ പലർക്കും ബോദ്ധ്യമായി. സർവ്വോപരി, ഒരു ജനാധിപത്യ സമൂഹത്തെ കാര്യക്ഷമമായി നിയന്ത്രിക്കാൻ ലോക്കപ്പും ലാത്തിയും തോക്കും ഭീഷണിയും മാത്രം പോരാ എന്ന രീതിയിലുള്ള ചിന്തകൾ സമൂഹത്തിൽ ബലം പ്രാപിക്കുകയും ചെയ്തു. ഈ സംഭവവികാസങ്ങളുടെയും ബോദ്ധ്യങ്ങളുടെയും ചിന്തകളുടെയും അടിസ്ഥാനത്തിൽ ജനാധിപത്യത്തിലെ പൊലീസ് സമ്പ്രദായം എന്തായിരിക്കണം എന്നതിനെക്കുറിച്ച് ഇന്ത്യയിലാകമാനം ചർച്ചകൾ സജീവമായി. സ്വതന്ത്ര ഭാരതത്തിൽ ആദ്യമായി ഒരു ദേശീയ കമ്മീഷൻ നിയോഗിക്കപ്പെട്ടു. അതിന് തുടർച്ചയായി പല കമ്മീഷനുകളും കമ്മിറ്റികളും ഉണ്ടായി. പൊലീസ് സംവിധാനങ്ങളിലും പ്രവർത്തന ശൈലിയിലും വളരെയധികം മാറ്റങ്ങൾ വേണ്ടതാണെന്ന് എല്ലാവരും മനസ്സിലാക്കി. എങ്കിലും പരമ്പരാഗതശൈലിയുടെ നീരാളിപ്പിടുത്തത്തിൽ നിന്ന് മോചനം നേടണമെങ്കിൽ അസാമാന്യ രാഷ്ട്രീയ-സാമൂഹിക-ഉദ്യോഗസ്ഥ ഇച്ഛാശക്തിയും ലക്ഷ്യസമന്വയവും അത്യന്താപേക്ഷിതമായതുകൊണ്ട് പല സംസ്ഥാനങ്ങളിലും കാര്യമായ ഒരു മാറ്റവും സംഭവിച്ചിട്ടില്ല. മാത്രമല്ല പല സംസ്ഥാനങ്ങളിലും ക്രമസമാധാനപാലനത്തിൽ വലിയ തിരിച്ചടികളും ഉണ്ടായി. എല്ലാ ദിവസവും ഏറ്റുമുട്ടലുകളിലേർപ്പെട്ട് ആരെയെങ്കിലുമൊക്കെ വെടിവച്ചു കൊന്നാലേ പൊലീസിന് ആക്രമണ ഭീതിയില്ലാതെ ജോലി ചെയ്യാൻ കഴിയൂ എന്ന അവസ്ഥ ഇന്ന് പല സംസ്ഥാനങ്ങളിലും ഉണ്ട്. എന്നാൽ ഭാഗ്യവശാൽ കേരള സമൂഹത്തിൽ നിലനില്ക്കുന്ന സമത്വബോധത്തിന്റെയും അവകാശസംരക്ഷണവ്യഗ്രതയുടെയും ഫലമായി വളരെ വലിയ ഘടനാപരവും ശൈലീസംബന്ധവുമായ മാറ്റങ്ങൾ കേരളത്തിൽ സംഭവിച്ചു. ഇന്ത്യയിൽ കഴിഞ്ഞ നാല്പതുവർഷങ്ങളിൽ ഏറ്റവും കൂടുതൽ മാറ്റങ്ങൾക്ക് വിധേയമായ പൊലീസ് സംവിധാനമാണ് കേരളത്തിലേത്. അതിന് കാര്യമായ സൽഫലവുമുണ്ടായി. മറ്റു സംസ്ഥാനങ്ങളെ അപേക്ഷിച്ച് വളരെ മെച്ചപ്പെട്ട ക്രമസമാധാനം നിലനില്ക്കുന്നതും തൊഴിൽപരമായ ഗുണമേന്മയുള്ള പൊലീസ് സേവനങ്ങൾ, ഏറ്റവും നല്ല രീതിയിൽ ജനങ്ങൾക്ക് ലഭിക്കുന്നതും കേരളത്തിലാണ്.

അച്ചടക്കവും ദാസ്യവൃത്തിയും പ്രായോഗികതലത്തിൽ കൂട്ടിക്കുഴച്ച് സംശയമോ ചോദ്യങ്ങളോ ഇല്ലാതെ എന്തുപറഞ്ഞാലും അനുസരിക്കുക എന്ന രീതിയിലുള്ള ഉപസംസ്കാരം പണ്ടു കാലം മുതൽ തന്നെ പൊലീസിൽ നിലനിന്നിരുന്നു. രാജാവിന്റെയും-രാജാവ് ഇല്ലാതായപ്പോൾ, രാജാധികാരത്തിന്റെ അംശങ്ങൾ കൈകാര്യം ചെയ്യാൻ അവസരം ലഭിച്ച അധികാരികളുടെയും-ഇംഗിതങ്ങളും ആവശ്യങ്ങളും സാധിച്ചുകൊടുക്കുന്നതാണ് പൊലീസിന്റെ കാര്യക്ഷമതയുടെ അളവുകോൽ എന്ന ഒരു മിഥ്യാധാരണയും ഇതിന് അനുബന്ധമായി പ്രബലമായി നിലനിന്നിരുന്നു. അടിയന്തരാവസ്ഥയിലെ അക്രമങ്ങളുടെ അടിസ്ഥാന കാരണം

അതായിരുന്നു. അത്തരം പ്രവർത്തനശൈലി "പ്രൊഫഷണലിസം" സൃഷ്ടിക്കുന്നില്ല. നിയമത്തിന്റെ പശ്ചാത്തലത്തിൽ പ്രശ്നങ്ങളും സംഭവങ്ങളും സ്ഥിതിഗതികളും സ്വന്തം ബുദ്ധിയും അറിവും കാര്യകാരണവിശകലനശേഷിയും ഉപയോഗിച്ച് വിലയിരുത്തി ജനങ്ങൾക്ക് മെച്ചപ്പെട്ട സേവനങ്ങൾ ഓരോ പൊലീസുദ്യോഗസ്ഥനും നല്കുന്നതിനെയാണ് പ്രൊഫഷണൽ പൊലീസ്‌രീതി എന്ന് നാം വിളിക്കേണ്ടത്. എന്താണ് ചെയ്യുന്നത് എന്നറിയാതെ, അകലെയുള്ള ആരുടെയോ ആഗ്രഹപ്രകാരം മാത്രം പൗരന്മാരെ പ്രതിയാക്കുകയും അറസ്റ്റ് ചെയ്യുകയും വിട്ടയക്കുകയും വിരട്ടിയോടിക്കുകയും ചെയ്യുന്ന പൊലീസ് പ്രവർത്തനശൈലി പ്രൊഫഷണലിസമല്ല എന്നും നാം മനസ്സിലാക്കണം.

കഴിഞ്ഞ നാല്പത് വർഷമായി കേരളത്തിൽ നാം കണ്ടുകൊണ്ടിരിക്കുന്നത് മെച്ചപ്പെട്ട "പ്രൊഫഷണലിസം" ലക്ഷ്യമാക്കിയുള്ള കേരളാപൊലീസിന്റെ മുൻപോട്ടുള്ള പോക്കാണ്. ഈ രീതിയിലുള്ള മാറ്റങ്ങൾ സംഭവിച്ചുകൊണ്ടിരിക്കുമ്പോൾ നൂറ്റാണ്ടുകളായി നിലനിന്നിരുന്നതും ഉപസംസ്കാരത്തിന്റെ ഭാഗമായി വാഴ്ത്തപ്പെട്ടിരുന്നതുമായ പല പുരാതന മൂല്യങ്ങളും മാറ്റിയെടുക്കേണ്ടതായോ ഉപേക്ഷിക്കേണ്ടതായോ വരും. പൊലീസുകാരും നാട്ടുകാരും പൊലീസിനെ സംബന്ധിച്ചുള്ള സംഭാഷണങ്ങളിലും ചർച്ചകളിലും ഉപയോഗിക്കുന്ന 'ഭയം', 'കൂറ്', 'കാര്യക്ഷമത', 'അനുസരണ', 'രാഷ്ട്രീയ ഇടപെടൽ', 'മേലാളരുടെ ഉത്തരവ്', 'അച്ചടക്കം', 'ശൗര്യം', 'വീര്യം' മുതലായ വാക്കുകളുടെ അർത്ഥം ജനാധിപത്യമൂല്യങ്ങൾക്കനുസൃതമായി പുനർനിർമ്മിച്ചാൽ മാത്രമേ ജനാധിപത്യസങ്കല്പങ്ങൾക്കനുയോജ്യമായി പ്രൊഫഷണലിസം കരുപിടിപ്പിക്കാൻ സാധിക്കുകയുള്ളു. പ്രൊഫഷണലിസത്തിന് അനുയോജ്യമായ രീതിയിൽ സാങ്കേതികവിദ്യയുടെ ഉപയോഗവും പൊലീസുദ്യോഗസ്ഥരുടെ അറിവും പശ്ചാത്തലസൗകര്യങ്ങളും എല്ലാം വളർന്നുവരണം. എന്നാൽ അതോടൊപ്പം തന്നെ പൊലീസ് നടപടികളുമായി ബന്ധപ്പെട്ട മൂല്യങ്ങളും മാനസികസമീപനങ്ങളും ഒക്കെ വളരെയധികം പരിവർത്തനവിധേയമാകണം. പുതിയമൂല്യങ്ങളും പഴയമൂല്യങ്ങൾക്ക് പുതിയ നിർവ്വചനങ്ങളും നാം സ്വീകരിക്കേണ്ടതായുംവരും.

ഘടനാപരമായ മാറ്റങ്ങൾ ഒരു തുടർപ്രക്രിയയാണ്. നാല് പതിറ്റാണ്ടുകളായി അതു തുടർച്ചയായി കേരളാപൊലീസിൽ നടന്നുകൊണ്ടിരിക്കുകയാണ്. അതുമായി ബന്ധപ്പെട്ട് ധാരാളം ചർച്ചകൾ പലകാലങ്ങളിൽ പലപ്പോഴായി നടന്നിട്ടുണ്ട്. അങ്ങനെ നടന്ന ആലോചനകളിലും വിശകലനങ്ങളിലും ബന്ധപ്പെടാൻ അവസരം ലഭിച്ചപ്പോൾ ഞാൻ പ്രകടിപ്പിച്ചിട്ടുള്ള അഭിപ്രായങ്ങളാണ് ഈ പുസ്തകത്തിന്റെ ഉള്ളടക്കം. പൊലീസിൽ സംഭവിച്ചതും സംഭവിക്കേണ്ടതുമായ പരിവർത്തനങ്ങളെക്കുറിച്ച് പഠിക്കുന്നവർക്കും ആലോചിക്കുന്നവർക്കും ഉപയോഗപ്രദമായ പലചിന്തകളും ഈ സമാഹാരത്തിലുണ്ട് എന്ന് ഞാൻ വിശ്വസിക്കുന്നു. പഴയ പൊലീസിനെ ഇഷ്ടപ്പെട്ട പലർക്കും ഞാൻ പറഞ്ഞ കാര്യ

ങ്ങൾ സ്വീകാര്യമായിരിക്കണം എന്നില്ല. പുതിയ പൊലീസിനെക്കുറിച്ച് ചിന്തിക്കുന്നവർക്കും അഭിപ്രായവ്യത്യാസം ഉണ്ടാകാം. അത്തരം വ്യത്യസ്ത ചിന്തകളെയെല്ലാം - അവ സമൂഹസുരക്ഷ ലക്ഷ്യംവച്ചുള്ള താണെങ്കിൽ - ഞാൻ ബഹുമാനിക്കുന്നു. എന്നാൽ അതേ സമയം ജന ങ്ങളോടൊപ്പം ജനങ്ങൾക്കുവേണ്ടി ജനസുരക്ഷ ലാക്കാക്കി പ്രവർത്തി ക്കുന്ന ഒരു പ്രവർത്തനശൈലിയാണ് ജനാധിപത്യത്തിലെ പൊലീസിന് അനുയോജ്യം എന്നു ഞാൻ വിശ്വസിക്കുന്നു. പ്രഗത്ഭരായ പല ഭരണാ ധികാരികളും നേതാക്കന്മാരും അതേ രീതിയിൽ ചിന്തിച്ചതുകൊണ്ട് ഇതിൽ പറഞ്ഞിരിക്കുന്ന പല കാര്യങ്ങളും സർക്കാരുകളുടെ തീരുമാന ങ്ങളിലൂടെ നടപ്പിൽവന്നവയുമാണ്. “വീട്ടിൽ പൊലീസ് വരുന്നത് അപ മാനമാണ്” എന്നു വിശ്വസിച്ചിരുന്ന ഒരു സമൂഹത്തിൽ “എന്തുകൊണ്ട് പൊലീസ് കൃത്യമായി വീടുകളിൽവന്ന് ഞങ്ങളോടു സംസാരിക്കുന്നില്ല” എന്ന് വീട്ടുകാർ പരാതിപറയുന്നു; “വിദ്യാഭ്യാസ സ്ഥാപനങ്ങളിൽ പൊലീസ് കയററുത്” എന്നു പറഞ്ഞ സ്ഥലത്ത് “ഞങ്ങളുടെ സ്കൂളിൽ പൊലീസുകാർ വന്ന് സ്റ്റുഡന്റ് പൊലീസ് കേഡറ്റ് പദ്ധതിയും ട്രാഫിക് ക്ലബ്ബുകളും നടത്തണമെന്ന്” രക്ഷകർത്താക്കളും അദ്ധ്യാപകരും ആശ്യ പ്പെടുന്നു; “കടൽത്തീരത്ത് എല്ലാം കുഴപ്പമാണ്: എപ്പോഴാണ് സംഘർഷം എന്നറിയില്ല” എന്ന് വിശ്വസിച്ചിരുന്ന പൊലീസ് കടലിന്റെ മക്കളെ പങ്കെ ടുപ്പിച്ച് കടലോര ജാഗ്രത സമിതികളിലൂടെ തീരപ്രദേശത്ത് സുരക്ഷയും സമാധാനവും സൃഷ്ടിക്കുന്നു; ഇവയെല്ലാം കാലാനുസൃതമായ പുതിയ മൂല്യങ്ങൾ പൊലീസും സമൂഹവും സ്വീകരിച്ചതിന്റെ ദൃഷ്ടാന്തങ്ങളാണ്. ഈ മുന്നേറ്റത്തിൽ ആഭ്യന്തരമന്ത്രിമാരായിരുന്ന ശ്രീ. ടി കെ രാമകൃ ഷ്ണൻ, ശ്രീ. കോടിയേരി ബാലകൃഷ്ണൻ, മുഖ്യമന്ത്രിമാരായ ശ്രീ. ഇ കെ നായനാർ, ശ്രീ. എ കെ ആന്റണി, ശ്രീ. ഉമ്മൻചാണ്ടി, ശ്രീ. വി എസ് അച്യുതാനന്ദൻ എന്നിവർ നിർവ്വഹിച്ച നേതൃത്വപരമായ പങ്ക് വില പ്പെട്ടതാണ്. ആ വഴിയെ നാം ഇനിയും വളരെ മുന്നേറണം. എല്ലാവരും ഭയം കൂടാതെ സ്വാതന്ത്ര്യം അനുഭവിച്ച് ആസ്വദിക്കുന്ന ഒരു സാമൂഹ്യ സാഹചര്യം സൃഷ്ടിക്കപ്പെടണം. പൊലീസുകാർ ആ മാറ്റത്തിന് വഴി യൊരുക്കണം. പൊലീസ് പരിശീലനത്തിൽ ഏർപ്പെട്ടിരിക്കുന്നവർക്കും പരിശീലകർക്കും പുതിയ സമൂഹനിർമ്മിതി ആഗ്രഹിക്കുന്നവർക്കും ഈ പുസ്തകം സഹായകമാകുമെന്ന് ഞാൻ പ്രത്യാശിക്കുന്നു.

പലപ്പോഴായി ഞാൻ എഴുതിയ ലേഖനങ്ങളുടെയും പല സ്ഥലങ്ങ ളിൽ ഞാൻ നടത്തിയ പ്രസംഗങ്ങളുടെയും പലരുമായി ഞാൻ നടത്തിയ സംഭാഷണങ്ങളുടെയും സമാഹാരമാണ് ഈ പുസ്തകം. ഇതിലെ ഓരോ ലേഖനങ്ങളും അർത്ഥവ്യക്തതയ്ക്കുവേണ്ടി പരിഷ്കരിച്ചിട്ടുണ്ട്. എന്നാലും ചില ആവർത്തനങ്ങൾ കടന്നുകൂടിയിട്ടുണ്ട്. അത് വായന ക്കാർ സദയം ക്ഷമിക്കുക. ഈ പുസ്തക നിർമ്മിതിയിൽ വലിയ വ്യഗ്രത പ്രകടിപ്പിച്ച് നിരന്തരം ഇടപെട്ട സബ് ഇൻസ്പെക്ടറും എഴുത്തുകാര നുമായ ശ്രീ. കെ രാജനോട് ഞാൻ പ്രത്യേകമായി കടപ്പെട്ടിരിക്കുന്നു.

ഇതിലെ ഉള്ളടക്ക ലേഖനങ്ങളിൽ ഒന്നുപോലും ഞാൻ സൂക്ഷിച്ചുവച്ചി രുന്നവയല്ല. കഴിഞ്ഞ ഇരുപത് വർഷമായി ഇവയെല്ലാം ക്രമമായി ശേഖ രിച്ച് വർഷങ്ങൾ അടയാളപ്പെടുത്തി സ്നേഹത്തോടെ സൂക്ഷിച്ച ശ്രീ.രാജ നോട് ഞാൻ പ്രത്യേകമായി നന്ദി പറയുന്നു.

എന്റെ ഗുരുസ്ഥാനീയരിൽ പ്രഥമ സ്ഥാനമാണ് ബാബുപോൾ സാറി നുള്ളത്. തിരക്കിനിടയിലും ചുരുങ്ങിയ കാലപരിധിക്കുള്ളിലും പ്രൗഢ ഗംഭീരമായ അവതാരിക എഴുതി അനുഗ്രഹിച്ചതിൽ ഞാൻ സംതൃപ്ത നാണ്. അദ്ദേഹത്തോടുള്ള കടപ്പാട് വാക്കുകൾക്ക് അതീതമാണ്. അദ്ദേ ഹത്തിനും നന്ദി രേഖപ്പെടുത്തുന്നു.

ഈ പുസ്തകത്തിന് സഹായകരമായ തരത്തിൽ ഡി റ്റി പി നിർവ്വ ഹിച്ച പേയാട് കാത്തൂസ് ഡി റ്റി പി സെന്ററിലെ പ്രവർത്തകർക്കും മനോ ഹരമായി പ്രസാധനം നിർവ്വഹിച്ച ചിന്ത പബ്ലിഷേഴ്സിനും ഹൃദയം നിറഞ്ഞ നന്ദി രേഖപ്പെടുത്തുന്നു.

ജേക്കബ് പുന്നൂസ് ഐ പി എസ്

അവതാരിക

***പൊ**ലീസ് രാമായണം* എന്ന കൃതി വിരചിതമായിട്ട് ഏകദേശം നൂറ് കൊല്ലം തികയാറായി. ബിഷപ്പ് എന്ന ധ്വര തിരുവിതാംകൂറിൽ പൊലീസ് കമ്മീഷണർ ആയി വരികയും പൊലീസുകാർക്ക് ലാത്തി നല്കുക എന്ന വിപ്ലവകരമായ പരിഷ്കാരം ഏർപ്പെടുത്തുകയും ചെയ്ത കാലത്താണ് ഇ വി കൃഷ്ണപിള്ള ആ രചന നിർവ്വഹിച്ചത്. പൊതുവെ പൊലീസുകാരെ പരിഹസിക്കുന്ന കഥകളാണ് ആ പുസ്തകത്തിൽ. അതിനുശേഷം ബ്രൂണൊ കള്ളനെ പിടിച്ച കഥയും മിന്നൽ പരമ ശിവൻനായരുടെ സർവ്വീസ് സ്റ്റോറിയും പോലെ ചില രചനകൾ. അല്ലാതെ ഓർമ്മയിൽ തെളിയുന്നത് രാജൻ എന്ന എഴുത്തുകാരന്റെ കൃതികൾ മാത്രമാണ്. ബഷീറിന്റെ പൊലീസ് പരിപ്രേക്ഷ്യങ്ങൾ അപഗ്രഥിക്കുന്ന കൃതി രാജകൃതികളിൽ രാജസ്ഥാനത്താണ്; മലയാള സാഹിത്യം പഠിക്കുന്നവർക്ക് ഒരു മാതൃകയും മാർഗ്ഗദർശിയും ആണ് ആ പുസ്തകം.

ഇതുവരെ മലയാളത്തിൽ പ്രകാശിതമായിട്ടുള്ള പൊലീസ് രചനകളിൽനിന്ന് തീർത്തും വ്യത്യസ്തമാണ് *പ്രൊഫഷണൽ പൊലീസ്: ഇന്നലെ ഇന്ന് നാളെ* എന്ന കൃതി. പ്രൊഫഷണലിസം സ്വന്തം ഉദ്യോഗ കാലത്ത് സാക്ഷാൽക്കരിച്ച വ്യക്തിയാണ് ഗ്രന്ഥകാരൻ എന്ന് ഞാൻ പറയേണ്ടതില്ല. അതിന്റെ പ്രതിഫലനം ഈ കൃതിയിൽ ഉടനീളം കാണാം. ഒപ്പം ഒരു പി എച്ച് ഡി വിദ്യാർത്ഥിയുടെ അപഗ്രഥനരീതിശാസ്ത്രവും കൂടെ ആകുമ്പോൾ സ്വർണ്ണത്തിന് സുഗന്ധം വന്നതുപോലെയായി.

പൊലീസിലെ പ്രൊഫഷണലിസം ചർച്ചക്കെടുക്കുമ്പോൾ ആദ്യം ചോദിക്കേണ്ടത് രണ്ട് ചോദ്യങ്ങളാണ്. മെഡിസിൻ, എൻജിനീയറിങ്, നഴ്സിങ്, നിയമസഹായം എന്നിവയൊക്കെ പോലെ ഒരു 'പ്രൊഫഷൻ' ആണോ പൊലീസ്/പൊലീസിങ്? പ്രൊഫഷണലിസത്തെക്കുറിച്ചുള്ള മൗലികസങ്കല്പം സ്ഥിരമോ പരിണാമവിധേയമോ?

ഇ വി കൃഷ്ണപിള്ള പരാമർശിക്കുന്ന മറുതാഹേഡ്, ബകൻവേലുപ്പിള്ള, കൊട്ടൂടിരാമൻപിള്ള, ക്ലാവർ ഗോപാലപിള്ള തുടങ്ങിയ തിരുവിതാംകൂർ പൊലീസിനോ "നെറ്റി മുഴുവൻ ഭസ്മവും ചന്ദനവും പൂശി, മീശ വളർത്തി, കടുക്കൻ ഇട്ട്, കാറ്റിൽ പറക്കുന്ന ദേഹത്തോടുകൂടിയുള്ള ക്ഷാമമൂർത്തി"കളായ കൊച്ചിയിലെ പൊലീസിനോ എന്ത് പ്രൊഫഷണലിസം എന്ന സംശയം അസ്ഥാനത്തല്ല. എന്നാൽ പ്രൊഫഷണലുകളെ നിർവ്വചിക്കുന്ന സംഗതികൾ അക്കമിട്ട് നിരത്തിയാൽ പ്രൊഫഷണലുകളായി അംഗീകരിക്കപ്പെടാൻ അർഹത ഉള്ളവരാണ് ഇന്നത്തെ പൊലീസുകാർ. നിയമനരീതി, അപേക്ഷിക്കാൻ വേണ്ട യോഗ്യതകൾ, പരിശീലനം, പുനഃപരിശീലനം, നിയമാധിഷ്ഠിതമായ അധികാരങ്ങളും ചുമതലകളും തുടങ്ങിയവയാണ് പ്രൊഫഷണലുകളെ നിർവ്വചിക്കുന്നത് എന്നതാണ് ഭരണവിജ്ഞാനീയത്തിലെ ആർജ്ജിതവിജ്ഞാനം. ഈ മാനകങ്ങൾ ഉപയോഗിച്ചാൽ നമ്മുടെ പൊലീസുകാർ - സാധാരണ കോൺസ്റ്റബിൾ മുതൽ ഐ പി എസ് ഉദ്യോഗസ്ഥർ വരെ ഉള്ള എല്ലാവരും ഡോക്ടർമാരെയും നഴ്സുമാരെയും മറ്റും പോലെ തികഞ്ഞ പ്രൊഫഷണലുകളാണ് എന്ന് കാണാൻ കഴിയും.

നിയമം നടപ്പാക്കുന്നതും ക്രമസമാധാനം പാലിക്കുന്നതും ലോകത്തെവിടെയും പൊലീസിന്റെ ധർമ്മം ആണ്. എന്നാൽ പരിഷ്കൃതസമൂഹങ്ങളിൽ സമൂഹത്തോടുള്ള സമീപനവും പൊലീസിനെ നിർവ്വചിക്കുന്നതിനായി ഗണിക്കപ്പെടുന്നു. കേരളത്തിലെ പൊലീസിനെ ശ്രദ്ധിച്ചാൽ ഇത് വ്യക്തമാകും. തിരുവിതാംകൂറിലെയോ കൊച്ചിയിലെയോ പൊലീസുകാർക്ക് കേട്ടറിവുപോലും ഇല്ലാതിരുന്ന ഒരു പൊലീസ്മുഖം ആണ് കമ്യൂണിറ്റി പൊലീസിങ് എന്ന പൊതുശീർഷകത്തിൽ ഉൾപ്പെടുത്താവുന്ന പൊലീസ് ധർമ്മങ്ങൾ, മറുതാഹേഡിന്റെ കാലത്തെ 'പ്രൊഫഷണലിസം' അല്ല 2018 ലെ പ്രൊഫഷണലിസം എന്ന് ചുരുക്കം. അതായത് പൊലീസിങ് ഒരു പ്രൊഫഷനാണ്. അതിന് കാലബദ്ധമായ വ്യതിയാനങ്ങൾ ഉണ്ടാകും.

അങ്ങനെയെങ്കിൽ അടുത്ത് നാം അന്വേഷിക്കേണ്ടത് പൊലീസിന്റെ പ്രൊഫഷണലിസത്തിന് ആത്യന്തികമായി എന്താണ് തെളിവ് എന്നാണ്. പൗരന്മാരുടെ സംതൃപ്തി എന്നതാവണം വർത്തമാനകാല കേരളത്തിൽ അതിനുള്ള ഉത്തരം. കേരളം എന്ന് എടുത്തുപറയുന്നത് ഈ സംസ്ഥാനം സവിശേഷമായ ഒരു ഏകകം ആയതിനാലാണ്. വിദ്യാഭ്യാസം, വാർത്താവിനിമയം, ഗതാഗതം, ആരോഗ്യം, ജീവിതസൗകര്യനിലവാരം, മാധ്യമലഭ്യത തുടങ്ങി ഒരു സമൂഹത്തെ സചേതനവും സക്രിയവും ആക്കുന്നതിൽ പങ്ക് വഹിക്കുന്ന മാനകങ്ങളിലെല്ലാം ഭാരതത്തിലെ ഇതര സംസ്ഥാനങ്ങളെ അപേക്ഷിച്ച് ബഹുകാതം മുന്നിലാണല്ലോ നാം. അതുകൊണ്ട് ഇ വി വരച്ച പൊലീസ് വാങ്മയങ്ങൾ നിർവ്വചിക്കുന്ന തരം 'പ്രൊഫഷണലിസം' കേരളത്തിന് അസ്വീകാര്യമാകാതെ വയ്യ. ഒന്ന് മുതൽ പത്ത് വരെയുള്ള സ്കെയിലിൽ കമ്മീഷണർമാരായിരുന്ന ബെൻസിലിയുടെയും ബിഷപ്പിന്റെയും പൊലീസുകാരുടെ പ്രൊഫഷണിലിസം ഒന്നോ രണ്ടോ ആയി അടയാളപ്പെടുത്തുമ്പോൾ ലോക്നാഥ് ബെഹ്റയുടെ പൊലീസിന്

സ്കോർ ഏഴിലോ എട്ടിലോ കുറയാതിരിക്കണം മലയാളിക്ക് സംതൃപ്തി നല്കാൻ. അതുകൊണ്ടാണ് പൊതുജനത്തിന്റെ പൊതു സംതൃപ്തിയെ പ്രൊഫഷണലിസത്തിന്റെ മാനകമായി ഞാൻ അടയാളപ്പെടുത്തുന്നത്. അതുകൊണ്ടുതന്നെ ആണ് പൊലീസിന്റെ പ്രൊഫഷണലിസത്തെക്കുറിച്ചുള്ള പഠനം കേരളത്തിൽ സവിശേഷ പ്രാധാന്യം കൈവരിക്കുന്നതും.

പൊലീസിന് പ്രൊഫഷണലിസം ഉണ്ടാകണമെങ്കിൽ അംഗുലീപരിമിതരായ ഉദ്യോഗസ്ഥരെ സകോട്ട്ലണ്ട്യാഡിൽ അയച്ചാൽപ്പോരാ എന്ന് അനുഭവിച്ചറിഞ്ഞിട്ടുള്ളവരാണ് മലയാളികൾ. എനിക്കറിയാവുന്ന രണ്ട് സകോട്ട്ലണ്ട്യാഡ് പരിശീലകരിൽ ഒരാൾ റബ്ബർവെട്ടിയാണ് അടുത്തൂൺ വാങ്ങിയത്. മറ്റേയാൾ അഴിയെണ്ണുകയും ചെയ്തു. ഈ അനുഭവദ്വന്ദ്വം തെളിയിക്കുന്നത് അധികാരികളുടെ പക്വതയും ഉദ്യോഗസ്ഥരുടെ പ്രാഗത്ഭ്യവും ഒത്തുചേരാതെ പ്രൊഫഷണലിസം യാഥാർത്ഥ്യമാവുകയില്ല എന്നു തന്നെയാണ്. എന്നാൽ ജനങ്ങളുടെ സംതൃപ്തി ഡി ജി പി യെ മാത്രം ആശ്രയിച്ചല്ല ഇരിക്കുന്നത് എന്നാണ് ഗ്രന്ഥകർത്താവ് പറയാതെ പറയുന്നത് എന്ന് വരികൾക്കിടയിൽ നമുക്ക് വായിച്ചെടുക്കാം. പിന്നെ അത് എന്താണ് എന്ന അന്വേഷണമാണ് ഈ കൃതിയുടെ കാതൽ.

പൊലീസും സമൂഹവും എന്ന ആദ്യത്തെ അദ്ധ്യായം "സമൂഹത്തിന് പൊലീസിനെപ്പറ്റി ഉള്ള അഭിമാനമാണ് പൊലീസുകാരന്റെ യഥാർത്ഥ അന്തസ്സ്" എന്ന പ്രസ്താവനയോടെയാണ് ഉപസംഹരിക്കപ്പെടുന്നത്. അതിനെ സ്വാധീനിക്കുന്ന ഘടകങ്ങളും ചർച്ച ചെയ്യപ്പെടുന്നുണ്ട് ലേഖനത്തിൽ. മാധ്യമങ്ങൾ വരച്ചുകാട്ടുന്ന പ്രതിച്ഛായയും പൊതുപ്രവർത്തകന്റെ ആർജ്ജവവും ഈ അഭിമാനത്തെ വളർത്താനും തളർത്താനും ശക്തിയുള്ളതാണ്.

1967 ൽ ഇ എം എസ് തുടങ്ങിവച്ച ബ്ളായ്ക്ക് പവർ ഇവിടെ പരാമർശിക്കേണ്ടിയിരിക്കുന്നു. 1957 ൽ കുട്ടനാട്ടിലെ കുഞ്ഞുചെറുക്കനെ പോലെ ഉള്ള സെൽസെക്രട്ടറിമാർ അഴിഞ്ഞാടിയതാണ് അപകടമായത് എന്ന് തിരിച്ചറിഞ്ഞ ആ ബുദ്ധിരാക്ഷസൻ പത്ത് വർഷം കഴിഞ്ഞപ്പോൾ കണ്ട പ്രതിവിധിയാണ് ആരോടും കണക്ക് ബോധിപ്പിക്കേണ്ടാത്ത ബ്ളായ്ക്ക് പവർ. കുഞ്ഞുചെറുക്കന്മാർ നോട്ടീസ് അയക്കുമ്പോഴാണ് പ്രശ്നം. അവർ ചൂണ്ടിക്കാട്ടുന്നവർക്ക് സബ് ഇൻസ്പെക്ടർ ആണ് നോട്ടീസ് അയക്കുന്നതെങ്കിൽ പ്രശ്നമില്ല എന്നതായിരുന്നു ഏലംകുളം ബുദ്ധി. ബ്ളായ്ക്ക് മണിക്ക് ഓഡിറ്റ് ഇല്ലല്ലോ.

1969 ൽ സി എച്ച് മുഹമ്മദ്കോയ ആഭ്യന്തരമന്ത്രി ആയപ്പോൾ നടത്തിയ ഒരു പ്രസ്താവന ഇവിടെ സമർത്ഥവ്യമാണ്. "സ്റ്റേഷനിൽ രണ്ട് കസേരകൾ ഉണ്ടായിരുന്നു. ഒന്ന് ഞാൻ മാറ്റി. ഇപ്പോൾ ഇൻസ്പെക്ടറുടെ കസേരമാത്രമേ ഉള്ളൂ."

ഇതിന് ഒരു മറുവശവും ഉണ്ട് എന്ന് തെളിയിച്ചയാളാണ് ശ്രീമാൻ എ കെ ആന്റണി. ആ കാലം അഴിമതിക്ക് വാസന ഉള്ള ഉദ്യോഗസ്ഥന്മാരുടെ കൊയ്ത്തുകാലം ആയിരുന്നുവല്ലോ. ഇ എം എസിന്റെ ബ്ളായ്ക്ക് പവറിനും ആന്റണിയുടെ ലെയ്സിഫയറിനും ഇടയ്ക്ക് എവിടെയോ

ആണ് ശരിദൂരം കാക്കുന്ന ബിന്ദു.

ഇപ്പറഞ്ഞതിന്റെ അർത്ഥം പൊലീസും സമൂഹവും തമ്മിലുള്ള ബന്ധത്തിന്റെ പ്രൊഫഷണൽ മാതൃക നിർവ്വചിക്കുന്നതിൽ പൊലീസിന് അന്യമായ രണ്ട് ഘടകങ്ങൾ കൂടെ ഉണ്ട് എന്നാണ്. അവ പ്രതിച്ഛായയെയും പ്രൊഫഷണലിസത്തെയും ബാധിക്കാതിരിക്കണമെങ്കിൽ നിയമത്തോടും ജനങ്ങളോടും ഉള്ള പ്രതിബദ്ധത മനസ്സിൽ ഉണ്ടായാൽ പോരാ, അത് കുറ്റാന്വേഷണത്തിലും സമാധാനപാലനരംഗത്തും അച്ചടക്കത്തിന്റെ ഉരുക്കുകവചം ധരിച്ച പൊലീസുകാരന്റെ കാര്യക്ഷമതയിൽ പ്രതിഫലിക്കണം എന്നാണ് ഗ്രന്ഥകാരൻ പറഞ്ഞുനിർത്തുന്നത്. തുടർന്നുള്ള മൂന്ന് അദ്ധ്യായങ്ങളിൽ പൊലീസും സമൂഹവും തമ്മിലുള്ള ബന്ധത്തിൽ ഇപ്പറഞ്ഞ ഘടകങ്ങളുടെ സ്വാധീനത വിവേകപൂർണ്ണമായ വിവരണത്തിനും പണ്ഡിതോചിതമായ വിശകലനത്തിനും വിധേയമാക്കുന്നത് അത്യന്തം പാരായണക്ഷമമായിട്ടുണ്ട് എന്ന് നിരീക്ഷിക്കാതെ വയ്യ.

കുറ്റകൃത്യ നിയന്ത്രണത്തിന് ഇന്ത്യക്കൊരു പ്രൊഫഷണൽ മാതൃക എന്ന ഉപന്യാസത്തിൽ കേരളത്തിലെ പൊലീസ് പ്രൊഫഷണലിസത്തിൽ മുന്നിലാണ് എന്ന് തെളിയിക്കാൻപോന്ന കണക്കുകൾ കാണാം. ചെറിയ ചെറിയ ശാരീരികാക്രമണങ്ങൾ ഗൗരവമായി കൈകാര്യം ചെയ്യുന്നതിനാലാണ് വലിയ വലിയ കൊലപാതകങ്ങളുടെ സംഖ്യ കുറഞ്ഞിരിക്കുന്നത് എന്ന് ഗ്രന്ഥകർത്താവ് വാദിക്കുന്നു. കൊലപാതകങ്ങളെ അവയുടെ സാഹചര്യങ്ങളും സ്വഭാവങ്ങളും അടിസ്ഥാനമാക്കി തരം തിരിച്ചാൽ കേരളത്തിന്റെ നേട്ടം ഇതിലും വലുതായിരിക്കും എന്നാണ് പത്രം വായിക്കുമ്പോൾ നമുക്ക് തോന്നുന്നത്. അബദ്ധവശാൽ സംഭവിക്കുന്ന അപകടങ്ങളും (എന്നുമെന്നത് പോലെ ഉണ്ടാകുന്ന ഗാർഹികാസ്വാസ്ഥ്യത്തിനിടെ ഒരു ദിവസം കൈയിൽ കിട്ടിയ വിറക് വച്ച് അടിച്ചപ്പോൾ കൊണ്ടത് തലയ്ക്കായി പോവുന്നതും കൈ അമരുന്നത് വേഗസ് പോലെ ഉള്ള മർമ്മങ്ങളിൽ ആയിപ്പോവുന്നതും) കുഞ്ചൻ നമ്പ്യാർ പറഞ്ഞതു പോലെ 'രണ്ടാംവാക്കിന് കയറിയടിക്കുന്ന' സ്വഭാവം ഉള്ള ആത്മസുഹൃത്ത് നിയന്ത്രണം വിട്ട് പെരുമാറുന്നതും കരുതിക്കൂട്ടിയുള്ള കൊലപാതകത്തിൽനിന്ന് വ്യത്യസ്തമാണല്ലോ. അതുകൊണ്ട് ഉന്നതമായ പ്രൊഫഷണൽ നിലവാരം ഉള്ളതാണ് കേരളത്തിലെ പൊലീസ് സംവിധാനം എന്ന് ഗ്രന്ഥകാരൻ സ്ഥാപിക്കുന്നത് യുക്തിഭദ്രമായി തന്നെ ആണ്.

പൗരന്മാരുടെ സംതൃപ്തിയാണ് പൊലീസിലെ പ്രൊഫഷണലിസം വിലയിരുത്താനുള്ള പ്രധാന മാനദണ്ഡം എന്ന് മുകളിൽ സൂചിപ്പിച്ചുവല്ലോ. അതിനുള്ള വഴികളും ആ വഴികളിലെ വെല്ലുവിളികളും ഒന്നിലധികം ലേഖനങ്ങളിൽ വിസ്തരിക്കപ്പെടുന്നുണ്ട്. കഴിഞ്ഞ അരനൂറ്റാണ്ടിനിടയിൽവന്ന വ്യതിയാനങ്ങളും പൊലീസ് അസോസിയേഷന്റെ നന്മതിന്മകളും സൈബർയുഗത്തിലെ വെല്ലുവിളികളും എല്ലാം പുന്നൂസിന്റെ റഡാറിൽ ഉണ്ട്. അവ ഓരോന്നായി ചർച്ചയ്ക്കെടുക്കാത്തത് വിസ്തരഭയത്താലാണ്. പോരെങ്കിൽ സ്ഥാലീപുലാകന്യായേന പരിശോധിച്ച് അരിയുടെ വേവ് കൃത്യമായ പാകത്തിലാണ് എന്ന് നാം കണ്ടെത്തുകയും

ചെയ്തു.

പൊലീസിലെ പ്രൊഫഷണലിസം എന്ന നിർവ്വചനാത്മക സങ്കല്പത്തിലേക്ക് തിരിച്ചുവരാം. വർത്തമാനകാലത്തെ പൊലീസിങ് ബഹുമുഖമായ ഒരു കർമ്മമണ്ഡലമാണ്. അവിടെ പൊലീസിന്റെ കാര്യക്ഷമത ഉറപ്പ് വരുത്താൻ പ്രൊഫഷണൽ സമീപനം അനുപേക്ഷണീയമാണ്. സത്യസന്ധത, പരിശീലനം, വിദ്യാഭ്യാസം, സവിശേഷവൈദഗ്ദ്ധ്യം, ശാസ്ത്രസാങ്കേതികവിദ്യ തുടങ്ങി നിരവധി ഘടകങ്ങൾ ചേരുമ്പോൾ നിർമ്മിക്കപ്പെടുന്ന ചട്ടക്കൂടാണ് അതിനുള്ള മൂന്നുപാധി. കാലാനുസൃതമായ ശൈലീഭേദങ്ങൾ ഏത് മണ്ഡലത്തിലുമെന്നതുപോലെ പൊലീസിന്റെ കർമ്മമണ്ഡലത്തിലും അനിവാര്യമാണ്. ഇരുപതാംനൂറ്റാണ്ടിന്റെ ആദ്യപാതിയിലെ (കൃത്യമായി പറഞ്ഞാൽ 1931 -32) വിക്കർഷാം കമ്മീഷൻ മുതൽ അടുത്തകാലത്തെ കെ ടി തോമസ് കമ്മീഷൻ വരെ ഒട്ടനവധി പഠനങ്ങളും റിപ്പോർട്ടുകളും വഴികാട്ടിയായി നമുക്ക് മുന്നിൽ ഉണ്ട്. അവ പരിശോധിച്ച് ത്യാജ്യഗ്രാഹ്യവിവേചനത്തോടെയും വെള്ളം ചേർത്ത പാലിൽനിന്ന് പാൽ മാത്രം കുടിക്കാൻ കഴിയുന്ന രാജഹംസത്തിന്റെ വിവേകത്തോടെയും മുന്നോട്ട് പോകുവാൻ സേനയ്ക്കും സമൂഹത്തിനും രണ്ടിന്റെയും നേതൃത്വങ്ങൾക്കും കഴിയുമ്പോഴാണ് പൊലീസിലെ പ്രൊഫഷണലിസം പക്വവും പൂർണ്ണവും സ്ഥലകാലയോഗ്യവും ആയി ഭവിക്കുന്നത് എന്ന ബോദ്ധ്യമാണ് ഈ കൃതി വായിച്ച് മടക്കുമ്പോൾ നമ്മെ ഭരിക്കുന്നത്. അത് രചയിതാവിന്റെ പ്രാഗത്ഭ്യത്തിനുള്ള ദൃഢമായ തെളിവാണല്ലോ.

അസിസ്റ്റന്റ് കളക്ടറായി പരിശീലനത്തിന് വരുമ്പോൾ രാമയ്യർ എന്ന ഐ പി ക്കാരനായിരുന്നു. (ഐ സി എസും, ഐ പി യും ഐ എ എസിന്റെയും ഐ പി എസിന്റെയും പ്രാഗ്‌രൂപങ്ങൾ) കേരളത്തിൽ ഐ ജി കളക്ടറായപ്പോൾ ശിങ്കാരവേലുവിനു ശേഷം എന്റെ സതീർത്ഥ്യർ ഉൾപ്പെടെ ആറടിക്കപ്പുറം ഉയരം ഉള്ളവരും, ഉയരം അഞ്ചടി തികയാത്തവരും എല്ലാം ആ കസേരയിൽ ഇരുന്നു. ആരും മോശക്കാരായിരുന്നില്ല. എന്നാൽ ജേക്കബ് പുന്നൂസിനെ ഓർക്കുമ്പോൾ മാത്രം ആണ് 'ഏകേന രാജഹംസേന യാ ശോഭാ സരസോ ഭവേത്' എന്ന പഴമൊഴി മനസ്സിൽ തെളിയുന്നത് എന്ന് സാക്ഷ്യപ്പെടുത്തിക്കൊണ്ട് ഈ പ്രൗഢകൃതി സസന്തോഷം സഹൃദയസമക്ഷം അവതരിപ്പിക്കുകയും മസ്തിഷ്കസിദ്ധിയുള്ള മലയാളികൾക്കിടയിൽ ഇതിന് പ്രചുരപ്രചാരം ആശംസിക്കുകയും ചെയ്യുന്നു.

ഡി ബാബുപോൾ

പൊലീസും സമൂഹവും

സമൂഹത്തിൽനിന്ന് വേർപെടുത്തി പൊലീസിനെക്കുറിച്ച് ചിന്തിക്കാൻ സാദ്ധ്യമല്ല. സമൂഹം ഇല്ലെങ്കിൽ പൊലീസില്ല.

അതുപോലെതന്നെ ഏതെങ്കിലും രീതിയിലുള്ള പൊലീസിങ് ഇല്ലെങ്കിൽ സമൂഹത്തിന്റെ നിലനില്പ് തന്നെ അസാദ്ധ്യമാണ്. രാഷ്ട്ര ഭരണകൂടങ്ങളും രാജഭരണവും ജന്മമെടുത്തതിനുശേഷമാണ് സമാധാനപാലനത്തിനുവേണ്ടി ഒരു വിഭാഗം ആളുകളെ പ്രത്യേകമായി ചുമതലപ്പെടുത്തിയത്. അതിനു വളരെ മുമ്പുതന്നെ ആദിമസമൂഹങ്ങൾ ഉണ്ടായിരുന്നു. അവയിലെ അംഗങ്ങൾ സ്വയം അംഗീകരിച്ച ചില പെരുമാറ്റ സംഹിതകളുടെ അലംഘനീയതയെ ആശ്രയിച്ചായിരുന്നു ആ സമൂഹങ്ങളുടെ നിലനില്പ്. പെരുമാറ്റസംഹിത നടപ്പാക്കുന്നതും അത് ലംഘിക്കുന്നവരെ ശിക്ഷിക്കുന്നതും എല്ലാവരുടെയും കൂട്ടായ ഉത്തരവാദിത്വം ആയിരുന്നു. അതായത് പൊലീസിങ് എന്നത് എല്ലാവരും ആത്മനിയന്ത്രണത്തിലൂടെയും പരസ്പര സഹകരണത്തിലൂടെയും നടപ്പാക്കിയിരുന്ന ഒരു സാമൂഹികകർത്തവ്യം ആയിരുന്നു.

കാലം വളരെ മാറി. എന്നാൽ അന്നും ഇന്നും പൊലീസിങ് രീതികളിൽ സാമൂഹിക ഉത്തരവാദിത്വത്തിന്റെയും സാമൂഹിക കർത്തവ്യത്തിന്റെയും അംശങ്ങൾ വളരെ പ്രാധാന്യത്തോടു നിലനില്ക്കുന്നു. ചരിത്രത്തിന്റെ ഗതിമാറ്റങ്ങൾക്കിടയിൽ സാമൂഹികഘടനയിലും രാഷ്ട്രഘടനയിലും വലിയ വലിയ മാറ്റങ്ങൾ ഉണ്ടായി. പൊലീസിങ്ങിനു വേണ്ടി പ്രത്യേകമായി ചുമതലപ്പെടുത്തിയ സംഘങ്ങളും നിയമങ്ങളുമൊക്കെ നിലവിൽ വന്നു. പൊലീസിന് തനതായ ഒരു സംഘടിതസ്വഭാവം ഉണ്ടായി. ഭരണകൂടങ്ങളുടെ സ്വഭാവമനുസരിച്ച് ഈ സംഘടിതസ്വഭാവത്തിനും മാറ്റം ഉണ്ടായി. രാജഭരണം വഴിമാറി. ജനാധിപത്യ സംവിധാനത്തിൽ

പൊലീസും സമൂഹവും തമ്മിലുള്ള ബന്ധം എന്താണ് എന്നാണ് നാം ഇവിടെ ചർച്ച ചെയ്യുന്നത്.

രാജഭരണകാലത്ത് "രാജാവ് നിയമം സൃഷ്ടിക്കുന്നു: ജനങ്ങൾ നിയമം അനുസരിക്കുന്നു." ജനാധിപത്യത്തിൽ "ജനങ്ങൾതന്നെ നിയമം സൃഷ്ടിക്കുന്നു: ജനങ്ങൾ സ്വയം നിയമം അനുസരിക്കുന്നു." ഈ രണ്ടു ഭരണരീതികളിലും പൊലീസിന്റെ സമീപനം വ്യത്യസ്തമായിരിക്കണം. നിയമം നടപ്പിലാക്കുമ്പോൾ ജനങ്ങൾ സൃഷ്ടിച്ച നിയമം ജനങ്ങൾക്കുവേണ്ടി നടപ്പിലാക്കുകയാണ് എന്ന ബോധം ജനാധിപത്യ വ്യവസ്ഥയിൽ പൊലീസിന് ഉണ്ടായിരിക്കണം. പൊലീസുകാരന്റെ അധികാരത്തിന്റെ സ്രോതസ്സ് ആത്യന്തികമായി ജനങ്ങളാണ്. രാജാവിനോടുള്ള പ്രതിബദ്ധതയല്ല, മറിച്ച് നിയമത്തോടുള്ള പ്രതിബദ്ധതയാണ് പൊലീസും സമൂഹവുമായുള്ള ബന്ധം നിർവ്വചിക്കുന്നത്.

സ്വാതന്ത്ര്യലബ്ധിയിലൂടെ ഭരണവ്യവസ്ഥിതി മാറിയപ്പോൾ പൊലീസിന്റെ ഘടനയിൽ അടിസ്ഥാനപരമായി ഒരു മാറ്റവും സംഭവിച്ചില്ല. അതുകൊണ്ടുതന്നെ, പൊലീസും സമൂഹവും പരസ്പരം ബന്ധപ്പെടുന്ന ഔദ്യോഗികരീതികളിലും ഘടനാപരമായി ഒരു മാറ്റവും സംഭവിച്ചിട്ടില്ല. ഇതുമൂലം ഭരണകൂടത്തിന്റെ സ്വഭാവം മാറുന്നതിനുമുമ്പ് ജനങ്ങൾ പൊലീസുകാരെ എങ്ങനെ കണ്ടിരുന്നുവോ അതേ രീതിയിലാണ് സാധാരണ ജനങ്ങൾ ഇന്നും പൊലീസിനെ കാണുന്നത്. പൊലീസുകാരനെ മറ്റാർക്കോവേണ്ടി നിയമം സംരക്ഷിക്കുന്ന ആളായാണ് ഇന്നും പലരും കാണുന്നത്. ഇത് സ്വാതന്ത്ര്യത്തിന് മുമ്പുള്ള അവസ്ഥതന്നെയാണ്. പൊലീസും പൊതുജനങ്ങളുമായുള്ള ബന്ധത്തിൽ ഔദ്യോഗികമായും ഘടനാപരമായും ജനാധിപത്യഭരണക്രമത്തിന് അനുസരിച്ചുള്ള മാറ്റങ്ങൾ സംഭവിച്ചാലേ പൊലീസ്-പൊതുജന ബന്ധങ്ങളിൽ എന്തെങ്കിലും കാതലായ മാറ്റം സംഭവിക്കുകയുള്ളൂ. അത് സംഭവിച്ചില്ലെങ്കിൽ പൊലീസുകാരെ കല്ലെറിയുന്നതും പൊലീസുകാരെ ആക്ഷേപിക്കുന്നതും എല്ലാ കാര്യങ്ങൾക്കും അവരെ കുറ്റം പറയുന്നതും പൊതുജനങ്ങൾ സാധൂകരിക്കുന്നതും ലഘൂകരിക്കുന്നതുമായ ഒരു ചുറ്റുപാട് തുടരും. രണ്ട് തലമുറകൾ സ്വാതന്ത്ര്യം അനുഭവിച്ചിട്ടും ആളുകൾ കൂട്ടം കൂടുമ്പോൾ പലപ്പോഴും പൊലീസുകാരൻ പരസ്യമായി ആക്രമിക്കപ്പെടുന്നതും അതു തടയാൻ ബഹുജനങ്ങൾ മുമ്പോട്ടു വരാത്തതും പൊലീസ്-പൊതുജന ബന്ധത്തിന്റെ സ്വഭാവത്തിൽ കാര്യമായ മാറ്റം വരുത്തേണ്ടതിന്റെ ആവശ്യകതയ്ക്ക് തെളിവാണ്. ജനങ്ങളുടെ സംരക്ഷകരാണ് പൊലീസുകാർ എന്നും അവരെ ആക്രമിക്കുന്നത് അർത്ഥശൂന്യവും ആത്മഹത്യസമാനവും ആയ ഒരു നടപടിയാണെന്നും ജനങ്ങൾ ചില മുഹൂർത്തങ്ങളിൽ മറന്നുപോകുന്നു.

പൊലീസ്-പൊതുജന ബന്ധങ്ങളിൽ ഘടനാപരവും ഗുണപരവും ആയ മാറ്റങ്ങൾ വേണ്ടത്ര ഉണ്ടായിട്ടില്ല എന്നതു സത്യമാണ്. പൊലീസും സമൂഹവും തമ്മിലുള്ള ബന്ധത്തെക്കുറിച്ചുള്ള ചർച്ചയിൽ മൗലികമായ

ഒരു ചോദ്യം പൊലീസ് ജനങ്ങളിൽ ഉളവാക്കേണ്ട വികാരം എന്താണ് എന്നതാണ്. ജനങ്ങൾ പൊലീസിനെ ഭയക്കണോ, സ്നേഹിക്കണോ, ബഹുമാനിക്കണോ? പൊലീസുകാർ ജനങ്ങളിൽ ഭയം ഉളവാക്കണം എന്നു വിശ്വസിക്കുന്ന വളരെയധികം ആളുകളുണ്ട്. ഭയത്തിന്റെ അടി സ്ഥാനത്തിൽ അർത്ഥവത്തായ യാതൊരു പൊലീസ് - പൊതുജന ബന്ധവും സാദ്ധ്യമല്ല. പൊലീസിനെ പൊതുജനങ്ങൾ ബഹുമാനിക്ക ണം. ജനങ്ങളെ പൊലീസുകാരനും ബഹുമാനിക്കണം. ഈ വിധത്തി ലുള്ള പരസ്പര ബഹുമാനത്തിന്റെ ഒരു ശൈലിയിൽ മാത്രമേ പൊലീസ് പൊതുജന ബന്ധം എന്ന വാക്കിനു തന്നെ അർത്ഥമുള്ളൂ. സ്വതന്ത്ര രായ ജനങ്ങൾ ആരെയും ഭയക്കേണ്ട കാര്യമില്ല-അവർ ഭയക്കേണ്ടത് നിയമപ്രകാരമുള്ള ശിക്ഷയെയാണ്. അതും നിയമം ലംഘിച്ചാൽ ഉറ പ്പായി ശിക്ഷ ലഭിക്കും എന്ന അടിസ്ഥാനത്തിൽ. അന്ധമായ ഭയം അഭി ലഷണീയമല്ല. ജനങ്ങളെ ഭയപ്പെടുത്തുകയാണ് പൊലീസിന്റെ ധർമ്മം എന്ന വിശ്വാസം തന്നെയാണ് മെച്ചപ്പെട്ട പൊലീസ്- പൊതുജന ബന്ധത്തെ തുരങ്കം വയ്ക്കുന്നത്. നിയമം ലംഘിക്കുന്നവരെ നിയമം അനുശാസിക്കുന്ന രീതിയിൽ പൊലീസ് കൈകാര്യം ചെയ്യും എന്നു ഉറ പ്പുണ്ടെങ്കിൽ ആ ഉറപ്പിൽനിന്നും പൊലീസിനോട് ബഹുമാനം ഉണ്ടാകും; ആ ബഹുമാനത്തിന്റെ അടിസ്ഥാനത്തിൽ പൊലീസിന്റെ നിർദ്ദേശങ്ങൾ അനുസരിക്കപ്പെടുകയും ചെയ്യും. നിയമപരമായി ചില പ്രത്യേകസാഹ ചര്യങ്ങളിൽ ബലപ്രയോഗങ്ങൾ അനുവദനീയമാണ്. എന്നാൽ എന്നും എപ്പോഴും ബലം പ്രയോഗിച്ചല്ല നിയമം നടപ്പിലാക്കേണ്ടത്. ശാരീരികവും മാനസികവുമായ ബലപ്രയോഗ ഭീഷണിയല്ല പൊലീസിന്റെ പ്രവർത്ത നവിജയത്തിന്റെ അടിസ്ഥാനം-പ്രത്യുതനിയമം ശക്തിയായി, നിർഭയ മായി നടപ്പിലാക്കുന്നു എന്നു ജനങ്ങൾക്കു കൊടുക്കുന്ന ഉറപ്പാണ്.

കേരളത്തിലെ പൊലീസിന്റെ സംഖ്യാബലം കഴിഞ്ഞ രണ്ട് ദശക ങ്ങളിൽ ഏതാണ്ട് ഇരട്ടിയായി വർദ്ധിച്ചിട്ടുണ്ട്. പക്ഷേ, ഇന്നും എണ്ണൂറ് ആളുകൾക്ക് ഒരു പൊലീസുകാരൻ എന്ന അനുപാതമാണ് നിലനില്ക്കു ന്നത്. പൊലീസ് സേനയിലെ സംഖ്യാബലം വർദ്ധിപ്പിച്ചത് കൊണ്ടുമാത്രം പൊലീസ് സേവനം വേണ്ട അളവിൽ ലഭിക്കും എന്ന് തോന്നുന്നില്ല. ഇപ്പോഴുള്ള അനുപാതം തന്നെ വളരെ കുറവാണ്. വർദ്ധിച്ചു വരുന്ന വാഹനങ്ങളുടെ എണ്ണം, കൂടുതൽ കൂടുതൽ ക്രിമിനൽ നിയമങ്ങൾ സൃഷ്ടിക്കപ്പെടുന്നത്, കൂടിയ തോതിലുള്ള നഗരവല്ക്കരണം, പൊലീസു കാർക്കു മതിയായ വിശ്രമം കൊടുക്കേണ്ടതിന്റെ ആവശ്യകത, പൊതുജനങ്ങളിൽ വർദ്ധിച്ചുവരുന്ന നിയമബോധവും അവകാശബോ ധവും, വർദ്ധിച്ചുവരുന്ന വി ഐ പി സെക്യൂരിറ്റി പ്രശ്നങ്ങൾ, കമ്പ്യൂ ട്ടർവല്ക്കരണം, ആഗോളവല്ക്കരണം മുതലായവമൂലം പൊലീസ് ചെയ്തു തീർക്കേണ്ട ജോലിയുടെ വ്യാപ്തി വളരെ കൂടി വരികയാണ്. ഇതിനെല്ലാം ആനുപാതികമായി പൊലീസിന്റെ എണ്ണം കൂട്ടാൻ സാമ്പ ത്തിക പരാധീനതകൾ ഒരിക്കലും അനുവദിക്കുന്നതല്ല. അതുകൊണ്ട്

പൊലീസ് നടപടികൾ ഫലപ്രദമാകണമെങ്കിൽ പൊലീസിന്റെ പ്രവർത്ത നരംഗത്ത് സമൂഹതാല്പര്യങ്ങളെ മുൻനിർത്തി പൊതുജനങ്ങളുടെ സഹ കരണം വളരെ കൂടുതലായി ആവശ്യമാണ്.

അഭിപ്രായസ്വാതന്ത്ര്യവും രാഷ്ട്രീയപ്രവർത്തന സ്വാതന്ത്ര്യവുമാണ് ജനാധിപത്യത്തിലെ സുപ്രധാനമായ രണ്ട് സ്വാതന്ത്ര്യങ്ങൾ. ജനാധിപത്യ ത്തിൽ ജനങ്ങളുടെ അഭിപ്രായരൂപീകരണത്തിൽ വളരെ പ്രധാനപ്പെട്ട പങ്കുവഹിക്കുന്ന ഒരു ഘടകമാണ് സ്വതന്ത്ര മാധ്യമങ്ങൾ. ജനങ്ങൾക്ക് പൊലീസിനോട് സഹകരണാത്മകമായ ബഹുമാനം ഉണ്ടാകണമെങ്കിൽ അതിന് മാധ്യമങ്ങൾ സഹായിക്കണം. പൊലീസ് സംവിധാനം എത്ര നല്ല രീതിയിൽ പ്രവർത്തിച്ചാലും മാധ്യമങ്ങളിൽ പൊലീസിനെക്കുറിച്ച് അസത്യവും അർദ്ധസത്യവുമായ ആരോപണങ്ങൾ മാത്രം പ്രസിദ്ധീക രിക്കപ്പെട്ടാൽ അത് പൊലീസിന്റെ മനോവീര്യത്തെയും കാര്യനിർവ്വഹ ണശേഷിയെയും ജനങ്ങൾക്ക് പൊലീസിലുള്ള വിശ്വാസത്തെയും വളരെ പ്രതികൂലമായി ബാധിക്കും.

അഭിപ്രായസ്വാതന്ത്ര്യം ജനങ്ങൾക്ക് നിഷിദ്ധമായിരുന്നപ്പോൾ രൂപം കൊണ്ട ഭാരതത്തിലെ പൊലീസ് സംവിധാനത്തിന് സ്വതന്ത്രപത്രപ്ര വർത്തനം ഉയർത്തുന്ന പ്രതിച്ഛായ പ്രശ്നങ്ങൾ എങ്ങനെ കൈകാര്യം ചെയ്യണമെന്ന് അവിതർക്കിതമായി തീരുമാനിക്കാൻ ഇതുവരെ സാധി ച്ചിട്ടില്ല. വിമർശനങ്ങൾ പരിശോധിച്ച് വേണ്ടരീതിയിൽ നടപടിയെടുക്കാ നും ശരിയായ വിവരം മാധ്യമങ്ങൾക്ക് നല്കാനും തെറ്റായ റിപ്പോർട്ടു കൾ ഉടനടി തിരുത്തുവാനും കാര്യക്ഷമമായി പ്രവർത്തിക്കുന്ന ഒരു സംവി ധാനം നിലവിലില്ല. പൊലീസിന്റെ ചട്ടങ്ങളിലും ചട്ടക്കൂട്ടിലും മാധ്യമ ബന്ധം ഏതുരീതിയിൽ പാടില്ല എന്നല്ലാതെ ശരിയായ രീതിയിൽ കൈകാര്യം ചെയ്യേണ്ടത് എങ്ങനെയെന്ന് വിശദമായ നിർദ്ദേശങ്ങൾ നില വിലില്ല. പൊലീസുദ്യോഗസ്ഥന്മാരും മാധ്യമങ്ങളും തമ്മിൽ സാധാരണ ഗതിയിൽ യാതൊരു ഔദ്യോഗികബന്ധവും പാടില്ല എന്ന മാധ്യമേതര സമീപനമാണ് കാലാകാലങ്ങളായി നിലവിലുള്ളത്.

മാധ്യമങ്ങളിൽ വരുന്ന ആരോപണങ്ങൾക്ക് വാർത്തയുടെ ചൂടാറുംമുമ്പ് മറുപടി പറയുവാനുള്ള സ്വാതന്ത്ര്യം വ്യക്തിപരമായി ഒരു പൊലീസുദ്യോഗസ്ഥനുമില്ല എന്ന കാര്യം പലപ്പോഴും മാധ്യമങ്ങൾ തന്നെ മറച്ചുപിടിക്കുന്നു. ആരോപണം വന്നാൽ മറുപടി പറഞ്ഞില്ലെ ങ്കിൽ അതു കുറ്റസമ്മതമായി വ്യാഖ്യാനിക്കപ്പെടും. അതേസമയം മറു പടി പറഞ്ഞാൽ അത് ഇപ്പോൾ നിലവിലുള്ള ചട്ടങ്ങൾ പ്രകാരം അച്ചട ക്കലംഘനമായി വ്യാഖ്യാനിക്കും. വകുപ്പിന്റെ യഥാർത്ഥ താല്പര്യങ്ങൾ ഹനിക്കപ്പെടാതെ ഈ സ്ഥിതിക്ക് എങ്ങനെ പരിഹാരം കാണാം എന്ന് ആലോചിക്കേണ്ടിയിരിക്കുന്നു.

ഒരു പൊലീസുദ്യോഗസ്ഥൻ ചെയ്യുന്ന വ്യക്തിപരമായ ഒരു തെറ്റിന് ഡിപ്പാർട്ടുമെന്റിനെ മുഴുവൻ ആക്ഷേപിക്കുന്ന തരത്തിലുള്ള വിമർശന ങ്ങളും വ്യാഖ്യാനങ്ങളും സാധാരണയായി പ്രത്യക്ഷപ്പെടാറുണ്ട്. കുറ്റം

ചെയ്യുന്നത് ഒരു വ്യക്തിമാത്രമാണെങ്കിൽക്കൂടി അതുമൂലം ഉണ്ടാകുന്ന ദുഷ്പ്പേര് വകുപ്പിനെ മൊത്തമായി ബാധിക്കും. പൊതുജനങ്ങളുടെ സംശയങ്ങൾക്ക് നിർലോഭമായി സഹകരിക്കാൻ ശ്രമിക്കുന്ന ആളുകൾപോലും ഡിപ്പാർട്ടുമെന്റിൽനിന്നും അകലുന്നു. സ്വന്തം വകുപ്പിലെ ഉദ്യോഗസ്ഥന്മാരുടെ ശരിയായ രീതിയിലുള്ള നടപടിക്രമത്തെക്കുറിച്ച് ഇത്രയധികം താല്പര്യവും ആകാംക്ഷയും പ്രകടിപ്പിക്കുന്ന വേറൊരു വകുപ്പും നിലവിലില്ല. എന്നിരുന്നാലും ഇതിന് കടകവിരുദ്ധമായ വിശ്വാസമാണ് തെറ്റായ വാർത്തകൾമൂലം സമൂഹമദ്ധ്യത്തിലുണ്ടാകുന്നത്. ഈ സത്യം മനസ്സിലാക്കി പൊലീസും മാധ്യമങ്ങളും തമ്മിലുള്ള ബന്ധം മൂല്യാധിഷ്ഠിതമായി അവലോകനം ചെയ്ത് ആരോഗ്യകരമായ പുതിയ രീതികൾ സ്വമേധയാ നടപ്പിൽ വരുത്തേണ്ടതിനെക്കുറിച്ച് ചിന്തിക്കേണ്ടിയിരിക്കുന്നു. ജനങ്ങളുടെ അഭിപ്രായസ്വാതന്ത്ര്യത്തെ മാനിച്ചും അച്ചടക്കത്തിന്റെയും രഹസ്യസ്വഭാവത്തിന്റെയും അതിർവരമ്പുകൾ ലംഘിക്കാതെയും സമൂഹത്തിന് മൊത്തം ഗുണം ചെയ്യുന്ന രീതിയിൽ ആയിരിക്കണം പൊലീസ്-മാധ്യമബന്ധം കരുപ്പിടിപ്പിക്കേണ്ടത്.

മുമ്പു പറഞ്ഞ രണ്ടാമത്തെ സ്വാതന്ത്ര്യം രാഷ്ട്രീയപ്രവർത്തന സ്വാതന്ത്ര്യമാണ്. ഒരു ജനാധിപത്യ വ്യവസ്ഥിതിയിലെ പൊലീസ് രാഷ്ട്രീയ പ്രവർത്തകരുമായും ജനപ്രതിനിധികളുമായും രാഷ്ട്രീയ ഭരണാധികാരികളുമായും നിരന്തരം ബന്ധപ്പെടേണ്ടി വരുന്നു എന്നത് ഒരു യാഥാർത്ഥ്യമാണ്. ഈ ബന്ധത്തിന്റെ രൂപവും ഭാവവും നിർണ്ണയിക്കുന്ന വ്യക്തവും സർവ്വസമ്മതവുമായ നടപടിക്രമങ്ങൾ ഇതുവരെ പ്രായോഗികമായി നിലവിൽ വന്നിട്ടില്ല. കക്ഷിരാഷ്ട്രീയ ചിന്തകൾക്കതീതമായി ഈ കാര്യം ചർച്ച ചെയ്ത് ജനാധിപത്യ മൂല്യങ്ങൾക്കനുസൃതമായ ഒരു പെരുമാറ്റസംഹിത തയ്യാറാക്കേണ്ടിയിരിക്കുന്നു. രാഷ്ട്രീയപ്രവർത്തക രുമായുള്ള ബന്ധം തന്നെ പൂർണ്ണമായും തെറ്റാണ് എന്ന ധാരണയുള്ള ധാരാളം ആളുകൾ ഉണ്ട്. എന്നാൽ പല വികസിത രാഷ്ട്രങ്ങളിലും പൊലീസ് പ്രവർത്തിക്കുന്നത് ഒരു പ്രദേശത്തെ മേയറിനോ പഞ്ചായത്ത് പ്രസിഡന്റിനോ സമാനമായ ഒരു രാഷ്ട്രീയ ഭരണാധികാരിയുടെ നേരിട്ടുള്ള നിയന്ത്രണത്തിലാണ് എന്ന വസ്തുത ഒരു ജനാധിപത്യ വ്യവസ്ഥിതിയിൽ രാഷ്ട്രീയക്കാരുമായി ഒരു തരത്തിലുമുള്ള ബന്ധവും പൊലീസുദ്യോഗസ്ഥന്മാർക്ക് പാടില്ല എന്ന വാദത്തെ കഴമ്പില്ലാതാക്കുന്നു. ഒരു പ്രദേശത്തെ പൊലീസ് ഭരണാധികാരിക്ക് ഭരണപക്ഷത്തും, പ്രതിപക്ഷത്തുമുള്ള നിരവധി ജനപ്രതിനിധികളുമായി തുടർച്ചയായ സമ്പർക്കം പുലർത്തേണ്ടത് പലപ്പോഴും ജോലിയുടെ ഭാഗമായി തന്നെ ആവശ്യമുള്ളതാണ്. പൊലീസ് ഓഫീസുകളുടെ മുമ്പിൽ രാഷ്ട്രീയക്കാർക്ക് പ്രവേശനമില്ല എന്ന ഒരു ബോർഡ് എഴുതിവയ്ക്കുന്നത് നല്ലതാണ് എന്ന് ഈ പ്രശ്നത്തെപ്പറ്റി ഗൗരവമായി ചിന്തിക്കുന്ന ആരും അഭിപ്രായപ്പെടുകയില്ല.

ആത്മാർത്ഥതയുള്ള ഒരു പൊതുപ്രവർത്തകൻ സത്യസന്ധനായ ഒരു പൊലീസുദ്യോഗസ്ഥനുമായി ബന്ധപ്പെട്ടാൽ അതിനു പല നല്ല വശ

ങ്ങളുമുണ്ട്. ഔദ്യോഗിക ദുഷ്പ്രഭുത്വത്തിന്റെ ദോഷഫലങ്ങളെയും നിഷേധാത്മകമായ നിർവ്വികാരതയെയും അലംഭാവത്തെയും അഴിമതിയെയും ഒക്കെ ഒരളവുവരെയെങ്കിലും ഇല്ലാതാക്കാൻ പൊതുപ്രവർത്തകരുടെ ജാഗ്രത സഹായിക്കും. എന്നാൽ രാഷ്ട്രീയ പ്രവർത്തകരും ഉദ്യോഗസ്ഥരും പരസ്പര ബന്ധം ദുരുപയോഗപ്പെടുത്തിയാൽ അതിന് വളരെ മോശമായ ഫലങ്ങളുമുണ്ട് എന്ന സത്യവും മറക്കാൻ പാടില്ല. പലപ്പോഴും നിരവധി പ്രശ്നങ്ങൾ പൊലീസിന്റെ ശ്രദ്ധയിൽപ്പെടുത്തുന്നതും പെടുത്തേണ്ടതും പൊതുപ്രവർത്തകരാണ്. എന്നാൽ കേസിൽ 'ആരെ പ്രതിയാക്കണം' 'ആരെ അറസ്റ്റ് ചെയ്യണം' എന്നും മറ്റും കേസന്വേഷണത്തെ ബാധിക്കുന്ന തരത്തിൽ പൊതുപ്രവർത്തകരോ മറ്റുള്ളവരോ സമ്മർദ്ദം ചെലുത്തുന്നത് ജനാധിപത്യവിരുദ്ധവുമാണ്. ജനാധിപത്യത്തിന്റെ അടിസ്ഥാനം തന്നെ 'റൂൾ ഓഫ് ലോ' എന്നതാണ്. 'നിയമ'ത്തിന്റെ ഭരണം നടക്കണം. അതായത് നിയമം എല്ലാവർക്കും തുല്യമായി നടപ്പാക്കപ്പെടും. അതാണ് പ്രൊഫഷണൽ പൊലീസിങ്ങിന്റെ ആദ്യപാഠം. അതിൽ ശുപാർശയ്ക്കോ രാഷ്ട്രീയ ശക്തിക്കോ പരിഗണന ലഭിക്കില്ല. ഏതെങ്കിലും ഒരു വ്യക്തിക്കെതിരായി രാഷ്ട്രീയപരിഗണനവച്ച് പൊലീസ് പെരുമാറിയാൽ അത് നിയമ നിഷേധമാണ്. ആ സ്ഥിതിക്ക് ഭരണ പ്രതിപക്ഷ കക്ഷികൾ ഒരു പ്രത്യേക കേസന്വേഷണവുമായി ബന്ധപ്പെട്ട പൊതുപ്രസക്തിയില്ലാത്ത വ്യക്തിഗത കാര്യങ്ങളിൽനിന്ന് പൊതുവെ വിട്ടുനില്ക്കുന്നതാണ് അഭിലഷണീയം. കേസന്വേഷണത്തെക്കുറിച്ച് പരാതിയുണ്ടെങ്കിൽ അതിനെക്കുറിച്ച് പരാതിയുള്ള വ്യക്തിക്ക് നേരിട്ട് രേഖാമൂലം കോടതിയേയൊ മേലുദ്യോഗസ്ഥനേയൊ സമീപിക്കുന്ന ഒരവസ്ഥ സംജാതമാകുന്നതാണ് നല്ലത്. ഇത്തരം ഒരു മനോഭാവം പൊതുപ്രവർത്തകരിൽ വളരണം. സമരംമൂലമോ സമ്മർദ്ദംമൂലമോ കേസന്വേഷണത്തെ സ്വാധീനിക്കാനുള്ള ശ്രമങ്ങൾ ഏത് ഭാഗത്തു നിന്നായാലും ശരിയല്ല.

സമൂഹത്തിന്റെയും രാഷ്ട്രത്തിന്റെയും മുന്നോട്ടുള്ള പ്രയാണത്തിൽ ക്രമസമാധാനപാലനം അടിയന്തരപ്രാധാന്യമുള്ള ഒരു സംഗതിയാണ്. സാമൂഹികസമാധാനം നിലനില്ക്കുന്നില്ലെങ്കിൽ, വ്യക്തിയുടെ ജീവനും സ്വത്തും അന്തസ്സും സംരക്ഷിക്കപ്പെടുന്നില്ലായെങ്കിൽ, സമൂഹത്തിന്റെ പുരോഗതി ഒരു മരീചികയായി നിലനില്ക്കും. സമാധാനം പാലിക്കാനും സമാധാനാവസ്ഥ സൃഷ്ടിക്കുവാനും സമൂഹത്തിലെ എല്ലാ വ്യക്തികൾക്കും ബാദ്ധ്യതയുണ്ട്. ഇങ്ങനെ ഓരോ വ്യക്തികൾക്കുമുള്ള ബാദ്ധ്യത അവരവർക്ക് പൂർണ്ണമായും നിറവേറ്റാൻ സാധിക്കാത്ത അവസരങ്ങളിൽ ആ ഉത്തരവാദിത്വം പൂർണ്ണഫലപ്രാപ്തിയിലെത്തിക്കുന്നതിനായി പ്രത്യേകമായി നിയോഗിക്കപ്പെട്ട സർക്കാരുദ്യോഗസ്ഥരാണ് പൊലീസുകാർ.

ക്രമസമാധാനപാലനത്തിന്റെ ഉത്തരവാദിത്വം പൊലീസുകാർക്ക് മാത്രമല്ല സമൂഹത്തിലെ എല്ലാ വ്യക്തികൾക്കുമുണ്ട്. അതുകൊണ്ട് പൊലീസുകാരുമായി സഹകരിക്കുവാനും അവരെ സഹായിക്കുവാനും പൗരബോധമുള്ള എല്ലാ വ്യക്തികൾക്കും മൗലികമായ കടമയുണ്ട്.

"പൊലീസുകാർ അവരുടെ ജോലി ചെയ്യുന്നു: ഞങ്ങൾ ഞങ്ങളുടെ കാര്യം നോക്കുന്നു" എന്ന വേർതിരിഞ്ഞ ഉദാസീനമനോഭാവം ഒരു ജനാധിപത്യ പൊലീസ് സംവിധാനത്തിലെ പൊതുജനങ്ങൾക്ക് ചേർന്നതല്ല. പൊതുജനങ്ങൾക്ക് സഹകരിക്കാവുന്ന രീതിയിൽ പൊലീസിന്റെ പ്രവർത്തനശൈലി രൂപാന്തരപ്പെടുത്തി പൊതുജനങ്ങളുടെ വർദ്ധിച്ച സഹകരണം ലഭിക്കുന്നതിന് അനുകൂലമായ രീതിയിൽ പൊലീസ് പ്രവർത്തിക്കണം. അതേസമയം പൊതുജനങ്ങളെ നിർബ്ബന്ധിച്ച് സഹകരിപ്പിക്കണം എന്ന വാശി പൊലീസുകാർക്കും നല്ലതല്ല. ഇത് പ്രധാനമായും ജനനേതാക്കളുടെ സാമൂഹിക സന്നദ്ധസംഘടനകളുടെയും പ്രബോധനങ്ങളും പ്രവർത്തനങ്ങളും വഴിയായി സാധിതപ്രായമാകണം.

ലോകത്തിലെ ഏറ്റവും മികച്ചതെന്ന് എല്ലാവരും വിശ്വസിക്കുന്ന ലണ്ടൻ മെട്രോപൊളിറ്റൻ പൊലീസിന്റെ സ്ഥാപകൻ പത്തൊൻപതാം നൂറ്റാണ്ടിന്റെ മദ്ധ്യത്തിൽത്തന്നെ വിശ്വസിക്കുകയും പ്രവർത്തനക്ഷമമാക്കുകയും ചെയ്ത അടിസ്ഥാന പ്രമാണം "പീപ്പിൾ ആർ ദി പൊലീസ്; ആന്റ് പൊലീസ് ആർ ദി പീപ്പിൾ" എന്നതാണ്. സമയക്കുറവുകൊണ്ടും കൃത്യാന്തരബാഹുല്യംകൊണ്ടും പൗരന്മാർക്ക് പൂർണ്ണമായും ചെയ്തുതീർക്കാൻ പറ്റാത്ത ചില പൊതുവായ ബാദ്ധ്യതകളാണ് പൊലീസുകാർ നിറവേറ്റുന്നത്. മെച്ചപ്പെട്ട പൊലീസ് പൊതുജനബന്ധം സാധിക്കണമെങ്കിൽ ഇത്തരത്തിലുള്ള പരസ്പര പൂരകമായ ഒരു പ്രതിബദ്ധത പൊലീസുകാരുടെയും പൊതുജനങ്ങളുടെയും ഇടയിൽ ഉണ്ടാകണം.

ഔദ്യോഗിക കൃത്യനിർവ്വഹണത്തിനുള്ള കാര്യക്ഷമത പൊലീസ് -പൊതുജന ബന്ധത്തിന്റെ സ്വഭാവം പ്രായോഗികമായി നിർണ്ണയിക്കുന്ന പ്രധാനവും മൗലികവുമായ ഒരു ഘടകമാണ്. നിയമത്തോടും ജനങ്ങളോടും എത്രമാത്രം പ്രതിബദ്ധത മനസ്സിൽ ഉണ്ടായാലും കുറ്റാന്വേഷണത്തിലും സമാധാനപാലനരംഗത്തും കാര്യക്ഷമത ഉറപ്പുവരുത്താൻ സാധിച്ചില്ലെങ്കിൽ പൊലീസുകാരന്റെ ജന്മം പാഴായി എന്നുതന്നെ കരുതേണ്ടിവരും. ഇതിനുവേണ്ടി ക്ലേശങ്ങൾ സഹിച്ച് ജോലി ചെയ്യാനുള്ള നിശ്ചയദാർഢ്യം സൃഷ്ടിക്കാൻ ഉതകുന്ന അച്ചടക്കത്തിന്റെ ഉരുക്കുകവചം പൊലീസുകാർ ധരിച്ചിരിക്കണം. അച്ചടക്കത്തിന്റെ കാര്യത്തിൽ വീഴ്ചയുണ്ടായാൽ നാടിനും നാട്ടാർക്കും ഉപകരിക്കുന്ന ഒരു ജോലിയും പൊലീസുകാരന് ചെയ്യാൻ സാധിക്കുകയില്ല. അതോടൊപ്പം തന്നെ തന്റെ ജോലിയെ സംബന്ധിച്ച് മെച്ചപ്പെട്ട അറിവും സാങ്കേതിക വിദ്യയും കരസ്ഥമാക്കണം. ഇതൊക്കെ പൊലീസുകാരന്റെ പ്രൊഫഷണൽ കോമ്പിറ്റൻസിയുടെ അവിഭാജ്യ ഘടകങ്ങളാണ്. ഏറ്റവും മെച്ചപ്പെട്ട കൃത്യനിർവ്വഹണം ഏറ്റവും ക്ലേശകരമായ സാഹചര്യത്തിൽപ്പോലും നിശ്ചയദാർഢ്യത്തോടുകൂടി ചെയ്താൽ പൊലീസിനെ സമൂഹം ബഹുമാനിക്കും. പൊലീസിനെക്കുറിച്ച് സമൂഹം അഭിമാനംകൊള്ളും. സമൂഹത്തിന് പൊലീസിനെപ്പറ്റിയുള്ള അഭിമാനമാണ് പൊലീസുകാരന്റെ യഥാർത്ഥ അന്തസ്സ്. അതാണ് മെച്ചപ്പെട്ട പൊലീസ്-പൊതുജന ബന്ധത്തിന്റെ ലക്ഷ്യവും അടിസ്ഥാനവും.

കേരളാ പൊലീസും പൊതുപ്രവർത്തകരും

സ്വാതന്ത്ര്യാനന്തര കേരളത്തിൽ വിവാദങ്ങൾക്ക് തുടരെത്തുടരെ അവസരം നല്കിയ ഒരു വിഷയമാണിത്. നൂറ്റാണ്ടുകളായി അടിമത്തവും വിധേയത്വവും മാത്രം അനുഭവിച്ച് അത് ശീലമായി മാറിയ ഒരു സമൂഹത്തിന് ജനാധിപത്യം നല്കിയ സ്വയംനിയന്ത്രണത്തിന്റേതായ ഉത്തരവാദിത്വം തികച്ചും അപരിചിതമായിരുന്നു. പഴയകാലത്ത് കാര്യങ്ങൾ വളരെ ലളിതമായിരുന്നു. പൊലീസ് സംവിധാനം രാജാവിന്റെ ആവശ്യവും ഉത്തരവാദിത്വവുമായിരുന്നു. ചക്രവർത്തി നല്ലതെങ്കിൽ പൊലീസും നല്ലത്. ചക്രവർത്തി ചീത്തയെങ്കിൽ പൊലീസും ചീത്ത. ജനങ്ങൾ എന്ത് വിചാരിച്ചാലും രാജാവിന്റെ ആജ്ഞകളും ആഗ്രഹങ്ങളും മാത്രമേ പൊലീസ് നിവർത്തിക്കുകയുള്ളു. നല്ല പൊലീസ് അനുഭവങ്ങൾ ഭാഗ്യമായും ചീത്ത അനുഭവങ്ങൾ കഷ്ടമായും ജനം കരുതി. ആര് പൊലീസനെ നിയന്ത്രിക്കും എന്ന വിഷയത്തെക്കുറിച്ച് ചർച്ച ചെയ്യാൻ ജനങ്ങൾക്ക് അർഹതയില്ലായിരുന്നു. പൊലീസ് ഭരണത്തെക്കുറിച്ചുള്ള താത്വിക പ്രായോഗിക പ്രശ്നങ്ങൾ അപഗ്രഥിച്ച് സമയം പാഴാക്കാതെ ജനങ്ങൾ അവരുടെ ജീവിതവ്യാപാരങ്ങളിൽ ഏർപ്പെട്ടിരുന്നു.

പെട്ടെന്ന് രാജാവ് ഇല്ലാതായി. രാജാധികാരം ജനങ്ങൾക്ക് തന്നെ ലഭിച്ചു. രാജാവിന് പകരം വന്നത് മന്ത്രിസഭയാണ്. ജനങ്ങളുടെ പ്രശ്നങ്ങൾ പരിഹരിച്ച് ജനങ്ങളുടെ വോട്ട് നേടുന്നതിന് പൊതുപ്രവർത്തകർ മത്സരിക്കുന്നു. ജനങ്ങൾ പാർട്ടികളേയും പാർട്ടികൾ ജനപ്രതിനിധികളേയും ജനപ്രതിനിധികൾ അസംബ്ലിയേയും അസംബ്ലി മന്ത്രിയേയും മന്ത്രി പൊലീസിനേയും പൊലീസ് ജനങ്ങളേയും നിയന്ത്രിക്കുന്ന അധികാരചക്രം രാജഭരണത്തിലെ ഋജുവ്യവസ്ഥയിൽനിന്നും തികച്ചും

വിഭിന്നമാണ്. പൊലീസ് പൊതുപ്രവർത്തക ബന്ധത്തിലെ താത്വികവൈരുദ്ധ്യങ്ങളും പ്രശ്നങ്ങളും വിവാദങ്ങളും ഉദിക്കുന്നതും അവസാനിക്കുന്നതും അധികാരവ്യവസ്ഥിതിയിലെ മേൽപ്പറഞ്ഞ ചാക്രിക സംക്രമണത്തിലാണ്. വ്യവസ്ഥാപിത ഘടനകളിലൂടെ ജനങ്ങളെ പൊലീസും പൊലീസിനെ ജനങ്ങളും നിയന്ത്രിക്കുന്നു എന്നതാണ് ജനാധിപത്യാധിഷ്ഠിത പൊലീസ് ശൈലിയുടെ പ്രത്യേകതയും ശക്തിയും വൈരുദ്ധ്യവും.

കക്ഷിരാഷ്ട്രീയത്തിന്റെയും രാഷ്ട്രീയ വിവാദങ്ങളുടെയും ക്രിമിനൽ രാഷ്ട്രീയത്തിന്റെയും അതിപ്രസരത്തിന് പൊലീസ് സ്റ്റേഷനുകൾ ഇരയാകും എന്ന് ഭയന്ന് തുല്യനീതിക്കുവേണ്ടി മോഹിക്കുന്ന ജനങ്ങൾ പൊതുപ്രവർത്തകർക്ക് പ്രവേശനമില്ലാത്ത ഒരു പൊലീസ് സ്റ്റേഷനെക്കുറിച്ച് ചിന്തിക്കുന്നതു സ്വാഭാവികമാണ്. എന്നാൽ അത്തരം പൊലീസ് സ്റ്റേഷൻ നല്ലതാണോ എന്ന് ആഴത്തിൽ പരിശോധിക്കേണ്ടിയിരിക്കുന്നു.

കേരളത്തിലെ പൊലീസ്സ്റ്റേഷനുകൾ ഏതാണ്ട് അൻപതു കൊല്ലം മുമ്പുവരെ രാഷ്ട്രീയക്കാർക്ക് അപ്രാപ്യമായിരുന്നു. അന്ന് പൊതുപ്രവർത്തകരുടെ ഇടപെടലുകൾ ഉണ്ടായിരുന്നില്ല. പ്രഗല്ഭരും അഴിമതിക്കതീതരുമായ നിരവധി സീനിയർ ഉദ്യോഗസ്ഥന്മാർ പൊലീസ്സേനയ്ക്ക് നേതൃത്വം നല്കി.

പൊതുപ്രവർത്തകരുടെ ശല്യമില്ലാതെ പൊലീസ് സ്റ്റേഷനുകൾ നിയന്ത്രിക്കാനും വകുപ്പു ചട്ടങ്ങൾ അനുസരിച്ചുമാത്രം പൊലീസ് ഭരണം നടത്താനും ഉദ്യോഗസ്ഥർക്ക് അന്ന് അവസരം ലഭിച്ചു. ഇങ്ങനെയൊക്കെയായിട്ടും അഴിമതി നിറഞ്ഞതും ക്രൂരവുമായ പൊലീസ് സംവിധാനമാണ് അന്നുണ്ടായിരുന്നത്. ഇന്ന് പൊലീസിൽ കാണുന്ന പല ദുഷ്പ്രവണതകളും ഉത്ഭവിച്ചതും രൂഢമൂലമായതും അക്കാലത്താണ്.

1902 ൽ ബ്രിട്ടീഷ് സർക്കാർ നിയോഗിച്ച പൊലീസ് കമ്മീഷനിൽ ബ്രിട്ടീഷുകാരും ഇന്ത്യക്കാരും അംഗങ്ങളായിരുന്നു. രാഷ്ട്രീയ ഇടപെടലില്ലാതെ ഉദ്യോഗസ്ഥന്മാരുടെയും കോടതികളുടെയും പരിപൂർണ്ണ നിയന്ത്രണത്തിലുണ്ടായിരുന്ന അന്നത്തെ പൊലീസ് സേനയെക്കുറിച്ച് ആ കമ്മീഷൻ അവരുടെ റിപ്പോർട്ടിന്റെ അവസാന ഭാഗത്ത് വിലയിരുത്തിയത് ഇങ്ങനെയാണ്.

> The police force is far from efficient; it is defective in training and organisation; it is inadequately supervised; it is generally regarded as corrupt and oppressive; and it has utterly failed to secure the confidence and cordial co-operation of the people.

പൊതുപ്രവർത്തകരുടെ ഇടപെടലുകളിൽനിന്ന് വിമുക്തമായ പൊലീസ് ഒരു നല്ല പൊലീസ് ആയിരിക്കുമെന്ന് യാതൊരു ഉറപ്പുമില്ല എന്ന് മേൽക്കമ്മീഷൻ റിപ്പോർട്ട് തെളിയിക്കുന്നു. അഴിമതിയും സ്വജന

പക്ഷപാതവും രാഷ്ട്രീയക്കാരുടെ മാത്രം വിശേഷണമല്ലായെന്ന്
പൊലീസുദ്യോഗസ്ഥർ സ്വയം ചോദിച്ചാൽത്തന്നെ മനസ്സിലാകും.
പൊലീസിലെ അഴിമതി രാഷ്ട്രീയക്കാർ സൃഷ്ടിച്ചതാണെന്ന് രാഷ്ട്രീ
യക്കാരുടെ ശത്രുക്കൾപോലും പറയുകയില്ല. അതുകൊണ്ട്
രാഷ്ട്രീയനിയന്ത്രണ വിമുക്തമായ പൊലീസ് സംവിധാനം ഒരു നല്ല
സംവിധാനമായിത്തീരും എന്ന് കണ്ണടച്ച് വിശ്വസിക്കാനാവില്ല.

എന്നാൽ അതേസമയം, രാഷ്ട്രീയക്കാരും പൊതുപ്രവർത്തകരും
നേരിട്ട് നിയന്ത്രിക്കുന്ന സ്റ്റേഷനുകൾ നിയമവ്യവസ്ഥയ്ക്കും നിയമവാ
ഴ്ചയ്ക്കും സങ്കല്പിക്കാൻപോലും കഴിയുന്ന ഒന്നല്ല. റിപ്പോർട്ട് ചെയ്യ
പ്പെടുന്ന കേസുകളിൽ "ആരാണ് പ്രതി, ആരല്ല പ്രതി" എന്ന് പൊതു
പ്രവർത്തകർ തീരുമാനിക്കുക, "ഏത് കേസെടുക്കണം, ഏത് കേസ് എടു
ക്കേണ്ട" എന്ന് പൊതുപ്രവർത്തകർ ആവശ്യപ്പെടുക, പൊലീസ് അധി
കാരം രാഷ്ട്രീയ കച്ചവടങ്ങൾക്കുള്ള ഉപകരണമാക്കി മാറ്റുക മുതലാ
യവ ഒട്ടും അഭികാമ്യമല്ല. ഭരിക്കുന്ന പാർട്ടി പൊലീസിനെ ഉപയോഗിച്ച്
എതിർപാർട്ടികളെ ഒതുക്കുന്നത് ജനാധിപത്യ നിഷേധമാണ്. രാഷ്ട്രീ
യക്കാരെ ഭയന്ന് ജോലി ചെയ്യാൻ നിർബ്ബന്ധിതനാകുന്ന ഉദ്യോഗസ്ഥൻ,
കാലക്രമേണ രാഷ്ട്രീയക്കാരുമായി അധികാരം പങ്ക് വയ്ക്കുന്നതിൽ
സമർത്ഥനായിത്തീരുന്നു. പൊലീസ് ഉദ്യോഗസ്ഥന്മാരുടെ അത്യാഗ്രഹവും
പൊതുപ്രവർത്തകന്റെ കാര്യസാദ്ധ്യമോഹവും രണ്ടുകൂട്ടരുടെയും അധി
കാരപ്രമത്തതയും പരസ്പരപൂരകങ്ങളായി മാറി പൊലീസ് സ്റ്റേഷനു
കളിൽ രാഷ്ട്രീയ-പൊലീസ്-ക്രിമിനൽ മാഫിയകൾ ഉദിച്ചുയരും. ഇത്
ജനാധിപത്യത്തിന്റെ നിലനില്പിനുതന്നെ ഭീഷണിയായി മാറും.

"കയ്ച്ചിട്ട് ഇറക്കാനും വയ്യ; മധുരിച്ചിട്ട് തുപ്പാനും വയ്യ" എന്ന സ്ഥിതി
വിശേഷമാണ് നാമിവിടെ കാണുന്നത്. പൊലീസുകാരനെയോ രാഷ്ട്രീ
യക്കാരനെയോ പൂർണ്ണമായി വിശ്വസിക്കാൻ സാധിക്കുകയില്ല. രാഷ്ട്രീയ
നിയന്ത്രണത്തിനതീതമായ പൊലീസും രാഷ്ട്രീയ യജമാനന്മാരുടെ
സ്വേച്ഛാപരമായ ചൊല്പടിക്ക് നില്ക്കുന്ന പൊലീസും രണ്ടും ഒരുപോലെ
അപകടകാരികളാണ്. അതേസമയം രാഷ്ട്രത്തിന്റെ പുരോഗതിക്ക്
ഉറപ്പുവരുത്തുന്ന ഒരു നിയമപാലകസംവിധാനം ആവശ്യമാണ്. (It is a
paradox that citizens require protection both 'by' the police and 'from'
the police)

വികസിതരാഷ്ട്രങ്ങളും വികസ്വരരാഷ്ട്രങ്ങളും തമ്മിലുള്ള പ്രധാന
വ്യത്യാസം പ്രകടമാകുന്നത് പൊലീസും ജനങ്ങളും തമ്മിലുള്ള ബന്ധം
പരിഗണിക്കുമ്പോഴാണ്. ജനത്തെ വിശ്വാസത്തിലെടുക്കുന്ന പൊലീസും
പൊലീസിനെ വിശ്വാസത്തിലെടുക്കുന്ന ജനവും ആണ് വികസിത രാഷ്ട്ര
ങ്ങളിലുള്ളത്. പല പാശ്ചാത്യരാജ്യങ്ങളിലും നമ്മുടെ മുനിസിപ്പാലിറ്റിക്ക്
സമമായ രാഷ്ട്രീയ അധികാരികളാണ് പൊലീസിനെ നിയന്ത്രിക്കുന്ന
ത്. അഥവാ ദേശീയ സർക്കാർ നിയന്ത്രിച്ചാൽത്തന്നെയും പൊലീസിനെ
സാധാരണ ജനങ്ങൾ ഭയപ്പെടുന്ന ഒരു സ്ഥിതിവിശേഷം ആ രാജ്യങ്ങളി

ലില്ല. പൊലീസിൽനിന്ന് നിയമവിരുദ്ധമായ ബലപ്രയോഗം അവർ ഭയപ്പെടുന്നില്ല. 'ഞങ്ങൾ സ്വയം ഭരിക്കുന്നു, സ്വയം നിയന്ത്രിക്കുന്നു' എന്ന് ജനങ്ങൾക്ക് ബോദ്ധ്യമായാൽ നിയമവിധേയമായി ജീവിക്കുന്ന ഒരു പൗരന് പൊലീസിനെ ഭയം കാണില്ല. ഭയമില്ലാത്ത പൗരൻ സംരക്ഷണം ആവശ്യപ്പെട്ട് പൊലീസ് സ്റ്റേഷനിൽ വരികയും നടപടികളിൽ സഹകരിക്കുകയും ചെയ്യുന്നു.

അൻപത്തിയേഴ് കൊല്ലത്തെ സ്വാതന്ത്ര്യംമൂലം കാര്യങ്ങൾ വളരെ മാറി എങ്കിലും സ്റ്റേഷനിലേക്ക് ആശങ്കയില്ലാതെ കയറിച്ചെല്ലാൻ സാധാരണ പൗരന് ചങ്കുറപ്പില്ല. പൊലീസ് സ്റ്റേഷനിൽ ഒരു പരാതി വന്നാൽ കേസെടുക്കുകയോ എടുക്കാതിരിക്കുകയോ ചെയ്യാം. പൊലീസ് നടപടി ഉണ്ടായെന്നും വരാം, ഉണ്ടായില്ലെന്നും വരാം. ഇതെല്ലാം ആളും തരവും നോക്കി തീരുമാനിക്കുന്ന ഒരു ആന്തരിക ഉപസംസ്കാരം പൊലീസ് സ്റ്റേഷനുകളിൽ എക്കാലവും നിലനിന്നിട്ടുണ്ട്.

പൊലീസ് സ്റ്റേഷനുകളിൽ ശുപാർശയില്ലാതെ വരുന്ന സാധാരണക്കാർക്ക് നീതി ലഭിക്കും എന്ന് പൊലീസ് ഉദ്യോഗസ്ഥന്മാർക്ക് ഉറപ്പ് നല്കാൻ സാധിക്കുന്നില്ലായെങ്കിൽ; പൊലീസ് സ്റ്റേഷനിൽ വരുന്ന ആർക്കും (പ്രതിക്കോ, സാക്ഷിക്കോ, പരാതിക്കാരനോ) പീഡനമോ മർദ്ദനമോ നേരിടേണ്ടി വരില്ല എന്ന് ഉറപ്പുപറയാൻ കഴിയില്ലെങ്കിൽ; പൊലീസ് സഹായം നിയമപ്രകാരം ആവശ്യപ്പെടുന്ന ആൾക്ക് നിയമപരമായ സഹായം അർഹതയുള്ള സ്ഥലത്ത് താമസമില്ലാതെ എത്തിച്ചു കൊടുക്കാൻ സാധിക്കുന്നില്ലെങ്കിൽ; നീതിതേടുന്ന ജനം - പീഡനം ഭയക്കുന്ന ജനം - സത്വര സേവനം ആഗ്രഹിക്കുന്ന ജനം - ഒന്നുകിൽ പണമോ അല്ലെങ്കിൽ ശുപാർശയോ വേണ്ടി വന്നാൽ രണ്ടും ഒരുമിച്ചോ തരപ്പെടുത്താൻ നിർബ്ബന്ധിതമായിത്തീരും. ഇങ്ങനെ ഒരു അവസ്ഥ പൊലീസ് സ്റ്റേഷനുകളിൽ അല്പമെങ്കിലും നിലനില്ക്കുന്നിടത്തോളം കാലം പൊതുപ്രവർത്തകരുടെ മാദ്ധ്യസ്ഥം പൂർണ്ണമായി ഇല്ലാതെ വന്നാൽ പൊലീസ് സ്റ്റേഷനുകൾ അഴിമതിയുടെ കൂത്തരങ്ങായി മാറും.

അഴിമതി കാണിക്കുന്ന പൊലീസുകാരനെ ചൂണ്ടിക്കാണിക്കുവാൻ അഴിമതി കാണിക്കാത്ത സഹപ്രവർത്തകർ സാധാരണഗതിയിൽ തയ്യാറാവില്ല. അതുകൊണ്ട് ക്രമേണ ന്യൂനപക്ഷത്തിന്റെ അഴിമതി ഭൂരിപക്ഷത്തിന്റെ മൗനാനുവാദത്തോടുകൂടി പരിപോഷിക്കപ്പെടും. കാലക്രമേണ കാര്യസാദ്ധ്യത്തിനായി ചെറുകിട പൊതുപ്രവർത്തകർ ഈ ന്യൂനപക്ഷത്തിന്റെ സഹായികളും വക്താക്കളുമായി മാറും.

പൊലീസും പൊതുപ്രവർത്തകരും തമ്മിലുള്ള ബന്ധം ആത്യന്തികമായി പൊലീസ് അക്കൗണ്ടബിലിറ്റിയുടെ പ്രശ്നമാണ്. പൊലീസിന്റെ ഉത്തരവാദിത്വം ആരോടാണ്? ദേശീയ പൊലീസ് കമ്മീഷൻ ഈ ചോദ്യത്തിന് ഉത്തരം നല്കിയിട്ടുണ്ട്. അക്കൗണ്ടബിലിറ്റിയെപ്പറ്റി കമ്മീഷൻ പറഞ്ഞത് ഇപ്രകാരമാണ്:

Accountability is liability to account for performance of assigned task. In a democratic society, the police is accountable for performance to the people. All activities of the police are governed by various provisions of law and each action of police is to conform to the law of the land. So the police has an accountability to law. Finally the police functionaries are accountable for their performance to the police organisation itself.

പൊലീസിന് നിയമത്തോടും സർക്കാർ നയന്ത്രിക്കുന്ന സംഘടിത പൊലീസ് സംവിധാനത്തോടുമുള്ള ഉത്തരവാദിത്വം എല്ലാവർക്കും അറിയാവുന്നതാണ്. രാജാവ് ഭരിക്കുമ്പോഴും ഈ രണ്ട് കാര്യങ്ങളും അല്പസ്വല്പം മാറ്റങ്ങളോടുകൂടി നിലനിന്നിരുന്നു. എന്നാൽ ജനാധിപത്യ ഭരണക്രമത്തിൽ മേൽപ്പറഞ്ഞവയോടൊപ്പം പൊലീസിന് ജനങ്ങളോടും ഉത്തരവാദിത്വവും അക്കൗണ്ടബിലിറ്റിയും ഉണ്ട്. ദേശീയ പൊലീസ് കമ്മീഷൻ പറയുന്നത് ശ്രദ്ധിക്കൂ:

Although direct accountability of the police to the people is difficult, it is not impossible to introduce a near direct accountability of the police to the people. This would involve among other things, creation of awareness in the police functionaries at various levels regarding accountability to the people. The police functionaries individually as well as in groups should be sentised to the idea of accountability to the people.

എന്നാൽ ജനാധിപത്യ ഭരണവ്യവസ്ഥയിൽ പൊലീസിന് ജനങ്ങളോട് ഉത്തരവാദിത്വം ഉണ്ടായിരിക്കണം. ഭരിക്കുന്ന സർക്കാരിനും സർക്കാർ ഉദ്യോഗസ്ഥന്മാർക്കും മാത്രമല്ല മറിച്ച് ജനസാമാന്യത്തിനും പൊലീസ് നടപടികളുടെ തെറ്റും ശരിയും മനസ്സിലാക്കാനും തെറ്റുകൾ തിരുത്താനുമുള്ള ന്യായമായ അവസരമുണ്ടാകണം. പരാതിയുള്ളവർക്ക് പൊലീസിനെതിരെ കോടതിയിൽ കേസ് കൊടുക്കാം എന്ന പോംവഴി മാത്രം പോരാ. പാവപ്പെട്ടവനും പീഡനത്തിനിരയായവനും എളുപ്പത്തിൽ അത് സാധിക്കുകയില്ല.

നിയമപരമായ രീതിയിൽ പൊലീസ് പൊതുജന ബന്ധം ആരോഗ്യകരമായി പരിപാലിക്കപ്പെടുന്ന സംവിധാനങ്ങളോ ഘടനാപരമായ മാറ്റങ്ങളോ സൃഷ്ടിക്കാൻ നമുക്ക് ഇതുവരെ സാധിച്ചിട്ടില്ല. ആരോഗ്യകരമായ പൊതുപ്രവർത്തക ഇടപെടലിന് വ്യവസ്ഥാപിത സംവിധാനം ഏർപ്പെടുത്തുന്നതിന് നാം വിസമ്മതിക്കുമ്പോൾ അനാരോഗ്യകരമായ ഇടപെടലിന് ഗോപ്യമായും അലിഖിതമായും നാം അറിയാതെ വശംവദരാകുകയായിരുന്നു. അതുകൊണ്ട് പൊലീസിലെ രാഷ്ട്രീയ നിയന്ത്രണം

എന്ന വാക്ക് ദുരർത്ഥസൂചകമായി മാത്രം മനസ്സിലാക്കപ്പെട്ടു. വാസ്തവത്തിൽ നിയമവാഴ്ച നടപ്പാക്കുന്ന ഒരു പൊലീസ് സ്റ്റേഷനിൽ ഏത് പൊതുപ്രവർത്തകനും അവർ പ്രതിനിധാനം ചെയ്യുന്ന ജനങ്ങളുടെ ആവശ്യവുമായി കടന്നുവരാവുന്നതാണ്. ഒരു പരാതിക്കാരന് എന്തുകൊണ്ട് തന്റെ പരാതിമേൽ നടപടിയെടുത്തില്ല എന്ന് വിശദീകരണം ആവശ്യപ്പെടാവുന്നതാണ്. പൊലീസിന്റെ തെറ്റായ നടപടിക്ക് വിധേയമായ പൗരന് വളരെ എളുപ്പത്തിൽ അതിന് പരിഹാരം ലഭിക്കേണ്ടതാണ്. അതുകൊണ്ടുതന്നെ പൊതുപ്രവർത്തകരും കേരള പൊലീസും തമ്മിൽ ആരോഗ്യപരവും നിയമവിധേയവും നിയമവാഴ്ചയ്ക്ക് ഉപകരിക്കുന്നതുമായ ഒരു ബന്ധം കരുപ്പിടിപ്പിക്കേണ്ടത് പൊലീസിന്റേയും ജനത്തിന്റേയും കാലഘട്ടത്തിന്റേയും ആവശ്യമാണ്.

1861 ലെ പൊലീസ് ആക്ടിന്റെ അടിസ്ഥാനത്തിലുള്ള നിയമാവലികളിൽ പൊലീസ് പൊതുപ്രവർത്തക ബന്ധം പരാമർശിക്കപ്പെട്ടിട്ടില്ല എന്നത് അന്നത്തെ ഭരണവ്യവസ്ഥയുടെ പ്രതിഫലനം മാത്രമാണ്. രണ്ടു തലമുറകളിലൂടെ ആർജ്ജിച്ച ജനാധിപത്യ പരിചയം കൈമുതലായുള്ള കേരള സമൂഹത്തിൽ ആരോഗ്യകരമായ പൊലീസ് പൊതുപ്രവർത്തക ബന്ധം വ്യവസ്ഥാപിതമായി സൃഷ്ടിക്കാൻ സാധിക്കും. ഇന്ത്യയിലെ മിക്ക സംസ്ഥാനങ്ങളും അച്ചടക്കരാഹിത്യം ആത്മാർത്ഥമായി ഭയന്ന് പൊലീസുകാർക്ക് സംഘടനാസ്വാതന്ത്ര്യം ഇന്നും നിഷേധിക്കുമ്പോൾ ഇരുപത്തിഅഞ്ച് വർഷമായി അച്ചടക്കവിധേയമായ, അർത്ഥവത്തായ അസോസിയേഷൻ പ്രവർത്തനം കേരളത്തിലെ പൊലീസ് ഉദ്യോഗസ്ഥർ കേരള സമൂഹത്തിനു മുന്നിൽ കാഴ്ച്ചവെച്ചു എന്ന സംഗതി നാം വിസ്മരിക്കരുത്. മാറ്റങ്ങളെ ഉൾക്കൊള്ളാനും പുതിയതിനെ സ്വീകരിക്കാനുമുള്ള നമ്മുടെ പൊലീസിന്റെയും സമൂഹത്തിന്റെയും കഴിവിന്റെ ഉത്തമ ദൃഷ്ടാന്തമാണിത്. അച്ചടക്കത്തിൽ അധിഷ്ഠിതമായി അസോസിയേഷനുകൾക്ക് പ്രവർത്തിക്കാൻ സാധിക്കുകയില്ല എന്ന ആത്മാർത്ഥമായ ഭയത്തെ അതിജീവിച്ച കേരള പൊലീസിനും കേരള സമൂഹത്തിനും താഴെപ്പറയുന്ന രീതിയിലുള്ള ഒരു പൊലീസ് പ്രവർത്തക ബന്ധം എല്ലാവർക്കും സ്വീകാര്യമായ രീതിയിൽ പ്രയോഗത്തിലാക്കാൻ കഴിയുമെന്ന് ഞാൻ വിശ്വസിക്കുന്നു.

1. പൊലീസ് ചെയ്യരുതാത്ത കാര്യങ്ങൾ പൊലീസ് ചെയ്യണം എന്ന് മറ്റുള്ളവർ ആവശ്യപ്പെടുന്നതിന് പ്രധാന കാരണം പൊലീസുകാർ സ്വന്തം ആവശ്യങ്ങൾക്കുവേണ്ടി പരമ്പരാഗതമായി അങ്ങനെയുള്ള അരുതാത്ത കാര്യങ്ങൾ ചെയ്യുന്നതായി മറ്റുള്ളവർ കാണുന്നു എന്നതാണ്. അതുകൊണ്ട് പൊലീസ് മേലധികാരികളും കീഴുദ്യോഗസ്ഥരും സ്വയം നിയമപരമല്ലാത്ത കാര്യങ്ങൾ ചെയ്യുന്നത് പരിപൂർണ്ണമായി ഒഴിവാക്കണം-പ്രത്യേകിച്ചും കാര്യക്ഷമതയുടെയോ പ്രശസ്തിയുടെയോ പേരിൽ നിയമവിരുദ്ധമായ സംഗതികൾ ചെയ്യുന്നതും അവയെ പ്രോത്സാഹിപ്പിക്കുന്നതും.

2. ജനങ്ങൾ പൊലീസ് സ്റ്റേഷനിലുള്ളിലേക്ക് ഭയം കൂടാതെ കയറി വരാനുള്ള അവസ്ഥ എല്ലാ പൊലീസ് സ്റ്റേഷനുകളിലും സൃഷ്ടി ക്കപ്പെടേണ്ടതാണ്. പൊലീസ് ജനങ്ങളുടെ സുഹൃത്താണ് എന്ന സങ്കല്പം യാഥാർത്ഥ്യമാക്കി തീർക്കുന്ന രീതിയിൽ പൊലീസ് സ്റ്റേഷനിലെ നടപടിക്രമങ്ങൾ ലഘൂകരിക്കപ്പെടണം. കേസന്വേഷ ണങ്ങളുടെ പുരോഗതിയും നടപടിക്രമങ്ങളും കാലാകാലങ്ങളിൽ ജനങ്ങളെ അറിയിക്കുന്നതിന് സുതാര്യമായ ഒരു സമീപനം സ്വീക രിക്കാവുന്നതാണ്. പൊലീസ് നല്കുന്ന സേവനങ്ങൾ നിയതമായ രീതിയിൽ എത്ര സമയത്തിനുള്ളിൽ ലഭിക്കും എന്ന പരസ്യമായ ഒരു ഉറപ്പ് ജനങ്ങൾക്ക് ഓരോ പൊലീസ് സ്റ്റേഷനും നല്കേണ്ട താണ്. ഇത് സിറ്റിസൺസ് ചാർട്ടറിന്റെ രൂപത്തിൽ സ്റ്റേഷനുകളിൽ പ്രദർശിപ്പിക്കണം.

3. ഏത് പ്രശ്നത്തെ സംബന്ധിച്ച് പരാതിപറയാനും സ്റ്റേഷനിൽ കയ റിച്ചെല്ലാനും പ്രശ്നങ്ങൾ ഉദ്യോഗസ്ഥന്മാരെ അറിയിക്കാനും അവ രിൽനിന്ന് പരിഹാരം തേടാനുമുള്ള സ്വാതന്ത്ര്യവും അവകാശവും എല്ലാ പൊതുപ്രവർത്തകർക്കും ഉണ്ടായിരിക്കണം. അങ്ങനെ സ്റ്റേഷ നിൽ വരുന്നവരോട് ഭരണ-പ്രതിപക്ഷ വ്യത്യാസമില്ലാതെ, മര്യാ ദയും സഹിഷ്ണുതയോടും കൂടി പൊലീസ് ഉദ്യോഗസ്ഥർ പെരു മാറണം. പൊതുപ്രവർത്തകർ കഴിവതും അവരുടെ ശുപാർശക ളും പരാതികളും രേഖാമൂലം എഴുതി തയ്യാറാക്കി നല്കുന്നതായി രിക്കും അഭികാമ്യം.

4. അടിയന്തര സന്ദർഭങ്ങളിലൊഴികെ ബാക്കിയുള്ള സന്ദർഭങ്ങളിൽ വാക്കാലുള്ള ശുപാർശകളും അഭ്യർത്ഥനകളും ഒഴിവാക്കാവുന്ന താണ്. പലപ്പോഴും അഭിലഷണീയമായ കാര്യങ്ങൾ പറയുവാൻ സാധിക്കും. പക്ഷേ എഴുതാൻ സാധിക്കുകയില്ല. ഒരു പൊതുപ്ര വർത്തകൻ കൊടുത്ത പരാതിയിന്മേൽ എന്ത് നടപടി സ്വീകരിച്ചു എന്ന് പൊതുപ്രവർത്തകനെ അറിയിക്കാനുള്ള ബാദ്ധ്യത പൊലീസ് ഉദ്യോഗസ്ഥനുണ്ടായിരിക്കണം.

5. കേസുകളിൽ പ്രതികളെ ഉൾപ്പെടുത്താനും ഇല്ലാതാക്കാനും വേണ്ടി യുള്ള ശുപാർശ പൊതുപ്രവർത്തകർ നടത്തരുത്. തെറ്റായ നട പടി ഉദ്യോഗസ്ഥന്റെ ഭാഗത്തുനിന്നുണ്ടായി എന്ന് പരാതിയുണ്ടെ ങ്കിൽ അതിനെതിരായി അന്വേഷണം ആവശ്യപ്പെട്ട് മേലധികാരിക്ക് പരാതി സമർപ്പിക്കാവുന്നതാണ്.

6. പൊലീസിനെതിരായി ജനങ്ങളും പൊതുപ്രവർത്തകരും നല്കുന്ന പരാതികളിന്മേൽ സത്വര അന്വേഷണം നടത്തുന്നതിന് നിഷ്പക്ഷ മായ ഒരു ഡിസ്ട്രിക്ട് പൊലീസ് കംപ്ലയിന്റ് അതോറിറ്റി (ദേശീയ പൊലീസ് കമ്മീഷൻ ശുപാർശ ചെയ്ത രീതിയിലുള്ള) എല്ലാ ജില്ല കളിലും നിലവിൽ വരേണ്ടതാണ്.

7. മതിയായ പൊലീസ് സംവിധാനങ്ങളില്ലാത്തതാണ് പലപ്പോഴും

പൊലീസ് സേവനം ലഭിക്കുന്നതിന് ശുപാർശ അത്യന്താപേക്ഷിതമാക്കുന്നത്. ജനങ്ങൾക്ക് ലോക്കൽ പൊലീസാണ് സേവനങ്ങൾ നല്കുന്നത്. വിദേശ രാജ്യങ്ങളിൽ പൊലീസ് ജനസംഖ്യ അനുപാതം ആ അടിസ്ഥാനത്തിലാണ് നിർണ്ണയിക്കപ്പെടുന്നത്. പൊലീസ് സ്റ്റേഷനുകളിൽ ജോലിചെയ്യുന്ന പൊലീസുകാരുടെ എണ്ണം വച്ചു നോക്കിയാൽ കേരളത്തിൽ ആയിരത്തിയഞ്ഞൂറ് പേർക്ക് ഒരു പൊലീസുകാരൻ പോലുമില്ല. പല വികസിത രാജ്യങ്ങളിലും നാനൂറ് പേർക്ക് ഒരു പൊലീസുകാരൻ എന്ന അനുപാതം നിലവിലുണ്ട്. അതുകൊണ്ട് പൊലീസ് സ്റ്റേഷനിലെ അംഗസംഖ്യ വർദ്ധിപ്പിക്കുകയും അടിസ്ഥാന സൗകര്യങ്ങൾ മെച്ചപ്പെടുത്തുകയും വേണം. എന്നാൽ മാത്രമേ നിയമപരമായി ജനങ്ങൾ ആവശ്യപ്പെടുന്ന കാര്യങ്ങൾ ശുപാർശയുടെ ആവശ്യമില്ലാതെ ചെയ്തുകൊടുക്കപ്പെടുകയുള്ളൂ.

8. പൊലീസുകാരെ അഴിമതിക്കാരാക്കുന്നത് രാഷ്ട്രീയക്കാരാണ് എന്ന് പറയുന്നത് ശരിയല്ല. വാസ്തവത്തിൽ പൊലീസ് ഉദ്യോഗസ്ഥൻ സ്വയം പൊതുപ്രവർത്തകരെ കൈയിലെടുക്കുവാൻ ശ്രമിക്കാറുണ്ട്. പോസ്റ്റിങ്ങിനും മറ്റും വേണ്ടി രാഷ്ട്രീയക്കാരുടെ പുറകെ ഉദ്യോഗസ്ഥരാണ് പോകുന്നത്. അനഭിലഷണീയമായ ഇടപെടലുകൾ പലപ്പോഴും ഉദ്യോഗസ്ഥർ സ്വയം ക്ഷണിച്ചു വരുത്തുന്നതാണ്. ഇത് ഇല്ലാതാക്കാൻ ആന്തരിക ഘടനകളും ഉപസംസ്കാരവും രൂപാന്തരപ്പെടണം.

9. പൊലീസ് ഉദ്യോഗസ്ഥരുടെ സ്ഥലം മാറ്റത്തിൽ പൊതുപ്രവർത്തകർ ഇടപെടുന്നത് നിയന്ത്രിക്കപ്പെടണം. ഒരു പ്രത്യേക തസ്തിക ആവശ്യമുള്ള പൊലീസ് ഉദ്യോഗസ്ഥന് ആ പോസ്റ്റിങ് കൊടുക്കണം എന്ന് പൊതുപ്രവർത്തകർ ആവശ്യപ്പെടാൻ പാടില്ല. ഒരു പ്രത്യേക തസ്തിക ആഗ്രഹിക്കുകയും അർഹിക്കുകയും ചെയ്യുന്ന ഒരു പൊലീസ് ഉദ്യോഗസ്ഥന് സുതാര്യവും നിയതവുമായ രീതിയിൽ അത് ലഭിക്കണം. ഉദ്യോഗസ്ഥർ സ്വയം ആ രീതിക്ക് കീഴ്പ്പെടണം. അതിനായി മേലുദ്യോഗസ്ഥരും കീഴുദ്യോഗസ്ഥരും ഒരുപോലെ പാലിക്കേണ്ട വ്യക്തമായ നിർദ്ദേശങ്ങളും തത്ത്വങ്ങളും എല്ലാവരും അംഗീകരിക്കണം. പൊലീസ് ഉദ്യോഗസ്ഥർക്ക് അമിതമായ രാഷ്ട്രീയ വിധേയത്വവും പൊതുപ്രവർത്തകർക്ക് രാഷ്ട്രീയ അധികാര ദുർവ്വിനിയോഗ സാദ്ധ്യതയും സൃഷ്ടിക്കപ്പെടുന്നത് വേണ്ടപ്പെട്ട ആളെ വേണ്ട സ്ഥലത്ത് പോസ്റ്റ് ചെയ്യാൻ സാധിക്കുന്നതുകൊണ്ടാണ്. എന്നാൽ അതേ സമയം തെറ്റായ രീതിയിലോ കാര്യക്ഷമതയില്ലാതെയോ പ്രവർത്തിക്കുന്ന ഉദ്യോഗസ്ഥന്മാരുടെ പേരിൽ നടപടി എടുക്കുന്നതിനോ സ്ഥലംമാറ്റം ചെയ്യുന്നതിനോ ഒരു പൊതുപ്രവർത്തകൻ ശ്രമിക്കുന്നതിൽ ഒരു തെറ്റുമില്ല.

10. നിയമത്തിന് വിധേയമായി ഔദ്യോഗികമായി സർക്കാർ പ്രഖ്യാപി

ക്കുന്ന രേഖാമൂലമായ നയസമീപനങ്ങൾ പൊലീസ് ജോലിക്കും ബാധകമാണ്. എന്നാൽ നിയമം ഒരു വശത്തും രാഷ്ട്രീയനയം മറുവശത്തും ആണെങ്കിൽ പൊലീസ് ഉദ്യോഗസ്ഥർ വിഷമസന്ധി യിലാകും. നിയമപ്രകാരം പൊലീസ് പ്രവർത്തിക്കുമ്പോൾ പല പ്പോഴും പ്രതിപക്ഷ കക്ഷികളിലും ചിലപ്പോൾ ഭരണകക്ഷി യിലുംപെട്ട പൊതുപ്രവർത്തകർ പൊലീസിനെ വിമർശിക്കാറുണ്ട്. ഇങ്ങനെയുള്ള വിമർശനങ്ങൾ പൊതുപ്രവർത്തകർ ഒഴിവാക്കേണ്ട താണ്. പൊലീസ് നടപ്പാക്കുന്ന നിയമങ്ങൾ മാറ്റാൻ പൊലീസിന് അധികാരമില്ല. ആ അധികാരം രാഷ്ട്രീയകക്ഷികൾ ഭാഗഭാക്കായ നിയമനിർമ്മാണ സഭയ്ക്കാണ്. സ്വീകരിക്കേണ്ട നയം ഏതാണെ ന്ന് ഉറപ്പാക്കിയശേഷം അതിനനുസരിച്ച് നിയമം മാറ്റാൻ നിയമ നിർമ്മാണ സഭയ്ക്ക് സാധിക്കും. അത് ചെയ്തതിനുശേഷവും നിയമം തെറ്റായി നടപ്പാക്കുന്ന, പൊലീസ് നടപടികൾ വിമർശിക്ക പ്പെടണം.

11. പൊതുപ്രവർത്തകർ നയിക്കുന്നതും പങ്കെടുക്കുന്നതുമായ പ്രകട നങ്ങൾ പൊലീസ് ഉദ്യോഗസ്ഥരെ ആക്രമിക്കുന്നത് കഴിഞ്ഞ നിര വധി ദശാബ്ദങ്ങളായി സംഭവിച്ചുകൊണ്ടിരിക്കുന്നു. നൂറുകണക്കിന് പൊലീസുകാർക്ക് ഇങ്ങനെ പരിക്കേറ്റിട്ടുണ്ട്. പൊതുപ്രവർത്തക രുടെ ആവശ്യപ്രകാരം തന്നെ നടത്തിയ നൂറുകണക്കിന് ജൂഡീ ഷ്യൽ എൻക്വയറികളിൽ ബഹുഭൂരിപക്ഷം റിപ്പോർട്ടുകളിലും പൊലീസ് നടപടികൾക്ക് മുമ്പ് പൊലീസിനെ പ്രകടനക്കാർ ആക്രമിച്ചിരുന്നു എന്ന് അസന്ദിഗ്ദ്ധമായി തെളിഞ്ഞിട്ടുണ്ട്. ജന ങ്ങൾ സ്വയം ഭരിക്കുന്ന ഒരു വ്യവസ്ഥിതിയിൽ വ്യവസ്ഥിതിയുടെ കാവല്ക്കാരായ പൊലീസുകാരെ ജനനേതാക്കളുടെ നേതൃത്വ ത്തിൽ തന്നെ ആക്രമിക്കുന്നത് ആത്മഹത്യാപരമായ സമീപന മാണ്. സാധാരണ കൊടുംക്രിമിനലുകളോ മദ്യംകഴിച്ചോ ഭ്രാന്തു മൂലമോ സ്വബോധം നഷ്ടപ്പെട്ടവരോ ആണ് പൊലീസിനെ ആക്ര മിക്കുന്നത്. അത് മനസ്സിലാക്കാവുന്നതേയുള്ളൂ. പക്ഷേ, പൊതുപ്രവർത്തകരുടെ നേതൃത്വത്തിൽ പൊലീസുകാർ പരസ്യ മായി ആക്രമിക്കപ്പെടുമ്പോൾ ഏറുകൊള്ളുന്നത്, പൊലീസുകാരന് മാത്രമല്ല, പ്രത്യുത സമൂഹത്തിന്റെ ജനാധിപത്യബോധത്തിനു കൂടി യാണ്. ഏറുകൊണ്ട് പിടയ്ക്കുന്ന പൊലീസുകാരന്റെ ദീനരോദനം പൊതുപ്രവർത്തകർ കേട്ടില്ലെന്ന് നടിക്കരുത്.

12. ഓരോ പൊലീസ് സ്റ്റേഷന്റെയും അധികാരപരിധിയിലുള്ള വിവിധ ജനപ്രതിനിധികളെ ഔപചാരികമായി ക്ഷണിച്ചുവരുത്തി ജനങ്ങ ളുടെ സുരക്ഷാബോധം മെച്ചപ്പെടുത്തേണ്ടതിനായി അവർ ആഗ്ര ഹിക്കുന്ന സംഗതികളെക്കുറിച്ചും വർദ്ധിച്ച പൊതുജനസഹകരണം ലഭിക്കേണ്ട മേഖലകളെക്കുറിച്ചും പൊതുവായി ചർച്ച ചെയ്യുന്നത് ആശാസ്യമാണ്. സീനിയർ ഉദ്യോഗസ്ഥരുടെ നേതൃത്വത്തിൽ ക്രമ

മായി അത്തരം ചർച്ചകൾ നടത്തുന്ന ഒരു വേദിയെക്കുറിച്ച് ചിന്തി
ക്കാവുന്നതാണ്.

ആത്യന്തികമായി ജനങ്ങളുടെ സുരക്ഷ ജനങ്ങളുടെ ആവശ്യവും
അവകാശവുമാണ്. സമാധാനം സംരക്ഷിക്കുന്നത് പണ്ടൊക്കെ രാജാ
വിന്റെ ആവശ്യവും രാജാവിന്റെ കടമയുമായിരുന്നു. ഇന്ന് സുരക്ഷയും
സമാധാനവും ജനങ്ങളുടെ ആവശ്യവും ഭരണകൂടത്തിന്റെ കടമയുമാ
ണ്. ജനങ്ങളും പൊതുപ്രവർത്തകരും ആഗ്രഹിക്കുന്ന തരത്തിലുള്ള ഒരു
സുരക്ഷാസമ്പ്രദായം നിയമവിധേയമായി സമൂഹത്തിന് നല്കുക എന്ന
താണ് പൊലീസിന്റെ ദൗത്യം. ആ ദൗത്യം വിജയിക്കണമെങ്കിൽ ആരോ
ഗ്യപരവും നിയതവും വ്യവസ്ഥാപിതവുമായ മാർഗ്ഗങ്ങളിൽക്കൂടി
പൊലീസും പൊതുപ്രവർത്തകരും തമ്മിലുള്ള ബന്ധം ശക്തിപ്പെടേണ്ട
തുണ്ട്.

*   For a well documented account of policing the justice system in
Kerala in 19th century, the book *Kerala in 19th century* by Sri.
P Bhaskaran Unni published by Kerala Sahitya Academy may
be seen.

For a humorous but realistic account of the police image before
independence, *Police Ramayanam* by Sri. E V Krishna Pillai
may be referred to.

പൊലീസ് -നിയമം - അനുസരണ

കാട്ടിലെ നിയമം വളരെ ലഘുവായിരുന്നു. 'തടിമിടുക്കുള്ളവൻ' മിടുക്കൻ. പരിണാമശ്രേണിയിലൂടെ പടിപടിയായി കയറാൻ സർവ്വ ജീവ ജാലങ്ങളെയും കോടാനുകോടി വർഷങ്ങളിലൂടെ സഹായിച്ചത് ഈ നിയ മത്തിന്റെ അലംഘനീയമായ കാർക്കശ്യമാണ്. ഇന്നും പല മൃഗയൂഥങ്ങ ളിലും ചില മനുഷ്യസമൂഹങ്ങളിലും ഈ നിയമം നിലനില്ക്കുന്നു. പരി ണാമചക്രം തിരിഞ്ഞുകൊണ്ടേയിരിക്കുന്നു.

കാട്ടിൽ ജീവിച്ച മനുഷ്യൻ കൃഷിപഠിച്ച് നാട്ടിൽ സ്ഥിരതാമസമാ ക്കിയതിനെത്തുടർന്ന് നേതാവിന്റെയോ രാജാവിന്റെയോ സംരക്ഷണം അത്യാവശ്യമായി. ബലഹീനനായ ഒരുവൻ ചെയ്യുന്ന കൃഷി വിളവെ ടുപ്പുസമയത്ത് തടിമിടുക്കുള്ള ഒരാൾ ബലമായി കൈയടക്കും എന്ന സ്ഥിതി വന്നാൽ ആര് കൃഷി ചെയ്യും? ബലഹീനനെ സംരക്ഷിക്കുന്ന വനാണ് രാജാവ്. അതിനാൽ എല്ലാവരും രാജാവിനെ അനുസരിക്കണം; രാജാവിന്റെ ആജ്ഞ നിയമമാണ്. സർവ്വ സൈന്യാധിപൻ മുതൽ സാധാ രണ ഭടൻ വരെ രാജാവിന്റെ ആജ്ഞ പടിപടിയായി ഏറ്റുവാങ്ങി ജന ങ്ങളെക്കൊണ്ട് അനുസരിപ്പിക്കുന്ന കിങ്കരന്മാരാണ്. രാജാവിന്റെ ഇഷ്ടാ നിഷ്ടങ്ങളാണ് നിയമമെങ്കിൽ, രാജാവിന്റെ പ്രതിനിധിയായ മേലുദ്യോ ഗസ്ഥന്റെ ഉത്തരവുകൾക്ക് പവിത്രത കൂടുതലാണ്. അതിന്റെ തെറ്റും ശരിയും നോക്കാൻ രാജഹിതം എന്നതല്ലാതെ നിയമത്തിന്റേതായ മാന ദണ്ഡം ഇല്ല. അപ്പോൾ കീഴുദ്യോഗസ്ഥൻ ഉത്തരവുകൾ രാജഹിതമെന്ന് കരുതി അനുസരിക്കേണ്ടി വരും. രാജഭരണക്രമത്തിൽ ഇതൊരു തെറ്റ ല്ല, മറിച്ച് ഇതാണ് ശരി. ഇതിന്റെ മാറ്റൊലി ഇപ്പോഴും നമുക്കു കേൾക്കാം.

ജനാധിപത്യത്തിൽ രാജാവില്ല, രാജഹിതമില്ല, തടിമിടുക്കിന് പ്രസ ക്തിയുമില്ല. രാജാവിന്റെ സ്ഥാനം നിയമത്തിനാണ്. ബലഹീനനെ സംര

ക്ഷിക്കുന്നത് നിയമമാണ്. നിയമങ്ങളുടെ സാമ്രാജ്യമാണ് ജനാധിപത്യം - ജനങ്ങൾക്കുവേണ്ടി ജനങ്ങൾ സ്വയം സൃഷ്ടിച്ച നിയമസാമ്രാജ്യം. ഈ സത്യം ഇന്നത്തെ പൊലീസ് സേനാംഗങ്ങൾ, വായനയിലും പഠിപ്പിലും മാത്രമല്ല, വിശ്വാസത്തിലും വീക്ഷണത്തിലും പ്രവൃത്തിയിലും അംഗീകരിക്കണം; നിയമസംഹിതയുടെ അലംഘനീയമായ പവിത്രത മനസ്സിലാക്കണം.

അധികാരവും അധികാരിയും നിയമസൃഷ്ടികളാണ്. അധികാരികൾക്ക് ജനങ്ങളിന്മേലുള്ള അധികാരവും അധികാരികൾ തമ്മിൽ തമ്മിലുള്ള ആജ്ഞാനുസരണ ബന്ധങ്ങളും നിയമം നിർവ്വചിക്കുന്നു. നിയമവിധേയമല്ലാത്ത ഒരു ഔദ്യോഗിക ബന്ധവും അധികാരികൾ തമ്മിലില്ല. നിയമത്തിനന്യമായ മേധാവിത്വ വിധേയത്വങ്ങൾക്ക് യാതൊരു നിയമപരിരക്ഷയുമില്ല. 'സർവ്വ ശക്ത'നായി ഒരു ഉദ്യോഗസ്ഥനേയും നിയമം സൃഷ്ടിച്ചിട്ടില്ല. "നിയമത്തിന് അതിനു കഴിവില്ലെങ്കിൽ എനിക്ക് അതിനു കഴിവുണ്ട്"എന്ന് ഭാവിക്കുന്ന ഉദ്യോഗസ്ഥൻ സ്വപ്നലോകത്തിൽ ജീവിക്കുന്നു.

ഈ പശ്ചാത്തലത്തിലാണ് പൊലീസിൽ അനുസരണയും നിയമവും തമ്മിൽ എന്താണ് ബന്ധം എന്നു നാം പരിശോധിക്കേണ്ടത്. അച്ചടക്കത്തിന് പരമമായ പ്രാധാന്യം കൊടുക്കുന്ന ഒരു വിഭാഗമാണ് പൊലീസ്. പൊലീസിലെ 'അനുസരണ' കേവലം അഭിനന്ദനീയമായ ഒരു സ്വഭാവഗുണം മാത്രമല്ല, അതിലുപരി ഈ വകുപ്പിന്റെ നാഡീസ്പന്ദനമാണ്. വ്യത്യസ്തങ്ങളും അപ്രതീക്ഷിതങ്ങളും ആയ ആയിരമായിരം സാഹചര്യങ്ങളിൽ ലക്ഷോപലക്ഷം ഉത്തരവുകൾ വിഭിന്ന അധികാരികൾ വാക്കാൽ പുറപ്പെടുവിക്കുന്ന ഈ വകുപ്പിൽ 'അനുസരണ'എന്നതു ഒരു ജീവിതശൈലിയാണ്. അനുസരണയ്ക്ക് പ്രാധാന്യമില്ലാത്ത ഒരു പൊലീസ് സേന, ബലഹീനനു ധൈര്യം നല്കുന്ന ഒരു ഉരുക്കുകോട്ടയല്ല, മറിച്ചു ഇളം കാറ്റിൽ തകിടം മറിയുന്ന ഒരു ചീട്ടുകൊട്ടാരമാണ്. മേലധികാരികളുടെ ഉത്തരവുകൾ ഏതു പ്രതികൂലസാഹചര്യത്തേയും അഭിമുഖീകരിച്ചു നടപ്പാക്കണം; ജീവൻ അപകടത്തിലായാൽ പോലും കർത്തവ്യം നിറവേറ്റണം; ഭയമോ ആശങ്കയോ പാടില്ല. അക്ഷോഭ്യരായി നിന്നു അക്രമത്തെ ശക്തിയായി നേരിടണം; അപകടകരമായ സാഹചര്യങ്ങളിൽ സ്വന്തം ഭദ്രതയ്ക്കു വിലകല്പിക്കാതെ ജനങ്ങളെ സഹായിക്കണം ; ഇതൊക്കെ പൊലീസിന്റെ വിശ്വാസപ്രമാണത്തിലെ അടിസ്ഥാനഘടകങ്ങളാണ്. ഇതൊക്കെ സാധിതപ്രായമാകണമെങ്കിൽ, അനിതരസാധാരണമായ അനുസരണശീലത്തിന്റെ പ്രാണവായു കൂടിയേ തീരൂ. ഈ അനുസരണശീലമാണ് പൊലീസിന്റെയും പൗരസ്വാതന്ത്ര്യത്തിന്റെയും യഥാർത്ഥ ശക്തി.

നമ്മുടെ പൊലീസിനെ സംബന്ധിച്ച അടിസ്ഥാന നിയമം 1961 ലെ കേരള പൊലീസ് ആക്ട് ആണ്. ഒരു സാധാരണ വ്യക്തിയെ ഒരു പൊലീസ് ഉദ്യോഗസ്ഥനാക്കി മാറ്റുന്നത് പ്രസ്തുത ആക്ടിലെ വകുപ്പുകൾ ആണ്. അവന്റെ കടമകളും കർത്തവ്യങ്ങളും നിയമപരമായ ബാദ്ധ്യതകളും പ്രസ്തുത ആക്ടിൽ പ്രതിപാദിച്ചിരിക്കുന്നു. 29-ാം വകു

പ്പിൽ പൊലീസുകാരന്റെ നിയമപരമായ കർത്തവ്യങ്ങൾ എണ്ണിയെണ്ണി പറഞ്ഞതിൽ അനുസരണയുമായി ബന്ധപ്പെട്ടവ നമുക്ക് പരിശോധിക്കാം.

Sec.29(a)"..................endeavour by all lawful means to give effect to the lawful commands of his Superior Officers."

Sec.29(b)"................take such other steps consistent with law and with the orders of his superior officer ....to bring offenders to justice and prevent ....offences."

Sec.29(f)"...................aid another Police Officer when called...............in such ways as would be lawful and reasonable on the part of the officer aided."

Sec.29(g)" ....to discharge such duties as are imposed on him by any law................"

ഈ വകുപ്പിൽ 'നിയമപരം' എന്നർത്ഥം വരുന്ന നിരവധി പ്രയോഗങ്ങൾ കർത്തവ്യങ്ങളുടെ നിർവ്വചനത്തിൽ ഉൾപ്പെടുത്തിയിട്ടുണ്ട്. നിയമവിധേയമല്ലാത്ത ഉത്തരവുകൾ ഏതെങ്കിലും സാഹചര്യത്തിൽ അനുസരിക്കേണ്ടതാണ് എന്ന് ഒരിടത്തും പറയുന്നില്ല.

അപ്പോൾ പ്രായോഗികമായ ഒരു ചോദ്യം ഉദിക്കുന്നു. ഉത്തരവ് നിയമപരമാണെന്നോ അല്ലെന്നോ മനസ്സിലാക്കാനുള്ള നിയമപാണ്ഡിത്യം സാധാരണ പൊലീസുകാരനുണ്ടോ? ഇതിനു ഉത്തരമായി നിയമവ്യവസ്ഥയുടേതുതന്നെ ആത്യന്തികാധാരമായ ചില സംഗതികൾ പരിശോധിക്കേണ്ടതുണ്ട്. നിയമം എല്ലാവർക്കും അറിയാം; അതിനാൽ ഏതു പ്രവൃത്തിയാണ് നിയമവിധേയം എന്നറിയാനുള്ള വിവേചനശക്തി, ശിശുവിനും ഭ്രാന്തനും ഒഴികെ എല്ലാവർക്കും ഉണ്ട് എന്നാണ് നിയമത്തിലെ അടിസ്ഥാനസങ്കല്പം. കുറ്റമെന്നു നിർവ്വചിക്കപ്പെട്ട പ്രവൃത്തികൾ നിഷ്കളങ്കമായും നിയമത്തെക്കുറിച്ചുള്ള അജ്ഞതമൂലവും ചെയ്യുന്നവർ ധാരാളമാണ്. എന്നാൽ നിയമത്തെക്കുറിച്ചുള്ള അജ്ഞത സ്വീകാര്യമായ ഒരു രക്ഷാവാദമായി പരിഗണിച്ചാൽ ഒരു നിയമവും നടപ്പാക്കാൻ പറ്റില്ല. കൊലപാതകി "ഞാൻ ഐ പി സി വായിച്ചിട്ടില്ല" എന്നും കള്ളക്കടത്തുകാരൻ "കസ്റ്റംസ് ആക്ട് ആരും എന്നെ പഠിപ്പിച്ചിട്ടില്ല"എന്നും കുഴൽപ്പണക്കാരൻ "ഫെറ ഞാൻ കണ്ടിട്ടുപോലുമില്ല" എന്നും മറ്റും പറഞ്ഞാൽ മറിച്ചു തെളിയിക്കുക അസാദ്ധ്യമാണ്. നിയമം നടപ്പാക്കണം എന്നുണ്ടെങ്കിൽ 'നിയമം വായിച്ചില്ല' 'അറിയില്ല' 'പഠിച്ചിട്ടില്ല' 'കേട്ടിട്ടില്ല' 'മറന്നുപോയി' 'തെറ്റിപ്പോയി' തുടങ്ങിയ പല്ലവികൾ രക്ഷാവാദങ്ങളായി സ്വീകരിക്കാൻ സാധിക്കില്ല. അതുകൊണ്ട് "അറിവില്ലാത്ത ഞാനതെങ്ങനെ വേർതിരിച്ചറിയും?" എന്ന ചോദ്യത്തിനു "കുറ്റം ചെയ്തോ ഇല്ലയോ" എന്ന അപഗ്രഥനത്തിൽ പ്രസക്തിയില്ല. അതേസമയം ശിക്ഷ ലഘൂകരിക്കാൻ അജ്ഞതയും ദോഷവിചാരമില്ലായ്മയും സാഹചര്യമനുസരിച്ച് കണക്കിലെടുക്കാവുന്നതാണ്. ഇങ്ങനെയല്ലെങ്കിൽ നിയമം പഠിച്ച വക്കീലന്മാർക്കു മാത്രമേ നിയമം അനുസരിക്കാനും നടപ്പിലാക്കാനും ബാദ്ധ്യ

തയുള്ളൂ എന്നൊരു സ്ഥിതിവിശേഷം സംജാതമാകും. അതിനാൽ നിയമപരമായതും അല്ലാത്തതും വേർതിരിച്ചറിയുവാനുള്ള നിയമപരമായ കഴിവ് പൊലീസുകാരനുൾപ്പെടെ എല്ലാവർക്കും ഉണ്ട് എന്ന അടിസ്ഥാന സങ്കല്പത്തിൽനിന്നും വ്യതിചലിക്കേണ്ടതില്ല.

പക്ഷേ, ഇവിടെ ആശ്വാസത്തിന് വക തരുന്ന ഒരു കാര്യമുണ്ട്. അജ്ഞതമൂലം നിയമവിരുദ്ധ പ്രവർത്തനങ്ങൾ ചെയ്യാനുള്ള സാദ്ധ്യത പൊലീസിൽ വളരെ വിരളമാണ്. മിക്കവാറും പെട്ടെന്നു നടപടിയെടുക്കേണ്ട പ്രായോഗിക പ്രാധാന്യമുള്ള എല്ലാ നിയമങ്ങളും അവയ്ക്കനുസരിച്ചുള്ള നടപടിക്രമങ്ങളും താരതമ്യേന എല്ലാവർക്കും അറിയാം. അതുകൊണ്ടു അജ്ഞതമൂലം എന്തെങ്കിലും ചെയ്തു എന്നു പറയേണ്ടിവരുന്ന സാഹചര്യങ്ങൾ പ്രായോഗികമായി ഒരു പ്രശ്നമാകാറില്ല.

എന്നാൽ യഥാർത്ഥ പ്രായോഗികപ്രശ്നം മറ്റൊന്നാണ്. പല സാഹചര്യങ്ങളിലും നിയമം അറിയാമെങ്കിലും എല്ലാ വശങ്ങളും പഠിച്ച് യുക്തമായ ഒരു തീരുമാനം എടുക്കാനുള്ള സൗകര്യം ലഭിക്കുകയില്ല. ഇത്തരം സാഹചര്യത്തിൽ 'ഉത്തമവിശ്വാസം' ആണ് പ്രധാനം. 'ഉത്തമവിശ്വാസം' എന്ന പദത്തിന്റെ അർത്ഥം 'മോശവിചാരമില്ലാതെ.'

എന്നു മാത്രമല്ല, മതിയായ സൂക്ഷ്മതയോടും മതിയായ ശ്രദ്ധയോടും കൂടി മാത്രം ചെയ്യുന്ന കാര്യങ്ങൾക്കേ ഈ 'ഉത്തമവിശ്വാസ' പരിരക്ഷ ലഭിക്കുകയുള്ളൂ. 'ശരിയോ തെറ്റോ എന്ന് നോക്കേണ്ട കാര്യം എനിക്കില്ല; ഉത്തരവു നിയമവിരുദ്ധമായിരിക്കാം, ഞാൻ കണ്ണുമടച്ചു അനുസരിച്ചു' എന്ന വാദഗതി സാധുവായ രക്ഷാവാദമല്ല. എന്നാൽ, 'ഉത്തരവു നിയമവിധേയമാണെന്നു സാഹചര്യങ്ങളിൽനിന്നു പ്രഥമദൃഷ്ട്യാ എനിക്കു തോന്നി; മതിയായി ശ്രദ്ധിച്ചിട്ടും സൂക്ഷിച്ചിട്ടും അതു നിയമവിരുദ്ധമാണ് എന്ന് തോന്നിയില്ല. അതുകൊണ്ട് മാത്രമാണ് ഞാൻ അനുസരിച്ചത്.' എന്ന വാദഗതി തെളിയിക്കാമെങ്കിൽ മതിയായ രക്ഷാവാദമാണ്. ഇവിടെ പ്രസക്തമായതും Good faith ആണ്. അനുസരണ ശ്രദ്ധയോടും സൂക്ഷ്മതയോടും കൂടി സാഹചര്യങ്ങൾ നോക്കി ആയിരുന്നു എന്നും ആ സമയത്തു അത് നിയമവിധേയമായിരുന്നു എന്നു ഉത്തമ ബോദ്ധ്യം ഉണ്ടായിരുന്നു എന്നും തെളിയിക്കാൻ സാധിക്കണം.

നിയമപരമായ ഉത്തരവുകൾ അനുസരിക്കുവാനാണ് പൊലീസുകാരന് ബാദ്ധ്യത. അതുപോലെ ഡ്യൂട്ടിയുടെ ഭാഗമായി "ഉത്തമവിശ്വാസത്തിൽ" ചെയ്യുന്ന ഒരു പ്രവൃത്തിയും ശിക്ഷാർഹമല്ല എന്നു പൊലീസ് ആക്ടിലെ 64-ാം വകുപ്പിൽ (പുതിയ പൊലീസ് ആക്റ്റിൽ സെക്ഷൻ 113) പറയുന്നുണ്ട്. നിയമവിരുദ്ധ ജനക്കൂട്ടത്തെ പിരിച്ചുവിടാൻ അധികാരം നല്കുന്ന സി ആർ പി സിയിലെ അദ്ധ്യായത്തിൽ 132-ാം വകുപ്പ് പ്രകാരം ജനക്കൂട്ടത്തെ പിരിച്ചുവിടാൻ വേണ്ടി 'ഉത്തമവിശ്വാസത്തിൽ' പൊലീസ് ഉദ്യോഗസ്ഥനോ മറ്റാരെങ്കിലുമോ ചെയ്യുന്ന ഒരു പ്രവൃത്തിയും കുറ്റമാവില്ല എന്നു പറയുന്നുണ്ട്. (ഈ വകുപ്പ് വായിക്കുമ്പോൾ പൊലീസ് ഒരു കേന്ദ്ര സായുധസേന അല്ല എന്ന് അറിഞ്ഞിരിക്കണം).

പുസ്തകം നോക്കാനോ സാഹചര്യങ്ങൾ വിശദമായി പഠിക്കാനോ സാവകാശമില്ലാതെ, പെട്ടെന്നു ബലപ്രയോഗം നടത്തണമോ എന്ന പ്രശ്നം അഭീമുഖീകരിക്കുമ്പോൾ പൊലീസുകാരൻ ചെയ്യേണ്ടതു അക്രമം ഉണ്ടോ എന്നു നോക്കുകയാണ്. അക്രമം നടക്കുന്നുണ്ടോ എന്നറിയാൻ സ്വന്തം കണ്ണുകൾ തന്നെ ധാരാളം. അപ്പോൾ ബലപ്രയോഗത്തിന് ഉത്തരവുലഭിക്കുമ്പോൾ അക്രമം നടക്കുന്നുണ്ട് എന്ന് സ്വന്തം കണ്ണുകൾ കൊണ്ട് കാണുന്നു എന്ന ഉത്തമ ബോധ്യത്തിൽ ഉത്തമവിശ്വാസത്തോടെ (മതിയായ ശ്രദ്ധയോടും ജാഗ്രതയോടും കൂടെ) അനുസരിച്ചാൽ അതു കുറ്റമല്ല. അനുസരണ കണ്ണും പൂട്ടിയല്ല വേണ്ടത്; മറിച്ചു നിയമവിധേയത്വത്തിന്റെയും ഉത്തമബോദ്ധ്യത്തിന്റെയും ഉത്തമവിശ്വാസത്തിന്റെയും കണ്ണടയിലൂടെ ആയിരിക്കണം. അന്ധനും അജ്ഞനും ആയ ഒരു ആജ്ഞാനുവർത്തിയല്ല ഒരു നിയമപാലകൻ.

തടവുചാടാൻ ശ്രമിക്കുന്ന തടവുകാരനെതിരായോ, അറസ്റ്റിനെ എതിർക്കുന്ന വ്യക്തിക്കെതിരായോ ബലപ്രയോഗം ഉടനടിതന്നെ നടത്തേണ്ടതാണ്. അത്തരത്തിലുള്ള ഒരു ഉത്തരവ് നടപ്പാക്കാൻ യാതൊരു വിധത്തിലുള്ള സംശയവും ഉണ്ടാകേണ്ട കാര്യമില്ല. കത്തിയുമായി കുത്താൻ വരുന്ന വ്യക്തിക്കുനേരെ വെടിവെക്കാനുള്ള ഉത്തരവും അതുപോലെതന്നെ പ്രഥമദൃഷ്ട്യാ പ്രകടമായി നിയമപരമാണ്. അതിനെ പറ്റിയൊന്നും ദീർഘമായി ആലോചിച്ചിട്ടു കാര്യമില്ല. വാസ്തവസംഗതിയെ തെറ്റിദ്ധരിച്ച് ബലപ്രയോഗം നടത്തിയാൽപ്പോലും ആ തെറ്റിദ്ധാരണ ഉത്തമവിശ്വാസത്തിലുള്ളതാണെങ്കിൽ പൊലീസുകാരൻ കുറ്റക്കാരനാവുന്നില്ല.

അധികാരത്തിന്റെ അതിർവരമ്പുകളെ ബഹുമാനിക്കാൻ നാം പഠിക്കണം. നിയമം മറികടന്നു പ്രവർത്തിച്ച് ഉത്തരവാദിത്വങ്ങൾ നിറവേറ്റാനുള്ള ഔദ്യോഗിക ബാദ്ധ്യത നമുക്കുണ്ടെന്നു വിചാരിക്കുകയോ ആ വിചാരമനുസരിച്ച് പ്രവർത്തിക്കുകയോ അരുത്. അതേസമയം നിയമം നമ്മിൽനിന്ന് പ്രതീക്ഷിക്കുന്നത് എന്തോ, അത് എന്തെല്ലാം കഷ്ടപ്പാടുകൾ സഹിച്ചാണെങ്കിലും നാം നിറവേറ്റണം.

“കള്ളനെ ലോക്കപ്പിലിട്ട് മർദ്ദിക്കരുത്” എന്ന് ഒരു എസ് പി പറഞ്ഞാൽ അതാണ് നിയമമെന്ന് മനസ്സിലാക്കി അനുസരിക്കാനുള്ള മാനസിക പക്വത നമുക്കുണ്ടാകണം. ഈ നിർദ്ദേശത്തിനെതിരെ “കള്ളനെ തല്ലാതെ അവൻ സത്യം പറയുമോ, ഈ ഉത്തരവു കള്ളന്മാരെ സഹായിക്കാനല്ലേ,” “കള്ളൻ മോഷണമുതൽ എവിടെയാണ് ഉള്ളത് എന്നു ചായ കൊടുത്താൽ പറയുമോ?” “ഈ നയം തുടർന്നാൽ ഈ ജില്ല കള്ളന്മാരുടെ പറുദീസയാവില്ലേ?” “ഒരു വിവരവും ഇല്ലാത്തതുകൊണ്ടല്ലേ എസ് പി ഇങ്ങനെയൊക്കെ പറയുന്നത്?” -എന്നിങ്ങനെ ചോദ്യകർത്താവിന്റെ അറിവും നർമ്മബോധവും അനുസരിച്ച് നിരവധി പ്രായോഗിക പ്രാധാന്യമുള്ള ചോദ്യങ്ങൾ ചോദിക്കാം. ഇവ കേട്ട് മനംമാറിയ എസ് പി “ശരി, അത്യാവശ്യമുള്ളപ്പോൾ കള്ളനെ തല്ലിക്കോളൂ,” എന്ന് നിർദ്ദേശം കൊടുത്താൽ “എസ് പി പറഞ്ഞിട്ടാണ് ഞാൻ കള്ളനെ തല്ലി

യത്" എന്നു പറയുന്ന എസ് ഐയും എസ് പിയും കൂട്ടായി കുറ്റകൃത്യം ചെയ്തതിനു സമാധാനം പറയേണ്ടിവരും.

ഐ പി സി.43-ാം വകുപ്പിലെ നിർവ്വചനപ്രകാരം "എന്തു ചെയ്താൽ കുറ്റം ആകുമോ" അതാണ് നിയമവിരുദ്ധം എന്ന പദംകൊണ്ട് സാധാരണ ഉദ്ദേശിക്കുന്നത്. നിയമവിരുദ്ധമായ ഉത്തരവ് എന്നുവെച്ചാൽ അതനുസരിച്ചാൽ കുറ്റമാകുന്നത് എന്നുതന്നെ മനസ്സിലാക്കേണ്ടിയിരിക്കുന്നു. ഒരു കുറ്റം ചെയ്യാൻ ആർക്കെങ്കിലും നിയമപരമായ ബാദ്ധ്യതയുണ്ടെന്നു പറയുവാൻ സാധിക്കുകയില്ല. പ്രത്യേകിച്ചും പൊലീസ് ആക്ടിൽ നിയമപരമായ ഉത്തരവുകൾ അനുസരിക്കാനാണ് നിയമപ്രകാരമുള്ള ബാദ്ധ്യത എന്നു എടുത്തു പറഞ്ഞിരിക്കുന്ന സാഹചര്യത്തിൽ ഐ പി സി 76-ാം വകുപ്പിൽ നിയമത്തിന്റെ തന്നെ ഭാഗമായ ഒരു ഉദാഹരണം ഉണ്ട്. അതു താഴെ ചേർക്കുന്നു.

" A, a Soldier, fires on a mob by the order of his superior, in conformity with the commands of law. A has committed no offence."

നിയമത്തിന്റെ ആജ്ഞകൾക്കനുസരിച്ചാണെങ്കിലേ, മേലുദ്യോഗസ്ഥന്റെ ഉത്തരവുപ്രകാരം ആൾക്കൂട്ടത്തിലേക്ക് വെടിവെച്ചാൽ അത് കുറ്റമല്ലാതാകുന്നുള്ളൂ. ഈ ഉദാഹരണം നിയമത്തിന്റെ ഭാഗമാണ്. കണ്ണും പൂട്ടി വെടിവെക്കാനുള്ള അധികാരവും സ്വാതന്ത്ര്യവും നിയമം നല്കുന്നില്ല എന്നു വ്യക്തം.

കൊല്ലാൻ വരുന്ന അക്രമിയെ വെടിവയ്ക്കാൻ ഉത്തരവുലഭിച്ചാൽ പൊലീസുകാരൻ അമാന്തിക്കണോ? തീർച്ചയായും വേണ്ട. "കൊല്ലാൻ വരുന്നു" എന്നു പറയുമ്പോൾ തന്നെ ഉത്തരവു നിയമവിരുദ്ധമല്ല എന്നു സ്പഷ്ടം. അക്രമം നടക്കുന്നത് നേരിട്ടു കാണാവുന്നതാണ്. അപ്പോൾ ഉത്തരവു ഉടൻ അനുസരിക്കണം. നിയമവിരുദ്ധമായ ഉത്തരവുകൾ അനുസരിക്കാൻ ബാദ്ധ്യതയില്ല എന്നു പറയുന്നതിന്റെ അർത്ഥം നിയമപരമായ ഉത്തരവുകൾ അനുസരിക്കാൻ മടിക്കണം എന്നല്ല. അക്രമം ചെയ്യാത്ത മനുഷ്യനുനേരെയാണ് വെടിവെക്കാൻ പറഞ്ഞതെങ്കിൽ അല്പം ആലോചിച്ചു തീരുമാനിച്ചാൽ ഒരു അപകടവും സംഭവിക്കില്ല. നിയമവിരുദ്ധമായ ഉത്തരവിന്റെ ഉദാഹരണമായി നിയമവിധേയമായ ഒരു ഉത്തരവിനെ കണക്കാക്കുന്നതു ശരിയല്ല. 'നിയമവിരുദ്ധമായ' ഉത്തരവുകളുടെ ഉദാഹരണങ്ങളായി എടുക്കേണ്ടതു 'നിയമവിരുദ്ധമായ' ഉത്തരവുകൾ പുറപ്പെടുവിക്കുന്ന സന്ദർഭങ്ങളാണ്. കസ്റ്റഡിയിൽ ഉള്ള പ്രതിയെ മർദ്ദിക്കാൻ പറഞ്ഞാൽ മർദ്ദിക്കണോ? കൈക്കൂലി വാങ്ങിക്കൊണ്ടുവരണം എന്നു പറഞ്ഞാൽ എന്തു ചെയ്യണം? മാമൂൽ പിരിവുനടത്താൻ ഉത്തരവിട്ടാൽ എന്തു ചെയ്യണം? നിയമത്തിനു വിരുദ്ധമായ ഉത്തരവുകളും ഒരു നിയമത്തിനും വിരുദ്ധമല്ലാത്ത ഉത്തരവുകളും തമ്മിൽ കൂട്ടിക്കുഴയ്ക്കുന്നതു ശരിയല്ല.

മുകളിൽ നടത്തിയ വിശദമായ വിശകലനത്തിൽനിന്നും താഴെ പറയുന്ന കാര്യങ്ങൾ സ്പഷ്ടമാണ്.

1. നിയമം അറിയാനുള്ള ബാദ്ധ്യത പൊലീസുകാരൻ ഉൾപ്പെടെ

എല്ലാ ജനങ്ങൾക്കും ഉണ്ട്. നിയമത്തെക്കുറിച്ചുള്ള അജ്ഞത ഏതെങ്കിലും നടപടിയെടുത്തതിനോ എടുക്കാതിരുന്നതിനോ ഉള്ള സാധൂകരണമല്ല.

2.   നിയമപരമായ ഉത്തരവുകൾ ശങ്ക കൂടാതെ അനുസരിക്കാൻ പൊലീസുകാരൻ ബാദ്ധ്യസ്ഥനാണ്.

3.   നിയമവിരുദ്ധമായ ഉത്തരവുകൾ അനുസരിക്കാൻ പൊലീസുകാ രൻ ബാദ്ധ്യസ്ഥനല്ല.

4.   നിയമത്തെക്കുറിച്ചുള്ള അജ്ഞതമൂലം നിയമപരമായ ഉത്തരവു കൾ ഉടനെ അനുസരിക്കാതിരുന്നാലോ, നിയമവിരുദ്ധമായ ഉത്ത രവുകൾ അനുസരിച്ചാലോ പൊലീസ് ഉദ്യോഗസ്ഥൻ ശിക്ഷാർഹ നാണ്.

5.   നിയമപരമായ അജ്ഞതമൂലമല്ലാതെ, വാസ്തവ സംഗതിയെ തെറ്റിദ്ധരിച്ചു ഓരോ സാഹചര്യത്തിലും സാദ്ധ്യമായ ഉത്തമ വിശ്വാസ (മതിയായ ശ്രദ്ധയും ജാഗ്രതയും) ത്തോടു "പ്രകടമായി നിയമവിരുദ്ധമല്ലാത്ത" ഉത്തരവു അനുസരിക്കുന്ന പൊലീസുകാ രൻ സാധാരണ ഗതിയിൽ കുറ്റക്കാരനല്ല.

പൊലീസിലെ അനുസരണം നിയമത്തിൽ നിന്നു ഉദിക്കുന്നു; നിയമ ത്തിൽ നിന്നു ശക്തി നേടുന്നു. നിയമത്തിന്റെ പിൻബലമില്ലാത്തപ്പോൾ ആ അനുസരണയ്ക്കും പിൻബലമില്ല. നിയമം അസ്തമിക്കുമ്പോൾ അനു സരണ മാത്രമല്ല, പൊലീസ് തന്നെയും അസ്തമിക്കുന്നു. കാരണം പൊലീസിന്റെ അസ്തിത്വം തന്നെ നിയമമാണ്. നിയമത്താൽ സൃഷ്ടി ക്കപ്പെട്ട അനുസരണാബാദ്ധ്യത നിയമനിഷേധത്തിനു സാധൂകരണം നല്കുന്നു എന്നു വന്നാൽ അതിലും വലിയ വിധിവൈപരീത്യമുണ്ടോ? "നിയമപാലകൻ സർവ്വശക്തനാണ്" എന്ന ഒരു ചിന്താഗതി മൂലമാണ് ഇങ്ങനെ ഒരു തെറ്റിദ്ധാരണ ഉണ്ടാകുന്നത്. സ്വന്തം ജീവൻ പണയപ്പെ ടുത്തി വേണ്ടിവന്നാൽ അപമാനവും ശാപവാക്കുകളും സഹിച്ചു, ഏത് അപകടസാഹചര്യത്തേയും അഭിമുഖീകരിക്കത്തക്ക ഉൾക്കരുത്തുള്ള ഒരു അനുസരണാശീലമാണ് നിയമം പൊലീസ് ഉദ്യോഗസ്ഥനിൽനിന്നും പ്രതീ ക്ഷിക്കുന്നത്. കാരണം അവൻ നിയമപാലകനാണ്. മറ്റുള്ളവരും അവനും നിയമം പാലിക്കുന്നു എന്ന് ഉറപ്പുവരുത്തുകയാണ് അവന്റെ കർത്തവ്യം. "ബുദ്ധിമുട്ടെന്തെങ്കിലും ഉണ്ടെങ്കിൽ തോന്നുന്ന വഴി സ്വീകരിക്കാം" എന്നോ, "നിയമം നടപ്പാക്കാൻ വേണ്ടി നിയമനിഷേധം നടത്താം" എന്നോ ഒരിടത്തും പറയുന്നില്ല. നിയമപാലകൻ നിയമത്താൽ ബന്ധിത നാണ്. അവന്റെ ശക്തിയും ചങ്ങലയും നിയമമാണ്. നിയമത്താൽ അവൻ മറ്റുള്ളവരെ ബന്ധിക്കുന്നു. നിയമം അവനെ ബന്ധിക്കുന്നു. പൊലീസു കാരനും നിയമവ്യവസ്ഥയും സമൂഹവും ഈ സത്യം അംഗീകരിക്കാതിരു ന്നാൽ ബലഹീനന്റെ ശക്തിയായി നിയമത്തിന്റെ സാമ്രാജ്യം ലോകത്തു നില്ക്കുകയില്ല; തിരിച്ചു കാട്ടിലേക്കുതന്നെ പോകേണ്ട സ്ഥിതി വരും.

പൊലീസിൽ നവീകരണം അനിവാര്യമാണ്

പൊലീസിൽ കാതലായ ഒരു മാറ്റം ഉണ്ടാകണമെന്ന ശക്തമായ ആഗ്രഹം എല്ലാവരുടെയും ഉള്ളിൽ എന്നുമുണ്ട്. സർവ്വീസിൽ കയറിയ നാൾമുതൽ ആ തോന്നൽ എനിക്കുമുണ്ട്. അതിന്റെ പ്രധാന കാരണം ഞാൻ സർവ്വീസിൽ കയറിയ സമയം അടിയന്തരാവസ്ഥയുടെ മൂർദ്ധന്യ ത്തിലായിരുന്നു എന്നുള്ളതാണ്. അന്ന് പൊലീസ് എന്നു പറഞ്ഞാൽ നാടു മുഴുവൻ വിറയ്ക്കും. ഈ രാജ്യത്തുള്ള മിക്കവരെയും യാതൊരു തടസ്സവുമില്ലാതെ പൊലീസ് പിടിച്ച് ജയിലിലാക്കിയ ഒരു മിസാ (MISA) നിയമം ഇവിടെയുണ്ടായിരുന്നു. ആ നിയമപ്രകാരം അകത്താക്കപ്പെട്ടവ രാണ് ഇന്ന് കേരളം ഭരിക്കുന്ന ആളുകളിൽ പലരും.

1976 ൽ ഉണ്ടായിരുന്ന പൊലീസ് സേന എന്തും ചെയ്യാൻ ശക്തി യുള്ള ഒന്നായിരുന്നു. ആയിരത്തിത്തൊള്ളായിരത്തി എഴുപത്തി ഏഴിൽ ഞാൻ വടകര പൊലീസ് സ്റ്റേഷന്റെ പരിധിയിലുള്ള എ എസ് പിയായി എന്റെ പരിശീലനകാലം ചെലവഴിക്കാൻ നിയോഗിക്കപ്പെട്ട സമയത്താണ് പ്രസിദ്ധമായ രാജൻ കേസ് രജിസ്റ്റർ ചെയ്യപ്പെടുന്നത്. അന്നുവരെ വട കര പൊലീസ് സ്റ്റേഷനിൽ സർവ്വശക്തരെന്ന് സ്വയം കരുതിയ പൊലീസു കാർക്ക് വടകര അഞ്ചുവിളക്ക് ജങ്ഷനിൽ ട്രാഫിക് ഡ്യൂട്ടിപോലും ചെയ്യാൻ കഴിയാത്ത സ്ഥിതി ഇതിന്റെ ഫലമായി ഉണ്ടായി. ട്രാഫിക് ഡ്യൂട്ടി ചെയ്യുന്ന പൊലീസുകാരെ ജനങ്ങൾ അവിടെനിന്നും ആട്ടിപ്പായി ക്കുകയും അവർ പൊലീസ് സ്റ്റേഷനിൽ അഭയം പ്രാപിക്കുകയും ചെയ്തു.

അതുവരെ ശക്തിയുടെ പ്രതീകമായിരുന്ന നാട്ടിൽ എന്തും ചെയ്യാൻ മടിയില്ലാത്ത, ധൈര്യമുള്ള പൊലീസ് 1977 ഏപ്രിൽ-മെയ് മാസമായപ്പോ ഴേക്കും ശക്തിയെല്ലാം ചോർന്ന് മാളങ്ങളിൽ ഒളിക്കുന്ന കാഴ്ചയാണ്

പിന്നീട് ഞാൻ കണ്ടത്. അന്നുമുതൽ ഞാൻ ചിന്തിച്ചുകൊണ്ടിരുന്നത് ഈ പരിതാപകരമായ അവസ്ഥ എങ്ങനെയാണ് പൊലീസിനുണ്ടായ ത്? എങ്ങനെയാണിത് സംഭവിക്കുന്നത്.

ബാധിച്ചിരിക്കുന്നത് വലിയ രോഗം

ഭരണകൂടത്തിൽനിന്ന് പൗരന് ലഭിക്കുമെന്നു പറയുന്ന അവകാശ ങ്ങൾ എല്ലാം ഫലത്തിൽ അവർക്ക് ലഭ്യമാകുന്നുണ്ടോ? പൊലീസ് സ്റ്റേഷ നിൽ ചെന്ന് "എന്നെ അടിച്ചു" എന്ന് ഒരാൾ പരാതി പറയുമ്പോൾ 'നീ പോടാ' എന്ന് പറയുന്ന എസ് ഐ ആണ് അവിടെ ഉള്ളതെങ്കിൽ പൗരന്റെ ജീവിക്കാനുള്ള സ്വാതന്ത്ര്യത്തിന് എന്താണർത്ഥം? "എന്റെ പോക്കറ്റ ടിച്ചുവെന്നു" പരാതി പറയുമ്പോൾ അന്വേഷിക്കാൻ തനിക്ക് സമയമി ല്ലെന്ന് ഒരു എസ് ഐ പറയുകയാണെങ്കിൽ എന്റെ സ്വത്തിനുള്ള, സ്വത്ത് സമ്പാദിക്കാനുള്ള സ്വാതന്ത്ര്യത്തിന് എന്ത് ഫലം? "നിങ്ങൾ അമ്പലത്തി ലൊന്നും പോകേണ്ട; തിരിച്ച് വീട്ടിൽ പോകുക, ഇവിടെ മാർഗ്ഗതടസ്സ മാണ്" എന്ന് ഒരു പൊലീസ് ഉദ്യോഗസ്ഥൻ പറയുമ്പോൾ എന്റെ ആരാ ധനാസ്വാതന്ത്ര്യത്തിനെന്തർത്ഥം!

ഇങ്ങനെ നോക്കുമ്പോൾ നമുക്ക് ഭരണഘടന നല്കിയിട്ടുള്ള എല്ലാ സ്വാതന്ത്ര്യവും അതിന്റേതായ അർത്ഥത്തിൽ നമുക്ക് ആസ്വദിക്കാൻ അല്ലെങ്കിൽ അനുഭവിക്കാൻ കഴിയണമെങ്കിൽ സജീവമായൊരു പൊലീസ് സാന്നിദ്ധ്യം നമ്മുടെ സമൂഹത്തിൽ ഉണ്ടായേ പറ്റൂ. ഈ വിശ്വാസത്തിലും ഈ അഭിപ്രായത്തിലും ഈ കാഴ്ചപ്പാടിലും ആണ് ഞാൻ പൊലീസിൽ ചേരുന്നത്. എന്നാൽ വടകര പൊലീസ് സ്റ്റേഷനിൽ എത്തുമ്പോൾ നേരത്തെ പറഞ്ഞതുപോലെ, പൊലീസുകാർക്ക് പരസ്യമായി ഡ്യൂട്ടി ചെയ്യാൻ പറ്റാത്ത അവസ്ഥയാണ് ഞാൻ മുന്നിൽ കാണുന്നത്. ഇത് വലിയ വൈരുദ്ധ്യമായിരുന്നു. പൊലീസിനെക്കൊണ്ട് നമുക്കാവശ്യമുണ്ട്. എന്നാൽ പൊലീസിനെ നമുക്ക് സഹിക്കാനും പറ്റുന്നില്ല. അപ്പോൾ "കയ്ച്ചിട്ട് ഇറക്കാനും വയ്യ, മധുരിച്ചിട്ട് തുപ്പാനും വയ്യ" എന്ന പ്രയോഗം നമ്മുടെ പൊലീസിനെക്കുറിച്ചു തന്നെയാകുന്നു. പൊലീസിന്റെ മധുരം നിലനിർത്തുകയും ആ കയ്പ് ക്രമേണ ഇല്ലാതാക്കുകയും ചെയ്യുക എന്ന താണ് യഥാർത്ഥത്തിൽ ഉണ്ടാകേണ്ടത്.

ഇന്നലെയുടെ കാഴ്ച

1947 ൽ സംസ്ഥാനത്തെ പൊലീസ് എന്തുതരം പൊലീസ് ആയി രുന്നു? അത് ജനങ്ങളെ സ്നേഹിക്കുന്ന, ജനങ്ങളുടെ സുഹൃത്തായ, ഏവ രെയും ബഹുമാനിക്കുന്ന, ആരെയും മർദ്ദനത്തിനു വിധേയരാക്കാത്ത പൊലീസായിരുന്നോ? ഗരുഡൻതൂക്കവും ഉരുട്ടും ഒക്കെ ആരാണ് പൊലീസിലേക്ക് കൊണ്ടുവന്നത്? 1947 നു മുമ്പ് ഉണ്ടായിരുന്ന പത്ര ങ്ങൾ വായിച്ചു നോക്കിയാൽ അറിയാം; ഇന്ന് പൊലീസിൽ നില

നില്ക്കുന്ന സകല കൊള്ളരുതായ്മകളുടെയും സകല വൃത്തികേടുകളുടെയും അടിസ്ഥാനം അന്ന് പൊലീസിൽ അരങ്ങു തകർത്താടിയിരുന്ന വ്യവസ്ഥിതികളുടെ സൃഷ്ടിയാണെന്ന്; ആ വ്യവസ്ഥിതികൾക്കെതിരെ ഒരു ശബ്ദംപോലും ജനങ്ങൾക്ക് പുറപ്പെടുവിക്കാൻ പറ്റാത്ത അവസ്ഥ നിലനിന്നിരുന്നതുകൊണ്ട് അന്ന് പരാതികൾ കുറവായിരുന്നു. അടിയന്തരാവസ്ഥയ്ക്ക് സമാനമായ ഒരവസ്ഥ തന്നെയായിരുന്നു അത്.

പൊലീസിനെതിരായി ആർക്കും അന്ന് പരാതി പറയാൻ പറ്റില്ല. പറഞ്ഞാൽ പറയുന്നയാൾ വിവരമറിയും. മംഗലാപുരം മുതൽ ചിറ്റൂർ വരെയുള്ള മലബാർ പ്രദേശത്ത് ജോലി ചെയ്തിരുന്ന എനിക്ക് ഇക്കാര്യം കൃത്യമായിട്ടറിയാം. 1246 പൊലീസുകാർ മാത്രമായിരുന്നു അന്ന് ഇത്രയും പ്രദേശത്തിനായി ഉണ്ടായിരുന്നത്. പൊലീസിന്റെ തൊപ്പികണ്ടാൽ ആരും എഴുന്നേറ്റുപോകുന്ന 'ഭയം', അന്നത്തെ പൊലീസിന്റെ ശൗര്യംമൂലം സമൂഹത്തിലുണ്ടാക്കി. ഒരു സബ് ഇൻസ്പെക്ടർ പുതുതായി വന്നാൽ ആ നാട്ടുകാർക്ക് മുഴുവൻ നല്ലതുപോലെ ശാരീരികപീഡനം ഉണ്ടാക്കിയായിരിക്കും അയാൾ ജോലി തുടങ്ങുക. ഭയത്തിന്റെയും ഭീഷണിപ്പെടുത്തലിന്റെയും അടിസ്ഥാനത്തിലുള്ള പൊലീസ് സംവിധാനമാണ് ബ്രിട്ടീഷുകാർ ഇവിടെ രൂപപ്പെടുത്തിയത്. അതുകൊണ്ട് സബ് ഇൻസ്പെക്ടറുടെ തലവെട്ടം കണ്ടാൽ ആരും അനങ്ങാൻ പാടില്ല; പൊലീസ് സ്റ്റേഷൻ എന്നു പറഞ്ഞാൽ ആളുകൾ വിറയ്ക്കണം. അതിനാണ് പൊലീസ് സ്റ്റേഷനുമുന്നിൽ ഒരാളെ തോക്കും കൊടുത്ത് നിർത്തിയിരിക്കുന്നത്. ലോകത്തിലെ ഒരു ജനാധിപത്യ രാഷ്ട്രത്തിലും ഇല്ലാത്ത രീതികളാണിത്. ജനങ്ങളെ എന്തും ചെയ്യാൻ ശക്തിയുള്ളവരും അവരെ എന്തുചെയ്താലും ആരും ചോദിക്കയില്ലായെന്ന് ഉറപ്പുള്ളവരുമായിട്ടുള്ള ഒരു സംവിധാനത്തെയാണ് നാം അങ്ങനെ സൃഷ്ടിച്ചെടുത്തത്.

അഴിമതിക്കും വഴിയൊരുക്കി

ബ്രിട്ടീഷുകാർ പോയതിനുശേഷം പുത്തൻ ഭരണാധികാരികൾ വന്നപ്പോൾ, സ്വന്തം കാര്യം കാണാൻ രാഷ്ട്രീയക്കാർക്ക് മുഴുവൻ പൊലീസിൽ അഴിമതി നടത്താനുള്ള വഴിയും മാർഗ്ഗവും എല്ലാം പറഞ്ഞുകൊടുത്തത്, ഇവിടത്തെ പൊലീസുകാരാണ്. ജാമ്യം കൊടുക്കാതിരിക്കുക, കള്ളക്കേസ് ഉണ്ടാക്കുക, പന്തിയിൽ പക്ഷാഭേദം കാണിക്കുക ഇതൊക്കെ പണ്ടു മുതൽ പൊലീസിൽ നടമാടിയിരുന്ന കാര്യങ്ങളാണ്. സ്വാതന്ത്ര്യസമരസേനാനികൾ ആയിട്ടുള്ള രാഷ്ട്രീയക്കാർ പിന്നീട് അധികാരത്തിലേക്ക് കടന്നുകയറിയപ്പോൾ അവരെയൊക്കെ ഇതിലേക്ക് ആകർഷിക്കുകയും അനുയായികളെ വഴിതെറ്റിക്കുകയും ചെയ്തത് ഈ പൊലീസുകാരാണ്.

പൊലീസിന് സ്വാതന്ത്ര്യം വേണം എന്നാണ് എല്ലാവരും പറയുന്നത്. അങ്ങനെ സ്വാതന്ത്ര്യം കൊടുക്കുകയും പൊലീസിനുമേൽ ഒരു നിയ

ന്ത്രണവും ഉണ്ടാകാതിരിക്കുകയും ചെയ്താൽ പൊലീസ് തിരിച്ചുപോ കുന്നത് 1947 നു മുമ്പുള്ള അവസ്ഥയിലേക്കായിരിക്കും എന്നത് ഉറപ്പുള്ള കാര്യമാണ്. എന്താണ് സ്വാതന്ത്ര്യം?

'ഓട്ടോണമി' എന്ന വാക്ക് വളരെ അപകടകരമാണ്. ലോകത്ത് പൊലീസിന് ഓട്ടോണമി ഉള്ള ഒരു ഡെമോക്രസി പോലുമില്ല. പൊലീസിനുമേൽ യാതൊരു രാഷ്ട്രീയ നിയന്ത്രണവും പാടില്ല എന്നു ള്ള മനോഭാവം എല്ലാക്കാലത്തുമുണ്ടായിരുന്നു. 1947 നു മുമ്പ് മഹാപ്ര ഗൽഭന്മാരായ വൈസ്രോയിമാരും രാജാക്കന്മാരും പ്രഭുക്കന്മാരും ഗവർണർമാരും കളക്ടർമാരുമൊക്കെ നിയന്ത്രിച്ച പൊലീസായിരുന്നു ഈ നാട്ടിലെ എല്ലാ കൊള്ളരുതായ്മകളും നടത്തിക്കൊണ്ടിരുന്നത്. ആളു കളെ കൊല്ലുന്നതും ആളുകളെ ലോക്കപ്പിലിട്ട് ഇടിക്കുന്നതും ടോർച്ച റിങ് നടത്തുന്നതും അന്ന് പൊലീസിന്റെ പതിവായിരുന്നു.

രാഷ്ട്രീയ നിയന്ത്രണം എടുത്തുകളയുകയല്ല ഇതിനുള്ള പരി ഹാരം. പൊലീസിന് വേണ്ടത് പ്രൊഫഷണൽ ഇൻഡിപെൻഡൻസാ ണ്. പ്രൊഫഷണലായിട്ടുള്ള ഒരു സ്വാതന്ത്ര്യമാണ്. കേസുകൾ പ്രൊഫ ഷണലായിട്ടു അന്വേഷിക്കുന്ന, അത്തരത്തിൽ സമീപിക്കുന്ന, ചാർജ് ഷീറ്റ് തയ്യാറാക്കുന്ന, പൗരന്മാരിൽ യാതൊരു വേർതിരിവുകളോ രാഷ്ട്രീയ കക്ഷി വിവേചനമോ നോക്കാതെ, നിയമം നിഷ്പക്ഷമായി നടപ്പാക്കാ നുള്ള പ്രൊഫഷണൽ സ്വാതന്ത്ര്യമാണ് പൊലീസിന് കിട്ടേണ്ടത്. അല്ലാതെ പൊലീസിനെ പരിപൂർണ്ണമായി രാഷ്ട്രീയ നേതൃത്വത്തിൽ നിന്ന് മോചിപ്പിച്ചാൽ ജനങ്ങളോട് വളരെ മാന്യമായി ഇടപെടുന്ന ഒരു പൊലീസുകാരൻ ഉണ്ടാകും എന്നു വിചാരിക്കുന്നത് മൗഢ്യമാണ്. കാരണം പൊലീസിന്റെ അടിസ്ഥാനപരമായ സ്വഭാവങ്ങൾ അങ്ങനെ യാണ് രൂപപ്പെട്ടിട്ടുള്ളത്.

1863 നുശേഷമുള്ള കഴിഞ്ഞ നൂറ്റിഅറുപത്തഞ്ച് വർഷങ്ങളായിട്ട് പൊലീസിനെ സംബന്ധിച്ച കാര്യങ്ങളിൽ, പൊലീസിന് കിട്ടിക്കൊണ്ടി രിക്കുന്ന സാംസ്കാരിക മൂല്യങ്ങൾ എല്ലാം തന്നെ ജനവിരുദ്ധമാണ്. ഇവിടെ കുറച്ചുനാൾ പൊലീസിനു സ്വാതന്ത്ര്യം കിട്ടിയ ഉടനെ ആദ്യം ചെയ്തത്, എസ് ഐമാരെല്ലാം സ്റ്റേഷനിൽച്ചെന്ന് ആദ്യമേതന്നെ അവിടെ കിടന്ന കസേരകൾ എടുത്തുമാറ്റി എന്നതാണ്. ഇനി ഇവിടെയെങ്ങും ആരും ഇരിക്കേണ്ടെന്നു പറഞ്ഞു!

പൗരന്മാർ പൊലീസ് സ്റ്റേഷനിലേക്കു കടന്നുചെന്നാൽ അവിടെ അവ രുടെ അവകാശങ്ങൾ അംഗീകരിക്കപ്പെടണം. ആ അവകാശങ്ങൾ ധ്വംസി ക്കാനുള്ള അധികാരം പൊലീസിന് ഉണ്ടാകരുത്. പ്രൊഫഷണൽ സ്വാത ന്ത്ര്യം പൊലീസിനു കൊടുക്കുകയെന്നു പറഞ്ഞാൽ കേസന്വേഷിക്കാനും നിയമം നടപ്പാക്കാനുമുള്ള പ്രൊഫഷണൽ സ്വാതന്ത്ര്യമാണ്. അല്ലാതെ പൊലീസിന് ഒരു സ്വയംഭരണാവകാശം കൊടുക്കുന്ന വ്യവസ്ഥിതിയല്ല വിഭാവനം ചെയ്യുന്നത്. സ്വയം ഭരണാധിഷ്ഠിതമായ സ്വപ്നമാണ് പൊലീസിന് ഉള്ളതെങ്കിൽ അത് ജനാധിപത്യ വ്യവസ്ഥയിലുള്ള ഒരു

സങ്കല്പമല്ല.

വേണം പ്രൊഫഷണൽ സമീപനം

നമ്മുടെ പഞ്ചായത്തുകൾക്കും മുനിസിപ്പാലിറ്റികൾക്കും സമാനമായിട്ടുള്ള ഏജൻസികളാണ് പല വിദേശരാജ്യങ്ങളിലും പൊലീസിനെ നിയന്ത്രിക്കുന്നത്. പക്ഷേ, അവിടെ കക്ഷിരാഷ്ട്രീയത്തിന് അതീതമായി പ്രവർത്തിക്കാനുള്ള തൊഴിൽ സ്വാതന്ത്ര്യം (Professional Independence) പൊലീസിനു ലഭിക്കുന്നുണ്ട്. ഇവിടെ ആ പദം പോലും ഉപയോഗിക്കുന്നില്ല. പാശ്ചാത്യ രാജ്യങ്ങളിൽ തൊഴിൽ സ്വാതന്ത്ര്യത്തെക്കുറിച്ച് ആരും സംസാരിക്കുന്നില്ല. ഇവിടെ പൊലീസിനെ ആര് നിയന്ത്രിക്കണം എന്നുള്ളതാണ് ചർച്ച. ഡി ജി പി നിയന്ത്രിക്കണോ ആഭ്യന്തരമന്ത്രി നിയന്ത്രിക്കണോ എന്നുള്ളതാണ്. വാസ്തവത്തിൽ അതൊന്നുമല്ല ചർച്ച ചെയ്യേണ്ടത്. പൊലീസ് സ്റ്റേഷനിൽ ഒരു പൗരൻ കടന്നുചെന്നാൽ അയാളോട് പൊലീസ് പെരുമാറുന്നതും പരാതിയിൽ നടപടിയെടുക്കുന്നതും പ്രൊഫഷണലായിട്ടാണോ എന്നതാണ് ചർച്ചചെയ്യപ്പെടേണ്ടത്.

പ്രൊഫഷണൽ സമീപനമെന്നു പറഞ്ഞാൽ ഒരു രോഗിയെ ഡോക്ടർ സമീപിക്കുന്നതുപോലെയാണ്. രോഗിയെ ഡോക്ടർ പരിശോധിക്കുന്നതും മരുന്ന് എഴുതുന്നതും അയാളുടെ 'വ്യക്തിത്വം' നോക്കിയല്ല; രോഗത്തെ നോക്കിയാണ്. അതാണ് പ്രൊഫഷണൽ ജോലി എന്നു പറയുന്നത്. ആളും തരവും നോക്കി തീരുമാനങ്ങൾ എടുക്കുന്നത് പ്രൊഫഷണൽ സമീപനമല്ല. നമ്മുടെ പൊലീസ് നന്നാകണമെന്നുണ്ടെങ്കിൽ പൊലീസിനെ പ്രൊഫഷണൽ രീതിയിലേക്കു കൊണ്ടുവരുകയാണ് ചെയ്യേണ്ടത്. കാരണം 'അധികാരം', അത് ഇന്ത്യൻ പ്രസിഡന്റിന്റേതാകട്ടെ, സബ് ഇൻസ്പെക്ടറുടേതാകട്ടെ, എവിടെയെല്ലാം ഒരു സാധാരണ പൗരന് ചോദ്യം ചെയ്യാൻ കഴിയാത്ത അധികാരം ഉണ്ടോ അവിടെയെല്ലാം അത് ദുർവ്വിനിയോഗിക്കപ്പെടും. അധികാരം ജനങ്ങൾക്ക് ഭാരമായിട്ടുവരും. പ്രകാശ്സിംഗ് കേസിൽ അനുബന്ധമായി സുപ്രീംകോടതിയുടെ വിധിന്യായം ഈ അടുത്തദിവസം പുറത്തുവന്നു. അതിൽ പ്രധാനമായി പറഞ്ഞ കാര്യം 'താല്ക്കാലികമായി ഡി ജി പി' പാടില്ല എന്നാണ്. 'താൽക്കാലിക ഡി ജി പി'യെക്കുറിച്ച് ആരെങ്കിലും കേട്ടിട്ടുണ്ടോ? എന്തുകൊണ്ട് 'താല്ക്കാലിക ഡി ജി പി' പാടില്ലായെന്ന് സുപ്രീംകോടതി പറഞ്ഞു എന്നതിനെക്കുറിച്ച് ആരെങ്കിലും ഒരു നിമിഷം ചിന്തിച്ചിട്ടുണ്ടോ? താല്ക്കാലിക ഡി ജി പി സ്ഥാനം എന്ന സാഹചര്യം തന്നെ ഉണ്ടാക്കിയത് സുപ്രീംകോടതിയുടെ ഒരു വിധിയുടെ പ്രത്യാഘാതമായിട്ടാണ്. ബഹുമാനപ്പെട്ട സുപ്രീംകോടതി 2006 ൽ പ്രകാശ്സിങ് കേസിലെ വിധിയിൽ പറഞ്ഞിരിക്കുന്നത് ഡി ജി പിയെ രണ്ടുകൊല്ലത്തേക്ക് മാറ്റാൻ പാടില്ല, ഡി ജി പി റിട്ടയർ ചെയ്താലും അദ്ദേഹം ആ സ്ഥാനം ഒഴിയേണ്ട, രണ്ട് വർഷം പൂർത്തിയാകുന്നതുവരെ ആ സ്ഥാനത്ത്

ഡി ജി പി ക്ക് തുടരാം എന്നാണ്. പക്ഷേ, ഇതു ചർച്ച ചെയ്യപ്പെടേണ്ട ഒന്നാണ്. അതുകൊണ്ട് ഞാൻ പൊലീസ് ആക്റ്റ് ഡ്രാഫ്റ്റ് ചെയ്തപ്പോൾ റിട്ടയർ ചെയ്തു കഴിഞ്ഞാൽ ആരും ഡി ജി പി ആയി തുടരാൻ പാടില്ലായെന്ന് കൃത്യമായി എഴുതിവച്ചു. എന്റെ അഭിപ്രായത്തിൽ അത് ന്യായവുമാണ്.

തമിഴ്നാടും ആന്ധ്രാപ്രദേശും പോലുള്ള സംസ്ഥാനങ്ങളിൽ പൊലീസിന് വളരെ വലിയ രാഷ്ട്രീയ സ്വാധീനമാണുള്ളത്. അത് ഒരുപക്ഷേ, സ്വാഭാവികമാണ്. ഒരു രാഷ്ട്രീയ നേതാവ് മിസ്റ്റർ എക്സിനെ ഡി ജി പി ആയി വെച്ചാൽ അയാളുടെ ഭരണം 2015 വരെയുണ്ടെങ്കിൽ ആ ഭരണത്തിന്റെ അവസാനം വരെ പ്രസ്തുത വ്യക്തി ഡി ജി പിയായി വേണമെന്ന് നേതാവ് പറയും. അപ്പോൾ വർഷം 2010 മാത്രമേ ആയിട്ടുള്ളു എന്നു കരുതുക. ഒരുദ്യോഗസ്ഥൻ രണ്ടായിരത്തി പതിമൂന്നിൽ റിട്ടയർ ചെയ്യും. അപ്പോൾ എന്താണ് ചെയ്യേണ്ടതെന്ന് ഹോം സെക്രട്ടറിയോട് ചോദിക്കും. ഹോം സെക്രട്ടറി പറയും. “നമുക്ക് പ്രകാശ്സിംഗ് കേസിലെ വിധിന്യായം ഉണ്ട്. അതനുസരിച്ച് റിട്ടയർ ചെയ്താലും രണ്ടു വർഷം കൂടി ഡി ജി പിയായി തുടരാം. അങ്ങനെ ആ നിയമത്തെ കൂട്ടുപിടിച്ച് ഡി ജി പി യെ ആദ്യമൂന്നു വർഷത്തേക്ക് താൽക്കാലിക ഡി ജി പി ആയി നിയമിക്കുന്നു. പിന്നീട് റിട്ടയർ ചെയ്ത ദിവസം ഡി ജി പി ആയി നിയമിച്ച് രണ്ടു വർഷംകൂടി നല്കുന്നു.” ഇതനുസരിച്ച് ചില സ്ഥലങ്ങളിൽ നാലും അഞ്ചും വർഷക്കാലം ഒരാൾ തന്നെ ഡി ജി പിയായി തുടർന്നിട്ടുണ്ട്. ഈ രീതി വിവിധ സംസ്ഥാനങ്ങളിൽ ഇന്നും പിന്തുടരുന്നുണ്ട്. ഇതാണ് പ്രകാശ് സിംഗ് കേസിലെ വിധിന്യായം തെറ്റായി ഉപയോഗപ്പെടുത്തി ഇന്ത്യയ്ക്ക് ലഭിച്ച ഒരു പുതിയ പ്രതിഭാസം. ഇത് തെറ്റാണെന്നും തെറ്റായി വിനിയോഗിക്കപ്പെടുമെന്നും അന്നുതന്നെ പലരും ചൂണ്ടിക്കാണിച്ചിരുന്നു. കാരണം പൊലീസിൽ രാഷ്ട്രീയ മേലാളരുടെ പിന്തുണയുണ്ടെങ്കിൽ പിടിച്ചുകയറാൻ കഴിവുള്ളവരാണ് ഉദ്യോഗസ്ഥർ പലരും. അതുകൊണ്ടാണ് ‘രാഷ്ട്രീയക്കാരല്ല പൊലീസുകാരെ നശിപ്പിക്കുന്നത്;’ എന്ന് പറയേണ്ടിവരുന്നത്. മറിച്ച് പൊലീസുകാർ രാഷ്ട്രീയക്കാരെ ഉപകരണങ്ങളാക്കി സംവിധാനങ്ങളെ നശിപ്പിക്കുകയാണ് എന്നതാണ് യഥാർത്ഥത്തിൽ നാട്ടിൽ നടക്കുന്നത്. അത് തടയാൻ കഴിയണം.

സുപ്രീം കോടതി പറഞ്ഞാൽ നമ്മൾ എല്ലാം അനുസരിക്കാൻ ബാദ്ധ്യസ്ഥരാണ്. പക്ഷേ, 21 - 22 വയസ്സ് പ്രായത്തിൽ സർവ്വീസിൽ പ്രവേശിക്കുന്ന ഒരാൾക്ക് തന്റെ 36 വർഷത്തെ സർവ്വീസ് പൂർത്തിയാക്കി ഇറങ്ങുമ്പോൾ 2006 ലെ വിധിയനുസരിച്ച് വീണ്ടും രണ്ടുവർഷക്കാലത്തേക്ക് ഡി ജി പിയായി തുടരാം എന്ന സ്ഥിതിവിശേഷം വരുന്നു. ഇങ്ങനെയൊരു അവസ്ഥയിൽ ഇന്ത്യൻ പൊലീസ് സർവ്വീസിൽ കയറുന്ന എല്ലാവരും അൻപതു വയസ്സാകുമ്പോൾ മുതൽ അതിനുള്ള ചരടുവലി തുടങ്ങും. ഈ അവസ്ഥയിൽ നമ്മൾ ഇല്ലാതാകുമെന്ന് വിചാരിക്കുന്ന രാഷ്ട്രീയ ഇടപാടുകൾ വർദ്ധിക്കുമോ? തീർച്ചയായും വർദ്ധിക്കുക തന്നെ

ചെയ്യും. ഇതിനൊരു നിയന്ത്രണവും ഇല്ല.

സർവ്വീസിൽക്കയറി മുപ്പതുവർഷം കഴിഞ്ഞ ആർക്കും ഡി ജി പി യാകാം എന്ന ഒരു സാദ്ധ്യത തുറന്നിട്ടശേഷം ആ തുറന്ന വാതിലിലൂടെ സ്ഥാനമോഹികളായ ഏതെങ്കിലും ഒരു ഉദ്യോഗസ്ഥൻ ഞാനും കൂടി കടന്നുകൂടേണ്ടേയെന്ന് ആലോചിക്കുമ്പോൾ തെറ്റ് പറയാൻ കഴിയുമോ? അതിനായി എവിടെയെല്ലാം പിടിക്കാൻ പറ്റുമോ അവിടെയെല്ലാം അയാൾ പിടിക്കും.

നിയമനം യു പി എസ് സി വഴി

വളരെ നല്ല രീതിയിലുള്ള ഒരു പുനർവിചിന്തനം ഇവിടെ ആവശ്യ മാണ്. ബഹു: സുപ്രീം കോടതി തന്നെ അതിന്റെ ക്ലാരിഫിക്കേഷൻ നല്കേണ്ടതാണ് എന്നാണ് എനിക്ക് തോന്നുന്നത്. യൂണിയൻ പബ്ലിക് സർവ്വീസ് കമ്മീഷൻ (UPSC) വഴി നടത്തുകയാണ് വേണ്ടതെങ്കിൽ, യു പി എസ് സി വഴി അത്തരം ഒരു നിയമനം നടത്താൻ നിർബ്ബന്ധി ക്കാൻ സംസ്ഥാന സർക്കാരിന് നിയമപരമായ അധികാരമുണ്ടോ എന്ന് പരിശോധിക്കേണ്ടതായിട്ടുണ്ട്. യു പി എസ് സി സംസ്ഥാന സർക്കാർ ഒരു ജോലി ഏല്പിച്ചാൽ ചെയ്യേണ്ടതായിട്ടുണ്ട് എന്ന വിവക്ഷ നിയമ ത്തിലില്ല.

ഞാൻ ഉൾപ്പെടെയുള്ള ഐ പി എസ്, ഐ എ എസ്, ഐ എഫ് എസ് ഉദ്യോഗസ്ഥർക്ക് ഭരണഘടനാപരമായി സൃഷ്ടിക്കപ്പെട്ടിട്ടുള്ള എല്ലാ ചട്ടങ്ങളും എല്ലാ നിയമങ്ങളും ഉണ്ടാക്കാനുള്ള അധികാരം നിഷിപ്തമാ യിരിക്കുന്നത് കേന്ദ്രസർക്കാരിലാണ്. കേന്ദ്രസർക്കാർ ഇതിന് ഓൾ ഇന്ത്യാ സർവ്വീസ് ആക്റ്റ് ഉണ്ടാക്കിയിട്ടുണ്ട്. ആര് എപ്പോൾ ഡി ജി പി യാകണം, എസ് പി യാകണം, ഐ ജിയാകണം എന്നിവയെ സംബ ന്ധിച്ച് വ്യക്തമായ നിയമങ്ങളും അധികാരങ്ങളും നടപടിക്രമങ്ങളും നിയമപ്രകാരവും ചട്ടപ്രകാരവും ഉണ്ടാക്കിയെടുക്കാനുള്ള പൂർണ്ണ അധി കാരം കേന്ദ്ര ഗവൺമെന്റിൽ നിക്ഷിപ്തമാണ്. ഒരാൾക്ക് ഡി ജി പി റാങ്കി ലേക്ക് നിയമനം നല്കേണ്ടതു സംബന്ധിച്ച് ഒരു നിർദ്ദേശം സുപ്രീംകോടതി കൊടുത്താൽ അത് നടപ്പിൽ വരുത്തേണ്ടത് കേന്ദ്രസർക്കാരാണ്. കാരണം പ്രൊമോഷൻ സംബന്ധിച്ച നിയമങ്ങളും ചട്ടങ്ങളും സൃഷ്ടിക്കുന്നത് കേന്ദ്രസർക്കാരാണ്.

ഓൾ ഇന്ത്യ സർവ്വീസ് ആക്ട് അനുസരിച്ച് സംസ്ഥാനത്തെ മുഖ്യമന്ത്രി വിചാരിച്ചാൽ ഒരു ഐ പി എസ് ഓഫീസറെ കുറെ മാസങ്ങൾ സസ്പെൻഷനിൽ നിർത്താൻ കഴിയും. അത്രമാത്രമേ സംസ്ഥാനത്തിന് അധികാരമുള്ളൂ.

പൊലീസിന്റെ കാര്യക്ഷമത

നിയമം എന്തെന്ന് മനസ്സിലാക്കി, പൗരന്റെ അവകാശങ്ങൾ മനസ്സി

ലാക്കി, പെരുമാറുന്ന പൊലീസാണ് നമുക്ക് വേണ്ടത്. നിയമത്തിനപ്പുറം പ്രവർത്തിക്കുന്ന 'കാര്യക്ഷമത' നമുക്ക് വേണ്ട എന്നു പറയാൻ പൗരന്മാർക്ക് ധൈര്യം വേണം. പലപ്പോഴും പൗരന്മാർക്ക് വേണ്ടത് 'കാര്യസാദ്ധ്യ കാര്യക്ഷമത'യാണ്.

എന്താണ് നമ്മുടെ കാര്യക്ഷമത? എന്താണ് ശരി, എന്താണ് തെറ്റ് എന്നുള്ള തിരിച്ചറിവ് ബോധപൂർവ്വം ഉണ്ടാകണം. എത്ര ക്രൂരമായ കുറ്റകൃത്യം ചെയ്തവനാണെങ്കിലും അവനെ പൊലീസ് കസ്റ്റഡിയിൽ ഒന്നും ചെയ്യാൻ പാടില്ലെന്നും നിയമവിരുദ്ധമായി അവനെ പീഡിപ്പിക്കാൻ പാടില്ലായെന്നും തന്റേടമായി പറയാൻ കഴിയുന്ന മനുഷ്യരെയാണ് നമുക്ക് വേണ്ടത്. വലിയ മനുഷ്യാവകാശം പറയുന്ന ആളുകളാണ് പലപ്പോഴും ഹീനകൃത്യങ്ങളിലെ കുറ്റവാളിയെ പൊലീസ് പിടിക്കുമ്പോൾ അവരെ പിച്ചിച്ചീന്തണം, വലിച്ചുകീറി പൊരിക്കണം എന്നൊക്കെ പറയുന്നത്. എത്ര കഠിനമായ, ക്രൂരമായ ശിക്ഷാവിധി; ഇതൊക്കെ എങ്ങനെ പറയാൻ കഴിയുന്നു! നമ്മുടെ ആവശ്യം വരുമ്പോൾ, ഒരാൾ നമ്മുടെ ശത്രുവായി തീരുമ്പോൾ, അന്യനായ് തീരുമ്പോൾ മനുഷ്യാവകാശങ്ങൾ സംരക്ഷിക്കേണ്ടതില്ല, എന്ന പൊതുരീതി സമൂഹത്തിൽ വളർന്നുവരുന്നുണ്ട്. ഇന്നുകാണുന്ന എല്ലാ കാര്യങ്ങളും ഇതിന്റെ ലക്ഷണങ്ങളാണ്. ഇത് പൊലീസിലുമുണ്ട്.

പൊലീസ് സ്റ്റേഷൻ എന്നു പറഞ്ഞാൽ പൊലീസുകാരുടെ മാത്രം സ്ഥലമല്ല. അത് പൊതുജനങ്ങളുടെ സ്ഥലമാണ്. അത് പൊലീസുകാർക്ക് തീറെഴുതിക്കൊടുത്തിട്ടുള്ളതല്ല. ബസ് സ്റ്റേഷൻപോലെ, റെയിൽവേ സ്റ്റേഷൻപോലെ ഏത് സ്റ്റേഷനാണെങ്കിലും അത് നാട്ടുകാർക്ക് വേണ്ടിയുള്ളതാണ്. അതുപോലെയാണ് പൊലീസ് സ്റ്റേഷൻ.

നിയമപരമായ, നിയമവിരുദ്ധമല്ലാത്ത ഒരു ഉദ്ദേശ്യത്തിനുവേണ്ടി പൊലീസ് സ്റ്റേഷനിലേക്ക് കടന്നുചെല്ലുന്ന ഒരു പൗരനെ സ്വീകരിക്കാനുള്ള മൗലികമായ കർത്തവ്യം പൊലീസുകാർക്കുണ്ട്. അവിടെ കയറിച്ചെല്ലാനുള്ള അവകാശം പൗരനുമുണ്ട്. ഇത് പൊലീസ് ആക്ടിൽ വ്യവസ്ഥ ചെയ്തിട്ടുണ്ട്.

പരിഷ്കരണം വേണ്ടത് സമീപനത്തിൽ

പരിഷ്കരണം ഉണ്ടാകേണ്ടത് പൊലീസ് നിയമത്തിൽ മാത്രമല്ല; പൊലീസുകാരുടെ മനസ്സിലും നാട്ടുകാരോടുള്ള സമീപനത്തിലുമാണ്. ഇന്ത്യയിൽ ഇതുവരെ സൃഷ്ടിക്കപ്പെട്ട ഒരു പൊലീസ് ആക്ടിലും ടോർച്ചറിങ്ങിനെപ്പറ്റി പരാമർശമില്ല. കേരളത്തിൽ പൊലീസ് ആക്ടിൽ പറഞ്ഞിരിക്കുന്ന ഒരു നിർദ്ദേശം പൊലീസ് ഉദ്യോഗസ്ഥർ ടോർച്ചറിങ് നടത്തിയാലും അഴിമതി നടത്തിയാലും അതറിയുന്ന പൊലീസ് ഉദ്യോഗസ്ഥൻ അതിനെതിരായി റിപ്പോർട്ട് ചെയ്യണമെന്നാണ്. ചുരുക്കത്തിൽ പറഞ്ഞാൽ ഒരു ഡി വൈ എസ് പി കൈക്കൂലി വാങ്ങിയെന്ന് എസ് ഐ അറിഞ്ഞാൽ

ആ ഡി വൈ എസ് പിക്ക് എതിരായിട്ട് പരാതി പറയേണ്ട അധികാരം, അവകാശം, കടമ ഇവ മൂന്നും ഒരു സബ് ഇൻസ്പെക്ടർക്കുണ്ട്.

പൊലീസിന്റെ ദാസ്യവേല

ഇന്ത്യയിൽ പാസാക്കിയ ഒരേ ഒരു പൊലീസ് ആക്ടിൽ മാത്രമാണ് ദാസ്യവേല നിരോധനത്തെക്കുറിച്ച് പറഞ്ഞിരിക്കുന്നത്. അത് കേരളത്തിലേതിലാണ്. നമ്മുടെ പൊലീസ് ആക്ടിൽ വകുപ്പുകളുണ്ടായിട്ടും പൊലീസുകാരെക്കൊണ്ട് എന്തുകൊണ്ട് ദാസ്യവേല ചെയ്യിക്കുന്നു? കാരണം ഇങ്ങോട്ട് ചെയ്താൽ അങ്ങോട്ടും, അങ്ങോട്ട് ചെയ്താൽ ഇങ്ങോട്ടും, ഇരുകൂട്ടർക്കും പ്രയോജനമുണ്ട്. പൊലീസിലെ ഏറ്റവും വലിയ ദുഷിച്ച കൂട്ടുകെട്ട് അഴിമതി നടത്തുന്ന ഉദ്യോഗസ്ഥനും കീഴുദ്യോഗസ്ഥനും തമ്മിലുള്ള കൂട്ടുകെട്ടാണ്. ഇവർ തമ്മിലുള്ള കൊടുക്കൽ വാങ്ങലുകളാണ്. അതിലുള്ള പരസ്പര തർക്കങ്ങളാണ് യഥാർത്ഥത്തിൽ പൊലീസിലെ നിക്ഷിപ്തതാൽപ്പര്യങ്ങൾക്കു പിന്നിൽ.

ഡി ജി പി യായിരിക്കുന്ന ഞാനും എന്റെ സബോർഡിനേറ്റായി, ഐ ജിയായിരുന്ന ഒരാളും തമ്മിലുള്ള ബന്ധം ഒരു ലോയൽറ്റിയുടെ ബന്ധമായിരിക്കണോ? ഈ രാജ്യത്തെ എല്ലാ അധികാരശ്രേണികളും ഭരണഘടനാധിഷ്ഠിതമാണ്; മറിച്ച് ലോയൽറ്റിക്കുവേണ്ടിയുള്ളതല്ല. യഥാർത്ഥത്തിൽ ഇവിടെ ജോലിചെയ്യുന്ന പബ്ലിക് സർവ്വന്റ്സ് എല്ലാംതന്നെ, ഈ രാജ്യത്തെ ജനങ്ങളോട് പ്രതിബദ്ധതയുള്ളവരായിക്കണം. 'ലോയൽറ്റി' എന്നുപറയുന്നത് രാജ്യത്തെ ഭരണഘടനയോടും ഭരണഘടനാനുസൃതമായ കാര്യങ്ങളോടുമാണ്. അല്ലാതെ വ്യക്തികളോടല്ല. വ്യക്തികളോടുള്ള ലോയൽറ്റി എന്നുപറയുന്നത് അപകടകരമാണ്. വ്യക്തിപരമായ ലോയൽറ്റി ഊട്ടിവളർത്തുന്നതാണ് നേരത്തെ പറഞ്ഞ ദാസ്യവേല. "സാറെ, സാറിന്റെ കൊച്ചിനെ ഞാൻ പണ്ട് എടുത്തുകൊണ്ട് നടന്നതല്ലേ?" എന്നു പറഞ്ഞതിനുശേഷം "ഞാൻ ഒരുത്തനെ അടിച്ചു പോയി, ക്ഷമിക്കുക" എന്നുപറയുന്നതാണ് ഇന്നത്തെ രീതി. നമ്മുടെ വീട്ടിൽ നിന്നതിനുശേഷം നമ്മുടെ പ്രിയപ്പെട്ട കുഞ്ഞിനെ വളരെ വർഷക്കാലം നോക്കിയ പൊലീസുകാരൻ ഹെഡ്കോൺസ്റ്റബിളും എ എസ് ഐയും ആയതിനുശേഷം അവൻ വഴിയിൽ നില്ക്കുന്ന പൊലീസുകാരനെ തെറി പറയുമ്പോൾ നാം എന്തു നടപടിയാണ് എടുക്കാൻ പോകുന്നത്; ഒരു നടപടിയും എടുക്കുകയില്ല. ദാസ്യവേല എന്നുപറയുന്നതിൽ 'വേല' മാത്രമല്ല, 'പല വേലകളും' അതിലുൾപ്പെടും. ഇതിനെതിരെ ജന മനസ്സാക്ഷി ഉണരേണ്ടതാണ്.

കേരളത്തിലെ പൊലീസുകാരുടെ ഗുണനിലവാരം വളരെ വലുതാണ്, ഇവിടത്തെയത്ര ബൗദ്ധിക-മാനസിക ഗുണനിലവാരമുള്ള പൊലീസുകാർ ലോകത്തൊരിടത്തുമില്ല. ഇത് ഞാൻ എവിടെയും പറയും. നിലവിൽ പൊലീസിലേക്ക് തെരഞ്ഞെടുക്കപ്പെടുന്ന ആളുകളുടെ വിദ്യാ

ഭ്യാസം അടക്കമുള്ള യോഗ്യതകൾ, അവർ കടന്നുവന്ന പ്രക്രിയ ഇതെല്ലാം പ്രത്യേക പരിഗണനാവിഷയങ്ങളാണ്. പബ്ലിക് സർവ്വീസ് കമ്മീഷൻ നടത്തുന്ന രണ്ടോ മൂന്നോ ലക്ഷം പേർ എഴുതിയ കഠിന മായ പരീക്ഷയിലൂടെ വിജയിച്ചുവന്ന്, കഠിനമായ കായിക പരിശീലന ത്തിലൂടെ കടന്നുവന്ന അഭ്യസ്തവിദ്യരായ ആയിരക്കണക്കിന് ചെറുപ്പ ക്കാരാണ് ഇന്ന് പൊലീസ് സേനയിലേക്ക് കടന്നുവരുന്നത്. അതുകൊണ്ട് ദാസ്യവേല ചെയ്യിക്കുന്നതിൽ എന്ത് നീതിന്യായമാണുള്ളത്. ആരെ ങ്കിലും ദാസ്യവേല ചെയ്യുന്നുണ്ടെങ്കിൽ, ആരെങ്കിലും ദാസ്യവേല ചെയ്യി പ്പിക്കുന്നുണ്ടെങ്കിൽ രണ്ടുകൂട്ടരും ഒരുപോലെ ശിക്ഷാവിധിക്കർഹരാണ്.

സർവ്വീസിൽ കയറുന്ന ദിവസം മുതൽ, തന്റെ പരിശീലനകാലം തുടങ്ങുന്ന അന്നുമുതൽ ഒരു പൊലീസുകാരന്റെ ശമ്പളം ഇരുപത്തി അയ്യായിരം രൂപയാണ്. അത്രമാത്രം ഡിഗ്നിഫൈഡ് ആയിട്ടുള്ള ഒരു ജോലിയാണിത്. സർവ്വീസിൽ കയറുന്ന ഏതൊരു പൊലീസുകാരനും കേരളത്തിൽ റിട്ടയേഡ് ആകുന്നത് ഒരു സബ് ഇൻസ്പെക്ടർ ആയിട്ടാ യിരിക്കും. എന്റെ സർവ്വീസ് കാലഘട്ടത്തിൽ ഞാൻ മറ്റൊന്നും ചെയ്തി ട്ടില്ല എന്ന് പറഞ്ഞാൽപ്പോലും എല്ലാ പൊലീസുകാരും സർവ്വീസിൽനിന്ന് വിരമിക്കുന്നത് എസ് ഐ ആയിട്ടാണെന്നു ഉറപ്പാക്കാൻ കഴിഞ്ഞു എന്നുപറയാൻ സാധിക്കുന്നു എന്നതിൽ ഞാൻ അഭിമാനിക്കുന്നു. അതി നുള്ള സംവിധാനം ഏർപ്പെടുത്തിയിട്ടുണ്ട്. ഇന്ത്യയിൽ മറ്റൊരിടത്തും ഇത് നടപ്പിലായിട്ടില്ല.

നിലവിൽ ഇന്ത്യയിൽ 21 ലക്ഷം പൊലീസുകാരുണ്ട്. ഞാൻ സർവ്വീ സിൽ കയറുമ്പോൾ അത് ഏഴു ലക്ഷമേ ഉണ്ടായിരുന്നുള്ളു. നിലവി ലുള്ള 21 ലക്ഷത്തിൽ രണ്ടേകാൽ ലക്ഷം ആളുകൾ നേരത്തെ പറഞ്ഞ ദാസ്യവേലക്ക് സമാനമായജോലികൾ ചെയ്തുകൊണ്ടിരിക്കുകയാണ്. ഈ രാജ്യത്ത് ഏതാണ്ട് ആറുലക്ഷം ഗ്രാമങ്ങളുണ്ട്. ഓരോ ഗ്രാമത്തിലും ഒരു പൊലീസുകാരൻ ആഴ്ചയിലൊരിക്കൽ ചെല്ലണമെന്നുണ്ടെങ്കിൽ എത്ര പൊലീസുകാർ വേണമെന്ന് ഊഹിക്കാം. ഒരു ഗ്രാമത്തിൽ ഒരു പൊലീസുകാരൻ ആഴ്ചയിലൊരിക്കൽ ചെല്ലണം. അവിടെ ഗ്രാമവാസി കൾക്ക് സെക്യൂരിറ്റി ഉണ്ടോയെന്ന് അന്വേഷിക്കണം. അവിടെ മനുഷ്യരെ ചുട്ടുകരിക്കുന്നുണ്ടോ എന്നും തല്ലിക്കൊല്ലുന്നുണ്ടോയെന്നും അറിയണം. പക്ഷേ, പൊലീസ് അവിടേക്ക് ചെല്ലാറില്ല.

ഒരു പൊലീസുകാരൻ ഒരു ഗ്രാമത്തിൽ ആഴ്ചയിലൊരിക്കൽ ചെല്ല ണമെന്നുണ്ടെങ്കിൽ അതിന് ഒന്നേകാൽ ലക്ഷം പൊലീസുകാർ മതി. രണ്ടേകാൽലക്ഷം പൊലീസുകാരാണ് ദാസ്യസമാനവേല ചെയ്യേണ്ടിവ രുന്നത്. അവിടങ്ങളിൽ ഡി ജി പിക്ക് മുപ്പതും ഐ ജിക്ക് ഇരുപതും എന്നിങ്ങനെയാണ് ദാസ്യസമാനവേലക്കാർ. അതുവച്ചു നോക്കുമ്പോൾ ഇവിടെ എത്രയോ ഭേദം?

ഉത്തരേന്ത്യയിൽ എസ് പിയുടെ കോമ്പൗണ്ടിൽ ആറോ, ഏഴോ ഏക്കർ സ്ഥലം കാണും. അവിടങ്ങളിൽ ഗോതമ്പായിരിക്കും കൃഷി ചെയ്യു

ന്നത്. അത് മുഴുവൻ പൊലീസുകാരാണ് ചെയ്യുന്നത്. എസ് പി സ്ഥലം മാറിപ്പോയാൽ ഒരു അലിഖിത ചട്ടം ഉണ്ട്. വിതയ്ക്കുന്നവൻ കൊയ്യും. വിതച്ചുകഴിഞ്ഞാണ് ട്രാൻസ്ഫറെങ്കിൽ ജോലി ചെയ്യുന്ന പുതിയ ജില്ലയിൽ വിശ്വസ്തരായ പൊലീസുകാർ ആ കൊയ്ത്തിന്റെ ഫലങ്ങൾ പുതിയസ്ഥലത്ത് എത്തിക്കും. ഇതൊക്കെയാണ് അവിടങ്ങളിൽ നടക്കുന്നത്.

പൊലീസുകാർ ഇങ്ങനെ നിയോഗിക്കപ്പെടുന്നതുകൊണ്ട് ക്രമസമാധാനപാലന രംഗത്തും ട്രാഫിക് പാലനത്തിനുമൊക്കെ ആളുകളില്ലാതാകുന്നു. മന്ത്രിമാരുടെ പേഴ്സണൽ സെക്യൂരിറ്റിയെന്നുപറഞ്ഞ് ഒന്നൊന്നര ലക്ഷം പൊലീസുകാരാണ് അദർ ഡ്യൂട്ടിക്കാരായി മാറുന്നത്. ക്രൊയേഷ്യയുടെ പ്രസിഡന്റിന്റെ സെക്യൂരിറ്റി ഈയിടെ നാം കണ്ടതല്ലേ. അവർക്ക് ഒരു പ്രത്യേക സുരക്ഷിതത്വവും വേണ്ട. ലക്ഷോപലക്ഷം ആളുകൾക്ക് മീതെയുള്ള സദസ്സിൽ മൂന്നു രാജ്യങ്ങളുടെ പ്രസിഡന്റുമാർ, വീറ്റോപവർ ഉള്ള രണ്ട് രാജ്യങ്ങളുടെ നേതാക്കന്മാർ-റഷ്യൻ പ്രസിഡന്റ്, ഫ്രാൻസിന്റെ പ്രസിഡന്റും. അവരെക്കൂടാതെ ക്രൊയേഷ്യയുടെ ലേഡിപ്രസിഡന്റും. അവർക്കൊരു പൊലീസുകാരന്റെ പോലും അകമ്പടി ഇല്ലാതിരുന്നത് നമ്മൾ കണ്ടതാണ്. ആ സ്ഥാനത്താണ് ഇവിടെ ഇന്ത്യയിൽ ഒന്നരലക്ഷം പൊലീസുകാരുടെ ദാസ്യസമാനവേല. ഇതൊക്കെ ഒഴിവാക്കേണ്ടതാണ്.

കേസുകളുടെ പ്രളയം എന്തുകൊണ്ട്?

കേരളത്തിലാണ് പൊലീസ് ഏറ്റവും കൂടുതൽ കേസെടുക്കുന്നത്. തന്മൂലം കേസുകൾ പെരുകുന്നു. നേരെ ലണ്ടനിൽ പോകുക. തുടർന്ന് യു പിയിലും. യു പി പൊലീസിന് കേസേയില്ല. അടിപിടിക്കേസുകൾ ഇല്ല. കൊലപാതകവും കൈയേറ്റവും ഉണ്ട്. പഞ്ചാബിൽ 3700 പേരാണ് 2015 ൽ റോഡപകടങ്ങളിൽ മരിച്ചത്. പക്ഷേ, ട്രാഫിക് അപകടങ്ങൾ ഉണ്ടായത് അതിലും കുറവാണ്. കാരണം, അവരുടെ രേഖകളിൽ ചെറിയ അപകടങ്ങളിൽ കേസെടുക്കില്ല. ഇന്ത്യ മുഴുവനുമുള്ള കുഴപ്പമാണത്. “എന്റെ ജില്ലയിൽ കേസുകുറവാണ്, എന്റെ പഞ്ചായത്തിൽ കേസുകുറവാണ്, എന്റെ സംസ്ഥാനത്ത് കേസുകുറവാണെന്ന് ” പറയുവാൻ വേണ്ടി കേസുകൾ എടുക്കുകയില്ല. പക്ഷേ, ഞാൻ ഡി ജി പി ആയപ്പോൾ പറഞ്ഞു. “നിങ്ങൾ ധാരാളം കേസുകൾ എടുക്കുക. ഞാൻ ചാർജ്ജെടുത്ത സമയത്ത് ഒന്നരലക്ഷം കേസുകൾ മാത്രമാണുണ്ടായിരുന്നത്. ചാർജ് വിട്ടപ്പോൾ മൂന്നുവർഷം കൊണ്ട് പ്രതിവർഷം നാലരലക്ഷം കേസുകളുണ്ടായി. കേസുകളെടുക്കുക തന്നെ ചെയ്യണം. അതാണ് ശരി.

ലോകത്തിലേക്ക് വച്ച് ഏറ്റവും കുറവ് കൊലപാതകങ്ങൾ ഉള്ള സ്ഥലങ്ങളിലൊന്നാണ് കേരളം. 2017 ൽ കേരളത്തിൽ 307 കൊലപാതകക്കേസുകൾ ഉണ്ടായപ്പോൾ, അടിപിടി കേസുകൾ ഇരുപത്തയ്യായിരം ആയിരുന്നു. ആറുകോടി ജനങ്ങൾ ഉള്ള ബ്രിട്ടണിൽ എഴുന്നൂറിൽ പരം

കൊലക്കേസുകൾ എടുത്തപ്പോൾ അവിടെയുണ്ടായ അടിപിടിക്കേസു കൾ 1,77,000 ആണ്. എന്നുവച്ച് സായിപ്പുമാർ തമ്മിൽ എപ്പോഴും അടി പിടിയാണെന്ന് വിചാരിക്കരുത്. ലോകത്തിലേക്ക് ഏറ്റവും കൂടുതൽ സ്ത്രീകൾക്ക് സുരക്ഷിതമായ സ്ഥലം സ്വീഡൻ ആണെന്ന് ഫെയ്സ്ബുക്കിൽ ധാരാളം പോസ്റ്റുകളുണ്ട്. എന്നാൽ ഏറ്റവും കൂടിയ തോതിൽ റേപ്പ് കേസുകൾ രജിസ്റ്റർ ചെയ്തിട്ടുള്ള സ്ഥലവും സ്വീഡൻ ആണ്. എന്നുവച്ചാൽ ഒരു സ്ത്രീയുടെ ശരീരത്തിൽ സ്പർശിച്ചാൽ പോലും അതിന്റെ പേരിൽ കേസുണ്ടായതുതന്നെ. പൊലീസ് സ്റ്റേഷ നിൽ പോയി ഒരു സ്ത്രീ പരാതിപ്പെട്ടാൽ കേസ് എടുത്തിരിക്കും. പ്രതിയെ പിടിച്ചിരിക്കും. ശിക്ഷിച്ചിരിക്കും. അതുകൊണ്ട് സ്വീഡനിൽ സ്ത്രീകൾ സുരക്ഷിതർ. ഇന്ത്യയിൽ കേസെടുക്കണോ വേണ്ടയോ എന്ന് ചിന്തിച്ച് ചിന്തിച്ച് അവസാനം വരെ അപമാനഭയംമൂലം സ്ത്രീകൾ തന്നെ കാര്യം മൂടി വയ്ക്കും!

ഫ്രീയായിട്ട് കേസുകൾ രജിസ്റ്റർ ചെയ്യുന്ന രീതിയാണ് നമുക്ക് വേണ്ടത്. കുറ്റകൃത്യങ്ങളാണ് കുറയേണ്ടത്; അല്ലാതെ കേസുകളല്ല. ഈ വ്യത്യാസം നിയമത്തിൽ എഴുതി വച്ചിരിക്കുന്ന ഏക പൊലീസ് ആക്ട് കേരളത്തിന്റേതാണ് എന്നതും പ്രത്യേകം പ്രസ്താവ്യമാണ്.

സ്റ്റേഷനിൽ ഒരു പൗരൻ പരാതിപറഞ്ഞാൽ ആ പരാതി റെക്കോർഡ് ചെയ്ത് കേസെടുക്കുക എന്നുള്ളത് ഒരു പൗരന്റെ അവകാശത്തിന്മേൽ സബ് ഇൻസ്പെക്ടർ പ്രകടിപ്പിക്കുന്ന ഏറ്റവും മൗലികവും പ്രാഥമിക വുമായിട്ടുള്ള വിധേയത്വമാണ്. പൗരന്റെ അവകാശങ്ങൾ നിറവേറ്റുന്ന പൊലീസാണ് യഥാർത്ഥ പൊലീസ്. പൗരന്റെ അവകാശങ്ങൾ അടിച്ച മർത്തുന്നതിലെ വ്യഗ്രതയല്ല പൊലീസിന്റെ തൊഴിൽ സ്വാതന്ത്ര്യത്തിന്റെ അടയാളം. മറിച്ച് പൗരന്റെ അവകാശങ്ങളോട് വിധേയത്വം കാണിക്കുക -അത് നമ്മുടെ പൊലീസുകാരുടെ മനസ്സിൽ സൃഷ്ടിച്ചെടുക്കാൻ നമുക്ക് സാധിക്കണം. അങ്ങനെയെങ്കിൽ ദാസ്യവേല ഇല്ലാതാകും. ഒരാൾ മിസ്സിങ് ആയി എന്നുപറയുമ്പോൾ ഒരാഴ്ച കഴിഞ്ഞ് വരാൻ പറയുന്നത് ശരി യല്ല. ബ്രിട്ടണിൽ ഒരു വർഷം മൂന്നുലക്ഷം മിസ്സിങ് കേസുകളാണ് രജി സ്റ്റർ ചെയ്യുന്നത്. കേരളത്തിൽ ഇത് നാലായിരം ആണ്.

യു പിയിൽ പത്തു വർഷംമുമ്പ് മുപ്പത്തിയാറ് കുട്ടികൾ പല വർഷ ങ്ങളിലായി കൊല്ലപ്പെട്ടു. പക്ഷേ ഒരാൾക്കുപോലും 'കാണാനില്ല' എന്ന രീതിയിൽ കേസില്ലായിരുന്നു. കേരളത്തിൽ പക്ഷെ ഒരു അമ്മയോ ഒരു കുട്ടിയോ പരാതി പറഞ്ഞാൽ അപ്പോൾ മുതൽ കേസെടുത്ത് അന്വേ ഷണം തുടങ്ങുകയാണ്. കേസുകൾ കുറയുന്ന സംസ്ഥാനമായല്ല, മറിച്ച് കുറ്റകൃത്യങ്ങൾ കുറയുന്ന സംസ്ഥാനങ്ങളായി നമുക്ക് വളരാൻ സാധി ക്കണം. പൊലീസ് സ്റ്റേഷനിൽ ചെല്ലുന്നവർക്ക് പൊലീസിൽനിന്ന് മോശം സമീപനം ഉണ്ടായാൽ പൊലീസിനെക്കുറിച്ച് പരാതി പറയുവാനും ആ പരാതി ഉടൻ അന്വേഷിക്കാനും സംവിധാനം ഉണ്ടാകണം. ജില്ലാതല ത്തിലും സംസ്ഥാന തലത്തിലും പൊലീസ് കംപ്ലൈന്റ് അതോറിറ്റി

സൃഷ്ടിക്കപ്പെട്ടിരിക്കുന്ന ഇന്ത്യയിലെ ഏക സംസ്ഥാനം കേരളമാണ്. ഒരു സംസ്ഥാനത്ത് പൗരന് പൊലീസിനെക്കുറിച്ച് ഒരു പരാതി ഉണ്ടാ യാൽ ആ പരാതി ഉടനെ അന്വേഷിക്കപ്പെടണം. പരാതി അന്വേഷിക്കാൻ ശക്തമായ രീതിയിൽ അക്കൗണ്ടബിലിറ്റി കമ്മീഷൻ രൂപവൽക്കരിക്ക പ്പെടണം. കമ്മീഷന്റെ കീഴിൽ തന്നെ പൊലീസിന്റെ അതിക്രമങ്ങൾ അന്വേഷിക്കുകയും അതിന്റെ തെളിവ് ശേഖരിക്കുകയും ചെയ്യണം.

ആളുകൾ സമീപിക്കുമ്പോൾ അവരുടെ ആവശ്യങ്ങളിൽ പ്രതിക രിക്കുകയും നിയമപരമായ പരിഹാരം ഉണ്ടാക്കിക്കൊടുക്കുകയും ചെയ്താൽ കേരളത്തിലെ പൊലീസ്സേന ഏറ്റവും നന്നാവും എന്നതിൽ എനിക്ക് സംശയമില്ല. പൊലീസ് ആക്ട് അതിന്റെ പരിപൂർണ്ണതയിലേക്ക് എത്തിച്ചേരണമെന്നുണ്ടെങ്കിൽ അങ്ങനെയൊരു വളർച്ച അനിവാര്യമാണ്.

കുറ്റാന്വേഷണവും മൂന്നാംമുറയും

അന്വേഷണസമയത്ത് കസ്റ്റഡിയിലുള്ള ആളിനെ പീഡിപ്പിച്ച് വിവരങ്ങൾ ശേഖരിക്കുന്ന പ്രക്രിയയാണ് മൂന്നാംമുറ. പ്രാകൃതവും വികലവും സംസ്കാരശൂന്യവുമായ ഒരു അന്വേഷണരീതിയാണിത്.

മൂന്നാംമുറ എന്ന ക്രിമിനൽ കുറ്റം

പ്രതിയെ പീഡിപ്പിക്കുന്നത് നിയമവിരുദ്ധമാണെന്ന് 1860 ൽ പ്രാബല്യത്തിൽ വന്ന ഇന്ത്യൻ പീനൽകോഡിൽ പ്രത്യേകം എഴുതി ചേർത്തിട്ടുണ്ട്. ഐ പി സി 330-ാം വകുപ്പ് അനുസരിച്ച് തെളിവ് ശേഖരിക്കുന്നതിന് ഒരു പൊലീസ് ഉദ്യോഗസ്ഥൻ ആരെയെങ്കിലും പീഡിപ്പിച്ചാൽ അത് ഏഴു കൊല്ലംവരെ തടവുശിക്ഷ കിട്ടാവുന്ന കുറ്റമാണ്.

കാട്ടുനീതിയുടെ തുടർച്ച

ശാരീരികമായി പീഡിപ്പിച്ച് കുറ്റാന്വേഷണം നടത്തുന്ന പ്രാകൃത കാട്ടുനീതി അധികാരത്തിന്റെ മറവിൽ പലരും പ്രയോഗിച്ചിരുന്നതുകൊണ്ടായിരിക്കണം ഇത് ഒരു പ്രത്യേക കുറ്റകൃത്യമായി 19-ാം നൂറ്റാണ്ടിന്റെ മദ്ധ്യത്തിൽത്തന്നെ നിയമത്തിൽ എഴുതിച്ചേർക്കപ്പെട്ടത്. വെല്ലുവിളിക്കപ്പെടാത്ത അധികാരപ്രയോഗത്തിന്റെ ഭാഗമായി നടത്തിക്കൊണ്ടിരുന്ന ക്രൂരമായ മൂന്നാംമുറയെക്കുറിച്ചുള്ള അറിവ് സമൂഹത്തിൽ നിലനിന്നിരുന്നു. നിർഭാഗ്യവശാൽ സംഘടിത പൊലീസ് സേന നിലവിൽവന്നപ്പോൾ മുതൽ അത്തരം പ്രാകൃതരീതികൾ കാര്യസാദ്ധ്യത്തിന് നല്ലതാണ് എന്ന പേരിൽ പഴയ കാലത്ത് വ്യാപകമായും പില്ക്കാലത്ത് ഗോപ്യമായും പ്രായോഗിക്കപ്പെട്ടു.

മൂന്നാംമുറ, പൊലീസ് കർത്തവ്യങ്ങളുടെ ലംഘനം

പൗരന്മാരുടെ ജിവൻ സംരക്ഷിക്കാൻ ഭരണകൂടത്തിന് ബാദ്ധ്യതയുണ്ട്. ഏത് സാഹചര്യത്തിലും പാലിക്കപ്പെടേണ്ട അലംഘനീയമായ മനുഷ്യാവകാശമാണ് മൂന്നാംമുറയ്ക്കെതിരെയുള്ള അവകാശം. ആഗോളമനുഷ്യാവകാശ പ്രഖ്യാപനത്തിൽ 1948 ൽ ഇന്ത്യ ഒപ്പുവച്ചതിന് ശേഷമാണ് പ്രസ്തുത അവകാശങ്ങൾ ഉൾപ്പെടുന്ന ഭരണഘടന പ്രാബല്യത്തിൽ വന്നത്. ശാരീരികപീഡനം പൗരന്റെ ജീവനെതിരായ ഭീഷണിയാണ്. കുറ്റാന്വേഷണസമയത്ത് പ്രതിയെ മൂന്നാംമുറയ്ക്ക് വിധേയമാക്കാൻ ഒരു നിയമവും ഒരു സന്ദർഭത്തിലും അനുവദിക്കുന്നില്ല. അതുകൊണ്ട് മൂന്നാംമുറ ജീവൻ സംരക്ഷിക്കാനുള്ള പൊലീസിന്റെ കടമയുടെ നഗ്നമായ ലംഘനമാണ്.

ഭരണഘടന എല്ലാവർക്കും ബാധകം

ഭരണഘടനയുടെ പരിരക്ഷ എല്ലാ പൊലീസ് ഉദ്യോഗസ്ഥർക്കും ലഭിക്കുന്നുണ്ട്. മൂന്നാംമുറ ഭരണഘടനയ്ക്ക് എതിരാണെന്ന് പറയുമ്പോൾ ഭരണഘടന അനാവശ്യമായ ചില അവകാശങ്ങൾ കള്ളന്മാർക്കും കൊള്ളക്കാർക്കും നല്കിയിട്ടുണ്ട് എന്ന അഭിപ്രായം മൂന്നാംമുറയുടെ രഹസ്യസ്തുതിപാഠകർ പ്രകടിപ്പിക്കാറുണ്ട്. നിയമത്തിന്റെ മുന്നിലെ തുല്യത, ഭരണകൂടത്തിന്റെ കീഴിൽ ജോലി ചെയ്യാനുള്ള പൗരന്റെ അവകാശം, ന്യായമായ രീതിയിൽ ഉദ്യോഗനിയമനം നടത്താനുള്ള സർക്കാരിന്റെ ബാദ്ധ്യത, അറിയാനുള്ള അവകാശം ഇവയെല്ലാം ഒരു പരിഷ്കൃത സമൂഹത്തിൽ പൊലീസുകാർ ഉൾപ്പെടെയുള്ള എല്ലാ ആളുകളും അനുഭവിക്കുന്ന സൗഭാഗ്യങ്ങളാണ്. ഇവയിൽ പലതും നമ്മുടെ പിതാമഹന്മാർക്ക് ലഭിച്ചിരുന്നില്ല. ഭരണഘടന നല്കുന്ന ഉറപ്പുകളുടെ പരിരക്ഷ നാം സ്വയം ആസ്വദിക്കുമ്പോൾ അതേ ഭരണഘടന മറ്റുള്ളവർക്ക് നല്കുന്ന പരിരക്ഷ നമ്മുടെ അധികാരപ്രമത്തതമൂലം അവർക്ക് നഷ്ടപ്പെടാതിരിക്കാൻ നാം ശ്രമിക്കണം.

ചികിത്സ രോഗത്തേക്കാൾ അപകടം

കുറ്റകൃത്യങ്ങൾ തെളിയിക്കാനുള്ള കാര്യക്ഷമമായ മാർഗ്ഗമാണ് മൂന്നാംമുറ എന്ന് പലരും പറയുന്നുണ്ട്. മോഷണം തെളിയിക്കുന്നതാണ് ഈ ന്യായീകരണത്തിന്റെ സ്ഥിരമായ ഉദാഹരണം. മോഷണം മൂന്നു വർഷം തടവുശിക്ഷ ലഭിക്കാവുന്ന ഒരു ക്രിമിനൽ കുറ്റമാണ്. ഒരു പൊലീസ് ഉദ്യോഗസ്ഥൻ മോഷണമുതൽ കണ്ടുപിടിക്കുന്നതിനുവേണ്ടി മൂന്നാംമുറ ഉപയോഗിക്കുമ്പോൾ ഏഴുകൊല്ലം തടവ് ശിക്ഷ ലഭിക്കാവുന്ന പീഡന കുറ്റമാണ് അയാൾ ചെയ്യുന്നത്. കുറ്റം തെളിയിക്കാൻ വേണ്ടി കുറ്റകൃത്യത്തേക്കാൾ കഠിനമായ കുറ്റം അയാൾ ചെയ്യുന്നു. മാത്രമല്ല, ആ ഉദ്യോഗസ്ഥൻ അക്കാര്യം കോടതിയിൽനിന്നും മറച്ച് പിടക്കേണ്ടതായിട്ടുണ്ട്. ധാരാളം വ്യാജരേഖകൾ കോടതിയിൽ ഹാജരാക്കാൻ ആ ഉദ്യോഗസ്ഥൻ

നിർബ്ബന്ധിതനാകുന്നു. കള്ളസാക്ഷി പറയേണ്ടതായും വരും. അങ്ങനെ ഗുരുതരമായ ക്രിമിനൽ കുറ്റങ്ങളുടെ ശൃംഖലയാണ് ആ ഉദ്യോഗസ്ഥൻ സ്വയം സൃഷ്ടിക്കുന്നത്. ഇത്തരം ക്രിമിനൽ കുറ്റങ്ങൾ ചെയതതു മറച്ചുവച്ച്, അന്വേഷണ വൈദഗ്ദ്ധ്യമാണ് മൂന്നാംമുറയിലൂടെ പ്രകടമായത് എന്ന് ഊറ്റം കൊള്ളുന്ന ഉദ്യോഗസ്ഥൻ സേനയുടെ സൽപ്പേരില്ലാതാക്കുന്നു.

പലപ്പോഴും ജോലിയുടെ ഭാഗമായി ബലം പ്രയോഗിക്കേണ്ട ആവശ്യം പൊലീസ് ഉദ്യോഗസ്ഥർക്ക് ഉണ്ടാവും. അത്തരം ബലപ്രയോഗവും മൂന്നാം മുറയുമായി യാതൊരു ബന്ധവുമില്ല. അക്രമം നടത്തിക്കൊണ്ടിരിക്കുന്നവരെ കീഴ്പ്പെടുത്തുന്നതിനും മറ്റും പരസ്യമായ ബലപ്രയോഗം പലപ്പോഴും വേണ്ടി വരും. ഇത്തരം ബലപ്രയോഗങ്ങൾ നിയമപരമായും ന്യായമായും സ്വന്തം രക്ഷയ്ക്കുള്ള ഭീഷണി അവഗണിച്ചും ചെയ്യുന്ന ഉദ്യോഗസ്ഥർ സമൂഹത്തിൽ പൊലീസിന്റെ യശസ്സ് വർദ്ധിപ്പിക്കുന്നു. പക്ഷേ, നമ്മുടെ കസ്റ്റഡിയിൽ ഒരു വ്യക്തിയെ മൂന്നാം മുറയ്ക്ക് വിധേയനാക്കുന്നത് നമ്മുടെ അന്തസ്സിനും സമൂഹത്തിന്റെ അന്തസ്സിനും ഹാനികരമാണ്.

നിയമപാലകർ നിയമം ലംഘിക്കരുത്

സുപ്രീംകോടതി ബാസുകേസിൽ പുറപ്പെടുവിച്ച ന്യായവിധി നാം അനുസ്മരിക്കണം.

> നിയമം നടപ്പാക്കുന്നവർ തന്നെ നിയമം ലംഘിച്ചാൽ അത് നിയമവ്യവസ്ഥയോട് വെറുപ്പ് സൃഷ്ടിക്കാനേ ഉപകരിക്കുകയുള്ളൂ.... എല്ലാ മനുഷ്യരും നിയമം സ്വയം കൈയിലെടുക്കുന്ന അരാജകത്വത്തിലേക്ക് അത് നമ്മെ നയിക്കും... ഒരു അടച്ചിട്ട മുറിക്കകത്ത് മൂന്നാംമുറ അനുവദിക്കാൻ ഒരു സമൂഹത്തിനും സാദ്ധ്യമല്ല.. കുറ്റകൃത്യങ്ങൾക്കായി നാം നിർദ്ദേശിക്കുന്ന ചികിത്സ കുറ്റകൃത്യം എന്ന രോഗത്തേക്കാൾ മോശമാവാൻ പാടില്ല.

ഭീകര പ്രവർത്തനങ്ങളും അധോലോക പ്രവർത്തനങ്ങളും അഭിമുഖീകരിക്കേണ്ട ശ്രമകരമായ ബാദ്ധ്യത പൊലീസ് സേനയ്ക്ക് ഉണ്ട് എന്ന് കോടതി മനസ്സിലാക്കി. എങ്കിലും കസ്റ്റഡിയിലെടുത്ത ആളുകളെ പീഡിപ്പിച്ച് മൂന്നാം മുറയിലൂടെ കുറ്റം തെളിയിക്കുന്നതിനെ അംഗീകരിച്ചില്ല. അതിന് കാരണം "കസ്റ്റഡിയിൽ എടുത്തതിന് ശേഷമുള്ള പീഡനം മൗലികമായ നിയമവ്യവസ്ഥയുടെ ലംഘനമാണ്. നിയമവാഴ്ച സ്ഥാപിതമാകണമെന്നുണ്ടെങ്കിൽ നിയമവാഴ്ച നടപ്പാക്കുന്ന എല്ലാ ഏജൻസികളും നിയമപരിധിക്കകത്ത് നിന്നുകൊണ്ട് ജോലി ചെയ്യണം." കസ്റ്റഡിയിൽ എടുത്തതിനുശേഷമുള്ള മർദ്ദനം മനുഷ്യന്റെ അന്തസ്സിന്റെ സാരാംശത്തിന് മേൽ കൈകടത്തുന്നുവെന്ന് ബഹുമാനപ്പെട്ട സുപ്രീംകോടതി തർക്കത്തിനതീതമായി പ്രഖ്യാപിച്ചു.

മൂന്നാംമുറയോടുള്ള ആഭിമുഖ്യം മനോരോഗ ലക്ഷണം

വേദനിപ്പിക്കുന്നതിൽ ചാരിതാർത്ഥ്യവും ആനന്ദവും കണ്ടെത്തുന്നത്

സാഡിസം എന്ന മനോരോഗമാണ്. സ്ഥിരമായ മൂന്നാംമുറപ്രയോഗം അതിന്റെ പ്രയോക്താവിനെ കൊണ്ടെത്തിക്കുന്നത് മനോരോഗ മുനമ്പിലാണ്. താൻ ചെയ്യുന്ന ക്രൂരകൃത്യങ്ങൾ ഔദ്യോഗിക ആവശ്യമാണെന്ന സാധൂകരണത്തിലൂടെ ആദ്യമൊക്കെ സ്വയം വഞ്ചിക്കാമെങ്കിലും കുറച്ചു കഴിയുമ്പോൾ ഇത് സ്വഭാവവിശേഷമായി മാറുന്നു. ആരെയെങ്കിലും എന്തിനെങ്കിലും പീഡിപ്പിച്ചാൽ മാത്രമേ തൃപ്തി വരൂ എന്ന സ്ഥിതിയിലേക്ക് അവർ അധഃപതിക്കുന്നു. മാനസികമായി സ്വയം ചെന്നു വീഴുന്ന അഗാധഗർത്തത്തിലേക്ക് അവരുടെ സഹപ്രവർത്തകരെയും അവർ വലിച്ചിഴയ്ക്കും. കുറച്ചു കഴിയുമ്പോൾ, കുറ്റാന്വേഷണവുമായി ബന്ധമില്ലാതെ തന്നെ, ഏതെങ്കിലും കുറ്റം ചെയ്തുവെന്ന് അവർക്ക് സ്വയം തോന്നുന്നവരെ ഉടൻ നീതിക്ക് വിധേയമാക്കി അവരെ സ്വയം ശിക്ഷിക്കുന്ന ശൈലി അവർ സ്വീകരിക്കും. ചില സ്ഥാപിതതാല്പര്യക്കാർ അതിനെ പ്രോത്സാഹിപ്പിക്കുകയും ചെയ്യും. ക്രമേണ ഈ മാനസികാവസ്ഥ കുടുംബ-സാമൂഹ്യ ജീവിതവൈഷമ്യങ്ങൾക്കും വഴിതെളിക്കും. മൂന്നാംമുറയുടെ ഉപയോഗം അത് പ്രയോഗിക്കുന്നവരെത്തന്നെ വിനാശകരമായ അവസ്ഥയിലേക്ക് ക്രമേണ കൊണ്ടെത്തിക്കും.

വ്യാജഖ്യാതിക്കുള്ള കുറുക്കുവഴി

അന്വേഷിക്കുന്ന കേസ് വലിയ കഷ്ടപ്പാടില്ലാതെ തെളിയിച്ച് ഖ്യാതി നേടാനുള്ള ഒരു കുറുക്കുവഴിയായിട്ടാണ് മൂന്നാംമുറ പലപ്പോഴും പ്രയോഗിക്കുന്നത്. പ്രതിയാരെന്ന് അറിയാത്ത, ദൃക്സാക്ഷി മൊഴികളില്ലാത്ത, കേസുകൾ അന്വേഷിക്കുന്നത് ബുദ്ധിമുട്ടുള്ള കാര്യമാണ്. കുറ്റകൃത്യം നടന്ന സ്ഥലം വേഗം പരിശോധിക്കുക, ശേഖരിച്ച ഭൗതിക തെളിവുകൾ വിദഗ്ദ്ധപരിശോധനയ്ക്ക് വിധേയമാക്കുക, ധാരാളം സാക്ഷികളെ വിസ്തരിക്കുക, ജനങ്ങളുടെയും സഹപ്രവർത്തകരുടെയും സഹായം തേടുക, മൊഴികൾ താരതമ്യപഠനം നടത്തുക, പ്രതിയെന്ന് സംശയിക്കുന്നവരെക്കുറിച്ച് വിശദമായി അന്വേഷിക്കുക, അവരുടെ സമീപകാല പ്രവർത്തനങ്ങൾ മനസ്സിലാക്കുക മുതലായവയെല്ലാം തന്നെ മാനസികവും ശാരീരികവുമായ പരിശ്രമം ധാരാളം വേണ്ട സംഗതികളാണ്. നേരേമറിച്ച് കുറ്റകൃത്യം ചെയ്യാൻ സാദ്ധ്യതയുള്ളവരെ ഓരോരുത്തരെയായി കൊണ്ടുവന്ന് അടിച്ചും തൊഴിച്ചും ഭീഷണിപ്പെടുത്തി അവരിൽ ആരെങ്കിലും കുറ്റം സമ്മതിച്ചാൽ ഈ പണിയെല്ലാം ലാഭം. ഈ വക്രബുദ്ധിയാണ് മൂന്നാംമുറ പ്രയോഗത്തിന്റെ പ്രചോദനം.

മൂന്നാംമുറ പ്രയോഗിക്കുന്ന പൊലീസ് ഉദ്യോഗസ്ഥൻ പരീക്ഷയിൽ കോപ്പിയടിക്കുന്ന വിദ്യാർത്ഥിയെ പോലെയാണ്. പരിശ്രമിച്ച് പഠിച്ച് പരീക്ഷ ജയിക്കാൻ പരിശീലനവും അച്ചടക്കവും സ്വയം നിയന്ത്രണവും ആവശ്യമാണ്. അതേസമയം മേൽനോട്ടക്കാരനെയും നിയമത്തെയും കബളിപ്പിച്ച് കോപ്പിയടിച്ചാൽ ഉന്നതവിജയം കരസ്ഥമാക്കാൻ സാധിക്കും. അങ്ങനെ വിജയം നേടുന്ന വിദ്യാർത്ഥി കോപ്പയടിയിൽ തനിക്കുള്ള വൈദ

ഗ്ദ്ധ്യത്തെക്കുറിച്ച് വീമ്പിളക്കുന്നത് പോലെയാണ് മൂന്നാംമുറയുടെ കാര്യ ക്ഷമതയെക്കുറിച്ച് ചിലരെങ്കിലും രഹസ്യമായി സംസാരിക്കുന്നത്. കോപ്പി യടിച്ച് ഉന്നത വിജയം നേടുന്നത് അറിവിന്റെ വികാസത്തിനും വിദ്യാ ഭ്യാസ വ്യവസ്ഥിതിക്കും ഭൂഷണമാണ് എന്ന് പറയുന്നതിന് സമമാണ്, മൂന്നാംമുറയിലൂടെ കേസ് തെളിയിക്കുന്നത് പൊലീസിന്റെയും നിയമ വ്യവസ്ഥയുടെയും കാര്യക്ഷമതയും വീര്യവും വർദ്ധിപ്പിക്കും എന്നു പറ യുന്നത്. യഥാർത്ഥത്തിൽ അലസനായ അന്വേഷണ ഉദ്യോഗസ്ഥന്റെ അല്പായുസ്സായ വ്യാജഖ്യാതിയാണ് മൂന്നാംമുറ സൃഷ്ടിക്കുന്നത്.

നിരപരാധികളുടെ വേദന മറക്കുന്ന വിജയമോഹം

നിരപരാധികളെ പീഡിപ്പിക്കാതെ മൂന്നാംമുറ പ്രായോഗികമായി നട ത്താൻ കഴിയില്ല. കാരണം പലപ്പോഴും കുറ്റവാളികളാണെന്ന് പ്രഥമ ദൃഷ്ട്യാ നാം വിചാരിക്കുന്ന പലരും കുറ്റവാളികളല്ല. ഒരു സംഭവം നട ന്നാൽ സംശയിക്കപ്പെടുന്നവർ നിരവധിയായിരിക്കും. കുറ്റം തെളിയിക്കു ന്നതിന് വേണ്ടി മൂന്നാംമുറ നടത്തുന്നത് യഥാർത്ഥത്തിൽ നിരപരാധി കൾക്കെതിരായിട്ടാണ്. "സംശയം മാത്രമേ ഉള്ളൂ; ഒരു തെളിവുമില്ല" എന്നറിഞ്ഞുകൊണ്ടുതന്നെ പലരെയും അതിന് വിധേയമാക്കേണ്ടി വരും. ഇത് ആരും അംഗീകരിക്കും എന്നു തോന്നുന്നില്ല. നിരപരാധികളുടെ വേദന നിസാരമെന്ന് കരുതുന്ന സ്വാർത്ഥതയുടെ പടവുകളിൽക്കൂടിയാണ് ഇത്തരം വ്യാജവിജയികൾ നടന്നുകയറുന്നത്.

മൂന്നാംമുറയിലൂടെ അജ്ഞതയുടെ തടവറയിലേക്ക്

മൂന്നാംമുറ ഉപയോഗിച്ചാൽ കൂടുതൽ കേസുകൾ തെളിയിക്കുമെ ന്നാണ് മറ്റൊരു മൂന്നാംമുറ വിശ്വാസപ്രമാണം. കോപ്പിയടിച്ചാൽ കൂടു തൽ മാർക്ക് കിട്ടും എന്ന് അലസനായ വിദ്യാർത്ഥി പറയുന്നതുപോലെ യാണിത്. ഒരു സാക്ഷി ചിന്തിക്കുന്നതുപോലും കള്ളമാണോ എന്നറി യാൻ ഉപകരിക്കുന്ന സാങ്കേതികവിദ്യ ഇന്ന് നിലവിലുണ്ട്. അസാദ്ധ്യ മെന്ന് ഒരു നൂറ്റാണ്ടു മുൻപ് കരുതിയിരുന്ന പല കാര്യങ്ങളും നിഷ്പ്ര യാസം ചെയ്യാൻ ഇന്ന് സാധിക്കും. ശാസ്ത്രീയമാർഗ്ഗങ്ങളെക്കുറിച്ചുള്ള അറിവും അത് പ്രയോഗത്തിൽ വരുത്താനുള്ള ഉത്സാഹവും ഉണ്ടെങ്കിൽ കുറ്റാന്വേഷണം രസകരവും ജനപ്രിയവും സത്യസന്ധവുമാകും. അതോ ടൊപ്പം കൃത്യസ്ഥലം സംരക്ഷിക്കുന്നതിലും ഭൗതിക തെളിവുകളുടെ സമ്പാദനത്തിനും മതിയായ ശ്രദ്ധ ഉണ്ടാകണം. മൊഴികൾ സ്വീകരി ക്കാനും രേഖപ്പെടുത്താനും വൈരുദ്ധ്യങ്ങൾ കണ്ടുപിടിക്കാനും ബുദ്ധിയും ആധുനിക സാങ്കേതികവിദ്യയും ഉപയോഗിക്കണം. കുറ്റാന്വേ ഷണ പ്രകിയയിലും നിരീക്ഷണ സംവിധാനങ്ങളിലും ആധുനിക ഉപക രണങ്ങളുടെ ഉപയോഗവും വർദ്ധമാനമായ പൊതുജനസഹകരണവും സ്ഥാപിച്ചെടുക്കാൻ പൊലീസ് ഉദ്യോഗസ്ഥർക്ക് കഴിയണം. "മൂന്നാംമുറ ശരണം" എന്ന് രഹസ്യമായി വിശ്വസിച്ചാൽ ശാസ്ത്രീയ അന്വേഷണം

നമുക്ക് അന്യമാകും. പുതിയ പന്ഥാവുകളിലൂടെ നീങ്ങാനുള്ള ഔത്സുക്യം കുറയും. അജ്ഞതയുടെയും ക്രൂരതയുടെയും നിന്ദ്യതയുടെയും തടവറയിലേക്കു മാത്രമേ അതു പൊലീസിനെ നയിക്കുകയുള്ളൂ.

പീഡനം പാവപ്പെട്ടവനു മാത്രം

കേസന്വേഷണം പീഡനാധിഷ്ഠിതമാകുമ്പോൾ സ്വാധീനശക്തിയുള്ളവർ ചെയ്യുന്ന കുറ്റങ്ങൾ തെളിയിക്കാനാവാത്ത സ്ഥിതി ഉണ്ടാകുന്നു. കാരണം യാതൊരു സ്വാധീനശക്തിയും ഇല്ലാത്ത ആളുകളെ മാത്രമേ നിയമവിരുദ്ധമായി പീഡിപ്പിക്കാൻ സാധിക്കുകയുള്ളൂ. സ്വാധീനശക്തിയുള്ളവർക്ക് നിയമവിരുദ്ധ പീഡനങ്ങൾ ഒഴിവാക്കാൻ നിയമനടപടി മൂലമോ, സ്വാധീനംമൂലമോ സാധിക്കും. കുറ്റവാളികൾ എന്ന് സംശയിക്കപ്പെടുന്ന സാധാരണക്കാർ ചെയ്തതെന്ന് സംശയിക്കപ്പെടുന്ന കുറ്റകൃത്യങ്ങളിൽ പീഡനവും സ്വാധീനശക്തിയുള്ളവർ ചെയ്തെന്ന് സംശയിക്കപ്പെടുന്ന കുറ്റകൃത്യങ്ങളിൽ നിസ്സംഗതയും വർദ്ധിച്ചുവരും. ക്രമേണ ഇതുമൂലം പൊലീസിന്റെ വിശ്വാസ്യത തന്നെ ചോദ്യംചെയ്യപ്പെടും.

നിലാവത്തിറങ്ങുന്ന ആട്ടിൻകുട്ടി

ചില നല്ല ഉദ്യോഗസ്ഥർപോലും മൂന്നാംമുറ പ്രയോഗത്തിലേക്ക് ആകർഷിക്കപ്പെടാറുണ്ട്. പെട്ടെന്നു കേസ് തെളിയിച്ച് ഖ്യാതിയും പ്രശംസയും നേടാനുള്ള ആഗ്രഹവും തല്പരകക്ഷികളുടെ പ്രോത്സാഹനവും മൂലമാണ് ഇതു സംഭവിക്കുന്നത്. മൂന്നാംമുറ പ്രയോഗിച്ചുതുടങ്ങുന്ന ഉദ്യോഗസ്ഥർ താമസിയാതെ പല അപ്രതീക്ഷിത ഏടാകൂടങ്ങളിലും അകപ്പെടാറുണ്ട്. നില്ക്കക്കള്ളിക്ക് വേണ്ടി അപ്പോൾ അവർക്ക് പലരുടെയും സഹായം ആവശ്യമായി വരും. തിരസ്കരിക്കാൻ കഴിയാത്ത സഹായ വാഗ്ദാനങ്ങളുമായി സ്ഥാപിതതാൽപ്പര്യക്കാർ മുൻപോട്ടു വരും. ആ സഹായം ഒരിക്കൽ സ്വീകരിച്ചാൽ അത്തരം ഉദ്യോഗസ്ഥർ സാവധാനം അനാരോഗ്യകരമായ ബന്ധങ്ങളിലേക്ക് വഴുതിവീഴും. നിയമംലംഘിക്കുന്ന നിയമപാലകർ കാലക്രമേണ സ്വന്തം ജീവിതത്തിലും ഔദ്യോഗിക ജീവിതത്തിലും നിയമലംഘകരുടെ സുഹൃത്തുക്കളായി പരിണമിക്കും.

മൂന്നാംമുറമൂലം പൊലീസിന് ബീഭത്സ പ്രതിച്ഛായ

അന്വേഷണ രീതിയായി മൂന്നാംമുറ സ്വീകരിച്ചാൽ നിരപരാധികളും അതു സഹിക്കേണ്ടിവരും. ചെറിയ പീഡനങ്ങൾ പോലും പൊടിപ്പും തൊങ്ങലും വച്ച് പെരുപ്പിച്ച് വായ്മൊഴിയായി പലരും അറിയും. അത് നടക്കുന്ന പൊലീസ് സ്റ്റേഷനെ ജനങ്ങൾ കാണുന്നത് ഭയാശങ്കകളോടെ ആയിരിക്കും. ജനങ്ങൾ പൊലീസ് സ്റ്റേഷനിലേക്കു പോകാനറയ്ക്കുന്ന സാഹചര്യം ഉണ്ടാകും. പൊലീസുകാരിൽനിന്ന് തന്നെ അകന്നു കഴിയുവാൻ നല്ല ആളുകൾ ബോധപൂർവ്വം ശ്രമിക്കും. ക്രമേണ പൊലീസ്

സ്റ്റേഷനും പൊലീസും ആ പ്രദേശത്തെ നല്ല ആളുകളിൽനിന്ന് അകലും.

ഭയമില്ലാതെ ജനങ്ങൾ പൊലീസിനെ സഹായിച്ചാൽ

മൂന്നാംമുറ ഉപേക്ഷിച്ചാൽ പൊലീസിനെ പറ്റിയുള്ള സാർവ്വത്രിക ഭയം ക്രമേണ ഇല്ലാതാകും. ഭയമില്ലാതെ ജനങ്ങൾ പൊലീസ് സ്റ്റേഷനിലേക്ക് കയറിച്ചെല്ലും. ആശങ്കകളും വിവരങ്ങളും വൈഷമ്യങ്ങളും പൊലീസിനെ സാധാരണ ജനങ്ങൾ അറിയിക്കും. ഏത് സംഭവം നടന്നാലും മൂന്നാംമുറ തികച്ചും അനാവശ്യമാക്കുന്ന രീതിയിൽ ധാരാളം തെളിവുകളും വിവരങ്ങളും ജനങ്ങളിൽനിന്ന് പൊലീസിനു ലഭിക്കും. സംതൃപ്തരും യഥാർത്ഥവുമായ സാക്ഷികളിലൂടെ ധാരാളം കേസുകൾ തെളിയിക്കാൻ സാധിക്കും. പൗരബോധമുള്ള നല്ല ആളുകൾ സ്വയം ഉത്സാഹിച്ച് പൊലീസിനു നല്കേണ്ട സഹായങ്ങൾ നിർബ്ബന്ധിച്ച് ഭീഷണിപ്പെടുത്തി വാങ്ങേണ്ട സ്ഥിതിവിശേഷം അപ്രത്യക്ഷമാകും. മൂന്നാംമുറ ഇല്ലാതെ ഉത്സാഹപൂർവ്വവും ശാസ്ത്രീയവും ജനസഹകരണം ഉറപ്പുള്ളതും ആയ രീതിയിൽ അന്വേഷണം നടത്തുന്നതാണ് കുറ്റകൃത്യങ്ങൾ തടയുന്നതിനും തെളിയിക്കുന്നതിനും പൊലീസിന്റെ വിശ്വാസ്യത വർദ്ധിപ്പിക്കുന്നതിനും നല്ലത് എന്ന് വ്യക്തം.

എലിയെ കൊല്ലാൻ ഇല്ലം ചുടരുത്

മൂന്നാംമുറയ്ക്ക് അനുകൂലമായി പറയപ്പെടുന്ന മുടന്തൻ ന്യായങ്ങളെ തിരസ്കരിച്ച് എല്ലാ പൊലീസുകാരും നിയമപരമായ ഔത്സുക്യവും ആത്മാർത്ഥതയും സ്ഥിരമായ പരിശ്രമവും കുറ്റാന്വേഷണത്തിൽ കാണിക്കുന്നതാണ് വകുപ്പിന്റെയും സമൂഹത്തിന്റെയും പൊലീസുകാരുടെയും യശസ്സിനും പ്രശസ്തിക്കും നല്ലത്. ഒന്നോ രണ്ടോ കേസുകൾ വേഗം തെളിയിക്കുന്നതിനു വേണ്ടി നിയമവ്യവസ്ഥയുടെ അടിസ്ഥാന പ്രമാണങ്ങളെ നിഷേധിക്കുന്ന രീതിയിൽ, നിയമപാലകർക്ക് പോലും നിയമത്തിൽ വിശ്വാസമില്ല എന്ന രീതിയിൽ, നിയമത്തെ നിയമപാലകർപോലും ബഹുമാനിക്കുന്നില്ല എന്ന് പ്രഖ്യാപിച്ച്, കുറ്റവാളിയെന്നു സംശയിക്കുന്ന ആളെ ക്രൂരവും നിന്ദ്യവുമായ മൂന്നാംമുറയ്ക്ക് വിധേയനാക്കുമ്പോൾ നശിക്കുന്നത് നമ്മുടെ മനുഷ്യത്വമാണ്; ജനങ്ങൾക്ക് നിയമത്തിലുള്ള വിശ്വാസമാണ്; നിയമവാഴ്ചയുടെ അടിസ്ഥാനശിലയാണ്. കാരണം നിയമവാഴ്ച നിയമപാലകരുടെ വാഴ്ചയല്ല, മറിച്ച് ഭരിക്കുന്നവരും ഭരിക്കപ്പെടുന്നവരും നിയമപാലകരും നിയമത്തിന്റെ അലംഘനീയതയ്ക്ക് കീഴ്പ്പെട്ടു പ്രവർത്തിക്കുന്ന ഭരണക്രമമാണ്.

നിയമത്തിന് അതീതമായി ആരുമില്ല. മൂന്നാംമുറ പ്രയോഗിക്കുന്ന പൊലീസ് ഉദ്യോഗസ്ഥർ നിയമംനിഷേധിച്ച് സ്വയം ചക്രവർത്തി ചമയുന്നു. നിയമവാഴ്ചയെ ചുട്ടുകൊല്ലുന്നു.

കമ്യൂണിറ്റി പൊലീസിങ് – പ്രൊഫഷണൽ പൊലീസിന്റെ അവിഭാജ്യ ഘടകം

ലോകത്തിലെ ഏറ്റവും നല്ല പൊലീസ് സേനയായ 'ലണ്ടൻ മെട്രോപോളിറ്റൻ' പൊലീസ് അറിയപ്പെടുന്നത് 'ബോബി' എന്ന അപര നാമധേയത്തിലാണ്. ജനങ്ങളെ സ്നേഹിക്കുകയും ജനങ്ങളാൽ സ്നേഹിക്കപ്പെടുകയും ചെയ്യുന്ന ഒരു പൊലീസ് സേനയെയാണ് 'ബോബി' പ്രതിനിധാനം ചെയ്യുന്നത്. 1830 ൽ അതായത് ഇന്നേക്ക് 175 വർഷങ്ങൾക്ക് മുൻപ് ഈ സംവിധാനം ലണ്ടനിൽ നിലവിൽ വന്നു. ഒരു പൊലീസ് സേനയെ സൃഷ്ടിക്കുന്നതിനോട് പല ലണ്ടൻ നിവാസികളും അന്ന് എതിർപ്പ് പ്രകടിപ്പിച്ചിരുന്നു. സർ.റോബർട്ട് പീൽ എന്ന വ്യക്തി യുടെ നിശ്ചയദാർഢ്യത്തിന്റെയും പ്രേരണാശക്തിയുടെയും ഫലമാണ് ആധുനിക പൊലീസിന്റെ ഏറ്റവും നല്ല മാതൃകയായി ലണ്ടൻ പൊലീസ് അന്ന് നിലവിൽ വന്നത്. അന്ന് ഒരു കൗതുകമായിരുന്ന പൊലീസുകാ രനെ ഇംഗ്ലീഷുകാർ ആദ്യമൊക്കെ കളിയാക്കി വിളിച്ച പേരാണ് പിന്നീട് 'ലണ്ടൻ ബോബി' എന്ന ഓമനപ്പേരായി മാറിയത്.

1975 ൽ പരിശീലനം പൂർത്തിയാക്കി 1976 ൽ ഞാൻ കേരളത്തിൽ വന്ന സന്ദർഭത്തിൽ കേരള പൊലീസിൽ നിലവിലുണ്ടായിരുന്ന ന്യൂസ് ലെറ്ററിന്റെ പേര് കേരള ബോബി എന്നായിരുന്നു. ജനങ്ങളുമായുള്ള ബന്ധത്തിൽ ലണ്ടൻബോബിയെ പോലെ കേരള പൊലീസിന് യശസ്സും പ്രശസ്തിയും ഉണ്ടാവണം എന്ന ഒരു പഴയകാല പൊലീസ് മേധാവി യുടെ സ്വപ്നമാണ് 'കേരള ബോബി' എന്ന നാമകരണത്തിൽ നിഴലി ച്ചത്. ആ ന്യൂസ്ലെറ്റർ പണ്ടെങ്ങോ നിലച്ചുപോയി. എന്നിരുന്നാലും കേരളജനത സ്നേഹിക്കുകയും ബഹുമാനിക്കുകയും ചെയ്യുന്ന കേരളബോബിയായി കേരളാ പൊലീസ് മാറും എന്ന പ്രതീക്ഷ കേരള ത്തിൽ പ്രബലമായി നിലനില്ക്കുന്നു.

1920 ൽ സർ റോബർട്ട് പീൽ ലണ്ടൻ പൊലീസിനെ സംബന്ധിച്ച് ഒൻപതു അടിസ്ഥാനപ്രമാണങ്ങൾ പാർലമെന്റിൽ അവതരിപ്പിച്ചു. പുതിയത് എന്ന് നാം ഇന്ന് തെറ്റിദ്ധരിക്കുന്ന കമ്യൂണിറ്റി പൊലീസിങ് ശൈലി അന്ന് ബ്രിട്ടീഷ് പൊലീസ് അടിസ്ഥാനരേഖയായി അംഗീകരിച്ച പ്രൊഫഷണൽ പൊലീസിങ് തത്ത്വങ്ങളിൽ അധിഷ്ഠിതമാണ്. അവയിൽ പ്രധാനപ്പെട്ട മൂന്നെണ്ണം ഞാൻ ഇവിടെ ആവർത്തിക്കുന്നു.

1. പൊലീസിന്റെ കാര്യക്ഷമത പൊലീസിന്റെ നടപടികളെയും പെരുമാറ്റത്തെയുംകുറിച്ച് പൊതുജന അംഗീകാരവും ബഹുമാനവും നേടാനുള്ള പൊലീസിന്റെ കഴിവിനെ ആശ്രയിച്ചിരിക്കുന്നു.

2. പൊതുജന ബഹുമാനം പൊലീസിനു ലഭിക്കണം എന്നുണ്ടെങ്കിൽ പൊതുജനങ്ങളെ നിയമം സ്വമേധയാ അനുസരിപ്പിക്കുന്നതിനു പൊതുജനങ്ങളുടെ സമ്മതിയോടുകൂടിയ സഹകരണം പൊലീസ് ഉറപ്പാക്കണം.

3. പൊലീസ് പൊതുജനങ്ങളാണെന്നും പൊതുജനങ്ങൾ പൊലീസാണെന്നും എല്ലാ സമയത്തും പൊലീസുകാർ ഓർക്കണം. അതായത് എല്ലാ പൗരന്മാരും സ്വയമായി ചെയ്യേണ്ട കർത്തവ്യങ്ങൾ പ്രത്യേകമായി ശ്രദ്ധിച്ചു ചെയ്യുന്നതിനുവേണ്ടി ശമ്പളം വാങ്ങുന്ന പൊതുജനത്തിന്റെ തന്നെ ഭാഗമായ വ്യക്തികളാണു പൊലീസുകാർ.

മേൽ തത്ത്വങ്ങളിൽ അധിഷ്ഠിതമായ ഒരു പൊലീസ് ശൈലി ഒരു സ്വതന്ത്ര പൗരസമൂഹത്തിന് അനുയോജ്യമാണെന്നും ശാസ്ത്ര സാങ്കേതിക വളർച്ചയും സാമൂഹിക പരിണാമവും മഹായുദ്ധങ്ങളും സൃഷ്ടിച്ച മാറ്റങ്ങളിലെ വെല്ലുവിളികളെ അതിജീവിക്കാൻ അതിനു 175 വർഷം തുടർച്ചയായി കഴിഞ്ഞു എന്നും തെളിയിക്കപ്പെട്ടിട്ടുണ്ട്. അതുകൊണ്ടു തന്നെ രാജാവിന്റെ ഇച്ഛ അടിച്ചേൽപ്പിക്കുന്ന പട്ടാളസംവിധാനത്തിന്റെ നാടൻ അനുകരണമാണ് പൊലീസ് എന്ന ധാരണയിൽ പടുത്തുയർത്തിയ പൊലീസ് സംവിധാനങ്ങൾ ജനാധിപത്യ സമൂഹങ്ങൾക്ക് യോജിച്ചതല്ല എന്ന ബോധം ലോകത്തിൽ വളർന്നു വന്നപ്പോൾ ബ്രിട്ടീഷ് പൊലീസിന്റെ നൂറ്റാണ്ടുകൾ പഴക്കമുള്ള അടിസ്ഥാനപ്രമാണങ്ങൾ ഒരു നല്ല പൊലീസിങ് ശൈലിയുടെ മാതൃകയായതിൽ ആശ്ചര്യപ്പെടേണ്ടതില്ല.

1860 കളിൽ ആണ് ബ്രിട്ടീഷുകാർ ഇന്ത്യയിൽ പൊലീസ് സംവിധാനങ്ങൾ ഏർപ്പെടുത്തിയത്. എന്നാൽ അവർ ഇന്ത്യയിൽ ഏർപ്പെടുത്തിയ പൊലീസ് ഘടന ലണ്ടൻ പൊലീസിന്റേതായിരുന്നില്ല. ഇംഗ്ലണ്ടിന്റെ സമീപമുള്ള അയർലണ്ടിൽ ബ്രിട്ടീഷ് മേല്ക്കോയ്മ ബലം പ്രയോഗിച്ച് നിലനിർത്തുന്നതിന് ബ്രിട്ടീഷ്സർക്കാർ ഏർപ്പെടുത്തിയ 'ഐറിഷ് ആംഡ് കോൺസ്റ്റബൂലറി'യുടെ മാതൃകയാണ് ഇന്ത്യയിൽ സ്വീകരിച്ചത്. പട്ടാളത്തെ ഏർപ്പെടുത്തുന്നതിനേക്കാൾ പൊലീസ് സേനയെ ഏർപ്പെടുത്തുന്നതാണ് സർക്കാരിനു ലാഭം എന്നതായിരുന്നു അതിന് പ്രധാന കാരണം. ഇന്ത്യയിലെ ജനങ്ങളോ ജനങ്ങളുടെ കൂട്ടായ്മയോ, ജനങ്ങളുടെ സഹകരണമോ ഈ സംവിധാനത്തിൽ പ്രസക്ത ഘടകങ്ങളായിരുന്നില്ല.

'കിട്ടിയാൽ നല്ലത്, ഇല്ലെങ്കിലും കുഴപ്പമില്ല' എന്നതാണ് പൊതു

ജനസഹകരണത്തെപ്പറ്റിയുള്ള ബ്രിട്ടീഷ് ഇന്ത്യൻ പൊലീസിന്റെ പരമ്പരാഗത കാഴ്ചപ്പാട്. ആ പൊലീസ് ഘടന അവർ ശ്രദ്ധാപൂർവ്വം പടുത്തുയർത്തി. അതിൽ വളരെ നല്ല പല സംഗതികളും ഉണ്ട്. എന്നാൽ സ്വാതന്ത്ര്യത്തിനുശേഷം കാര്യമായ മാറ്റങ്ങൾ ഒന്നും ജനാധിപത്യ സമൂഹത്തിന്റെ ആശയാഭിലാഷങ്ങളെ പ്രതിബിംബിപ്പിക്കുന്ന രീതിയിൽ അതിൽ ഉണ്ടായില്ല. പൊതുജനസഹകരണം സംബന്ധിച്ചുള്ള പഴയധാരണ ഔപചാരിക ഘടനകളിൽ തുടർന്നു. ജനങ്ങൾ സൃഷ്ടിച്ച നിയമം ജനങ്ങളുടെ രക്ഷയ്ക്കായി ജനങ്ങളുടെ സഹകരണത്തോടെ നടപ്പാക്കുന്നതാണ് ശരി എന്ന വസ്തുത കാലക്രമേണ താത്വികമായി അംഗീകരിക്കപ്പെട്ടു. താത്വികമായ ആ അംഗീകാരം പ്രായോഗിക തലത്തിൽ പ്രവർത്തനക്ഷമമാക്കുന്നതിനുതകുന്ന ഘടനാപരമായ പെരുമാറ്റ ശൈലികളോ ഉപാധികളോ സൃഷ്ടിക്കുന്നതിൽ നമുക്ക് വിജയിക്കാൻ കഴിഞ്ഞില്ല. അതുകൊണ്ട് പൊലീസ് പ്രവർത്തനങ്ങളിലും പൊലീസുകാരിലും പൊലീസ് കാര്യക്ഷമതയിലും പൊലീസ് സേവന ലഭ്യതയിലും വളരെ അഭിലഷണീയമായ വലിയ മാറ്റങ്ങൾ ഉണ്ടായിട്ടും ജനങ്ങൾ ഇന്നും പൊലീസിനെ പൊതുവെ ഭയപ്പെടുകയും പൊതുവേ അഴിമതിക്കാരെന്ന് ആക്ഷേപിക്കുകയും പൊതുവേ വിശ്വസിക്കാൻ കൊള്ളരുതാത്തവർ എന്നു കരുതുകയും ചെയ്യുന്നു.

നിയമസമാധാനം സംരക്ഷിക്കപ്പെടേണ്ടത് ജനങ്ങളുടെയും പ്രാദേശിക കൂട്ടായ്മയുടെയും ആവശ്യമാണ്. പണ്ട് നിയമം നടപ്പാക്കേണ്ടത് രാജാവിന്റെ ആവശ്യവും നിയമം അനുസരിക്കേണ്ടത് ജനത്തിന്റെ കടമയും ആയിരുന്നു. ഇന്ന് നിയമസമാധാനം ജനങ്ങളുടെ ആവശ്യമാണ്. ആ ആവശ്യം സാധിച്ചു കൊടുക്കേണ്ടത് സർക്കാരിന്റെയും സർക്കാർ നിയമിക്കുന്ന പൊലീസിന്റെയും കടമയാണ്.

ജനങ്ങളുടെ സഹകരണത്തോടുകൂടി ജനങ്ങളുടെ സുരക്ഷാസംബന്ധമായ ആവശ്യങ്ങൾ മനസ്സിലാക്കി ഓരോ പ്രദേശത്തും ആ പ്രദേശത്തിനനുസൃതവും ആവശ്യവുമായ രീതിയിൽ ആ പ്രദേശത്തിനു യോജിച്ച അളവിൽ സുരക്ഷാസേവനം പ്രദാനം ചെയ്യുന്ന പ്രവർത്തന ശൈലിയാണ് കമ്യൂണിറ്റി പൊലീസിങ് വിഭാവനം ചെയ്യുന്നത്.

മറ്റൊരു നിവൃത്തിയുമില്ലെങ്കിൽ മാത്രമേ ഒരിന്ത്യൻ പൊലീസ് സ്റ്റേഷനിലേക്ക് നല്ലവരായ സാധാരണ ജനങ്ങൾ കടന്നുചെല്ലുകയുള്ളൂ. ഒരു കൊച്ചു കവലച്ചട്ടമ്പി കാണിക്കുന്ന കൊച്ചു കൊച്ചു തെമ്മാടിത്തരങ്ങളെക്കുറിച്ച് പൊലീസിൽ പരാതിപ്പെടാൻ സാധാരണ പൗരൻ ഭയപ്പെടുന്നു. ചട്ടമ്പിയുടെ ശല്യവും പൊലീസിൽ പരാതിപ്പെട്ടാലുണ്ടാകുന്ന വൈഷമ്യവും, കേട്ടറിവിന്റെ അടിസ്ഥാനത്തിൽ രൂപം കൊണ്ട ഭാവനയിൽ, താരതമ്യം ചെയ്ത് നിശ്ശബ്ദമായ സഹനമാണ് മെച്ചം എന്ന് അവർ തീരുമാനിക്കുന്നു. ഇത്തരം പൊതുജനസമീപനം ചട്ടമ്പിക്ക് ആത്മധൈര്യം നല്കുന്നു. അവന്റെ പേർ മാറി ഇരട്ടപേരുള്ള ഗുണ്ടാ ആകുമ്പോൾ മാത്രമാണ് അവൻ പൊലീസിന്റെ കാര്യമായ ശ്രദ്ധയിൽപ്പെടുന്നത്. അപ്പോഴേക്കും സമ്പാദിച്ച പണത്തിന്റെ പിൻബലത്തിൽ അഴിമതിയുടെയും സ്വാധീനവൃന്ദത്തി

ന്റെയും മാസ്മരവലയം സൃഷ്ടിക്കാൻ അവനു സാധിക്കും. അഥവാ ഏതെ
ങ്കിലും സാഹചര്യത്തിൽ അവനെതിരായി ഏതെങ്കിലും നടപടി പൊലീ
സുകാർ സ്വീകരിച്ചാൽ സാക്ഷി പറയാൻ സാധാരണ ജനങ്ങൾ ഭയക്കുന്നു.

അങ്ങനെ ഒരു വശത്ത് പൊലീസിനെ ഭയം. മറുവശത്ത് ഗുണ്ടയെ ഭയം.
ഈ ദ്വിമുഖ ഭയംമൂലം ജനാധിപത്യ നിയമവ്യവസ്ഥയിലെ പൗരാവകാ
ശങ്ങൾ ഫലത്തിൽ പൗരന് നിഷേധിക്കപ്പെടുന്നു. അതേസമയം സാക്ഷി
പറയാനുള്ള പൗരന്റെ ഭയംമൂലം ക്രിമിനലുകൾക്ക് അതേ പൗരാവകാ
ശങ്ങളുടെ സംരക്ഷണം ലഭിക്കുകയും ചെയ്യുന്നു. ഈ സ്ഥിതിവിശേഷം
വ്യാപകമാകയാൽ ജനങ്ങൾക്ക് ജനാധിപത്യ നിയമ വ്യവസ്ഥയിലും
പൊലീസിലും വിശ്വാസം നഷ്ടപ്പെടും. സർവ്വശക്തനും നല്ലവനുമായ
ഒരു ഏകാധിപതിക്കു വേണ്ടിയും ഉടൻ നീതി നിയമാതീതമായി നടപ്പാ
ക്കുന്ന പൊലീസിനു വേണ്ടിയും അവർ വല്ലപ്പോഴുമെങ്കിലും കാംക്ഷിക്കും.

നല്ലവരായ ജനങ്ങൾക്ക് ഭയം കൂടാതെ കടന്നു ചെല്ലാൻ കഴിയുന്ന
സ്ഥാപനങ്ങളായി പൊലീസ് സ്റ്റേഷനുകൾ വളർന്നാൽ മാത്രമേ ജന
ങ്ങൾക്ക് വിശ്വാസമുള്ള പൊലീസ് സേനയെ വളർത്തിയെടുക്കാൻ സാധി
ക്കുകയുള്ളൂ. അതു നടക്കണമെന്നുണ്ടെങ്കിൽ 'ജനങ്ങളെ മുഴുവൻ ഭയ
പ്പെടുത്തുക, അതുമൂലം ജനസഞ്ചയത്തിലുള്ള എല്ലാ ക്രിമിനലുകളും
ഭയചകിതരാകും. അങ്ങനെ ആരും കുറ്റം ചെയ്യില്ല' എന്ന വിചാരരീതി
പൊലീസിൽനിന്നും ജനസമൂഹത്തിൽനിന്നും മാറണം. എല്ലാവരും
പൊലീസിനെ ഭയപ്പെട്ടാൽ സ്വതന്ത്രമായ പരാതി ഇല്ലാതാകും. സാക്ഷികളുടെ
സഹകരണം ലഭിക്കില്ല. പൊതുജനങ്ങളുടെ പക്കലുള്ള വിവരങ്ങൾ
പൊലീസ് അറിയുകയില്ല; മറിച്ച് സാധാരണ ജനങ്ങൾ പൊലീസിനെ
സുഹൃത്തായി കരുതിയാൽ ഭൂരിഭാഗം വരുന്ന നല്ലയാളുകളുടെ സഹക
രണത്തോടുകൂടി ജനസംഖ്യയിൽ വളരെ ചെറിയ ശതമാനം മാത്രം
വരുന്ന ക്രിമിനലുകളെ ചെറുക്കാനും നിയമം നടപ്പിലാക്കാനും സാധിക്കും.

കേരളത്തിൽ ഒരു വർഷം അറസ്റ്റു ചെയ്യപ്പെടുന്നവർ ആകെ 1,35,000
ആണ്. ഇതിൽ മഹാഭൂരിപക്ഷം ട്രാഫിക്ക് അപകടങ്ങളിൽ ഉൾപ്പെടുന്ന
ഡ്രൈവർമാരും, പെട്ടെന്നുള്ള അരിശത്തിൽ അബദ്ധത്തിൽ എന്തെങ്കിലും
കുറ്റം ചെയ്യുന്നവരുമാണ്. മോഷണം, പിടിച്ചുപറി, വാടകഗുണ്ടാ പ്രവർ
ത്തനം മുതലായ കുറ്റങ്ങൾക്ക് അറസ്റ്റിലാവുന്നവരുടെ എണ്ണം വളരെ ചെറിയ
ഒരു ശതമാനം മാത്രമാണ്. പതിനായിരത്തിൽ താഴെമാത്രം വരുന്ന ക്രിമി
നലുകളെ നേരിടുന്നതിന് മാന്യമായി ജീവിക്കുന്ന 320 ലക്ഷം ആളക
ളുടെ സഹകരണം ലഭ്യമായാൽ പൊലീസിന്റെ ജോലി ലഘൂകരിക്കുകയും
നിയമത്തിന്റെ വിശ്വാസ്യത വർദ്ധിക്കുകയും ചെയ്യും. നല്ലവരെയും ചീത്ത
യാളുകളെയും ഒരുപോലെ ഭയപ്പെടുത്തി നിയമം നടപ്പിലാക്കുന്നതിനേ
ക്കാൾ നല്ലത് 99.9 ശതമാനം വരുന്ന നല്ല ആളുകളുടെ സഹകരണ
ത്തോടുകൂടി ചീത്തയാളുകളുടെ പ്രവർത്തനങ്ങൾ പ്രതിരോധിക്കുകയാണ്.

ഓരോ പ്രദേശത്തെയും ആളുകൾക്ക് അവരുടെ ആവശ്യങ്ങൾ
പൊലീസിന്റെ മുമ്പാകെ പറയാനും സാധാരണ ജീവിതത്തിന്റെ ഭാഗ

മായി പൊലീസുകാരുമായി ഇടപെടാനും പരിചയപ്പെടാനുമുള്ള അവസരങ്ങൾ സൃഷ്ടിക്കപ്പെടണം. പൊലീസുകാർ ജനങ്ങളുടെ സുഹൃത്തുക്കളാണ് എന്ന ബോധം ജനങ്ങളിൽ ഉണ്ടാവണം. എന്നാൽ മാത്രമേ ഭയമില്ലാതെ പൊലീസ് സ്റ്റേഷനിലേക്ക് കയറിച്ചെല്ലാൻ സാധിക്കുകയുള്ളൂ. അതിനായി സ്ഥിരമായ ബീറ്റ് സംവിധാനങ്ങളും ജനങ്ങളും പൊലീസും തമ്മിൽ തമ്മിൽ അടുത്തറിയുന്ന പൊതുവേദികളം സാധാരണയായി സഹകരിച്ചു പ്രവർത്തിക്കുന്ന നിരവധി മേഖലകളും രൂപപ്പെടുത്തണം.

ഭയാശങ്കകളില്ലാതെ പൊലീസ് സ്റ്റേഷനിലേക്ക് ജനങ്ങൾ കടന്നു ചെല്ലണം എന്ന് ആഗ്രഹിക്കുന്നത് നല്ലതാണ്. അങ്ങനെ ചെല്ലണം എന്ന് പറയുന്നത് എളുപ്പമാണ്. പക്ഷേ, ഒറ്റ ദിവസംകൊണ്ടോ ഒരുപക്ഷെ ഒരു ദശാബ്ദംകൊണ്ടോ സാധിച്ചെടുക്കാവുന്ന ഒരു കാര്യമല്ല ഇത്. ജനങ്ങളെ സംബന്ധിച്ച് പൊലീസിന്റെയും പൊലീസിനെ സംബന്ധിച്ച് ജനങ്ങളുടെയും കാഴ്ചപ്പാട് മാറിയെങ്കിലേ ഇത് സാധിക്കുകയുള്ളൂ. കമ്യൂണിറ്റി പൊലീസിങ് പരിപൂർണ്ണമായി വിജയിക്കണമെങ്കിൽ പൗരന്റെ അന്തസ്സ് സംരക്ഷിക്കേണ്ടത് എന്റെ കടമയാണ് എന്ന് പൊലീസുകാരനും പൊലീസുകാരന്റെ ഔദ്യോഗിക കൃത്യനിർവ്വഹണത്തിൽ അവനെ സഹായിക്കേണ്ടത് എന്റെ കടമയാണ് എന്ന് പൗരനും നിഷ്പക്ഷമായ നീതിനിർവ്വഹണവും നിയമവാഴ്ചയും നിലനിർത്തേണ്ടത് സമൂഹത്തിന്റെ പൊതുവായ ആവശ്യമാണെന്ന് എല്ലാവരും ഒരുമിച്ചും ചിന്തിക്കണം. ആ ചിന്താധാരയ്ക്കനുസൃതമായി പ്രവർത്തിക്കണം. നൂറ്റാണ്ടുകളായി ചോദ്യം ചെയ്യപ്പെടാൻ പാടില്ലാത്ത ഏകാധിപത്യാധികാരത്തിന്റെ ഏകപക്ഷീയമായ നിയമം നടപ്പാക്കൽ പാരമ്പര്യത്തിൽനിന്നും ഇന്നും പൂർണ്ണ മോചനം ലഭിച്ചിട്ടില്ലാത്ത പൊലീസിന്റെ ആന്തരിക സംസ്കാരവും ഏകാധിപത്യ അധികാരത്തിൻകീഴിൽ തലമുറകളായി പണ്ടു ജീവിച്ചതുകൊണ്ട് ജനാധിപത്യ പൗരബോധവും സ്വയംസമ്മത നിയമാനുസരണരീതികളും ഇന്നും പൂർണ്ണമായി സ്വായത്തമാക്കിയിട്ടില്ലാത്ത പൗരസംസ്കാരവും പൂർണ്ണമായും മാറിയാലേ കമ്യൂണിറ്റി പൊലീസിങ് പൂർണ്ണമായും വിജയിക്കുകയുള്ളു.

ഇന്നത്തെ സ്ഥിതിയിൽ സംഭവിച്ചുകഴിഞ്ഞ ഗുരുതര കുറ്റകൃത്യങ്ങളെ സംബന്ധിച്ച് അന്വേഷണം ആവശ്യപ്പെടുന്നതാണ് പൊലീസും വ്യക്തികളും തമ്മിലുള്ള വ്യവസ്ഥാപിതമായ പ്രമുഖ ബന്ധം. ഒരു പ്രത്യേക പ്രദേശത്ത് ഒരു പ്രത്യേക രീതിയിലുള്ള കുറ്റകൃത്യങ്ങൾ കൂടുമ്പോൾ അക്കാര്യം ശ്രദ്ധിക്കപ്പെടുന്നു. പക്ഷേ, സമൂഹത്തിന്റെ സഹകരണം ഉപയോഗപ്പെടുത്തിയാൽ അത്തരം കുറ്റകൃത്യങ്ങൾ സംഭവിക്കാനുള്ള സാദ്ധ്യത മുന്നിൽക്കണ്ട് കുറ്റവാളികളുടെ പ്രവർത്തനങ്ങൾ ഇല്ലാതാക്കാൻ സാധിക്കും.

ജനങ്ങളുടെ സുരക്ഷാബോധത്തെയും സന്തോഷകരവും സമാധാനപരവുമായ ജീവിതത്തെയും സാരമായി ബാധിക്കുന്ന പല പ്രശ്നങ്ങളും മറ്റെല്ലാ സമൂഹങ്ങളിലെയുംപോലെ നമ്മുടെ സമൂഹത്തിലും നിലവിലുണ്ട്. എന്നാൽ നിരവധി കാരണങ്ങൾകൊണ്ട് അവയൊന്നും വേണ്ട പോലെ

ശ്രദ്ധിക്കപ്പെടുന്നില്ല. ഇംഗ്ലണ്ടിൽ ഒരു ലക്ഷം പേർക്ക് ആറായിരം എന്നതാണ് കുറ്റകൃത്യനിരക്ക്. എങ്കിൽ ഇന്ത്യയിൽ അത് മുന്നൂറിൽ താഴെയാണ്. ഇവിടെ നിയമലംഘനം കുറവാണ് എന്നല്ല മറിച്ച് വളരെ വലിയ വിഭാഗം കുറ്റകൃത്യങ്ങൾ പൊലീസ് റെക്കാർഡുകളിൽ ഉൾപ്പെടുന്നില്ല എന്നതാണ് ഇതിന് കാരണം.

പലപ്പോഴും, നിരവധി കുറ്റകൃത്യങ്ങൾക്ക് *victims* എന്ന രീതിയിൽ പരാതിപ്പെടാൻ ആരും കാണുകയില്ല. സംഘടിത പെൺവാണിഭം, വ്യാജവാറ്റ്, വ്യാജമദ്യം, സാമ്പത്തിക കുറ്റകൃത്യങ്ങൾ, *Blackmail,* വനംകൊള്ള, മണൽ കൊള്ള, *Blue filims,* അശ്ലീല പുസ്തക പ്രചാരണം, മയക്കുമരുന്നുവിൽപ്പന, മയക്കുമരുന്നുൽപ്പാദനം. ഇന്ന് ഇത്തരം കുറ്റകൃത്യങ്ങളെ പ്രതിരോധിക്കുന്നത് പൊലീസുകാർ രഹസ്യമായി ശേഖരിക്കുന്ന വിവരങ്ങളുടെ അടിസ്ഥാനത്തിൽ *suo moto* ആയി എടുക്കുന്ന നടപടികൾ മൂലമാണ്. വ്യക്തവും വ്യവസ്ഥാപിതവുമായ പൊതുജനസഹകരണം ഉണ്ടെങ്കിൽ ഇത്തരം നിരവധി കുറ്റകൃത്യങ്ങളിൽ നടപടിയെടുത്ത് ക്രമേണ അവ ഇല്ലാതാക്കാൻ സാധിക്കും.

പരാതിപ്പെടണം എന്ന് ആഗ്രഹമുണ്ടെങ്കിലും അതിനുതകുന്ന കഴിവോ, സമൂഹത്തിന്റെ പിൻബലമോ ഇല്ലാത്ത *victims;* കുടുംബാന്തരീക്ഷത്തിലും സമൂഹത്തിലും നടക്കുന്ന നിരവധി കുറ്റകൃത്യങ്ങളിൽ ഉൾപ്പെടുന്ന സ്ത്രീകൾ, വേശ്യാവൃത്തിയിലേക്ക് നയിക്കപ്പെടുന്ന സ്ത്രീകൾ; വയസ്സുകാലത്തു പരാശ്രയത്തിലോ ആരും ശ്രദ്ധിക്കാൻ ഇല്ലാതെയോ ഒറ്റയ്ക്ക് ജീവിക്കുന്ന വൃദ്ധർ, ഗുണ്ടാസംഘങ്ങളുടെ ഭീഷണിക്കും, ബ്ലേഡ് മാഫിയകളുടെ പ്രവർത്തനങ്ങൾക്കും വഴങ്ങേണ്ടി വരുന്നവർ തുടങ്ങിയവർ ഈ കൂട്ടത്തിൽപ്പെടുന്നു. പൊലീസുകാർ സഹാനുഭൂതിയോടു കൂടി ഒരു സമീപനം സ്വീകരിക്കും എന്നുണ്ടെങ്കിൽ അവർ ശക്തിയായി മുൻപോട്ട് വന്ന് പരാതികൾ നല്കും.

അജ്ഞത, പരമ്പരാഗതസമീപനങ്ങൾ, മുൻവിധി എന്നിവമൂലം സമൂഹം മൊത്തമായോ അതിന്റെ ഏതെങ്കിലും ഘടകങ്ങളോ നിയമം മറികടന്ന് പാരമ്പര്യത്തിന്റെ പിൻബലത്തിൽ നടത്തുന്നവയും എന്നാൽ നിയമപ്രകാരം കുറ്റകൃത്യങ്ങളുമായ സംഗതികൾ സമൂഹത്തിൽ ധാരാളമാണ്. ഇത്തരം കുറ്റകൃത്യങ്ങൾ ഇല്ലാതാക്കുന്നതിനുവേണ്ടി ഇത്തരം നിയമങ്ങളെക്കുറിച്ചുള്ള നിയമസാക്ഷരത സമൂഹത്തിൽ വളർത്തിയെടുക്കേണ്ടത് നിയമസമാധാനപാലന വ്യഗ്രതയുള്ള ഒരു പൊലീസ് സേനയുടെ കടമയാണ്. ഉദാ: സ്ത്രീധന നിരോധന നിയമം, ബാലവേല നിയമം, പൗരാവകാശ നിയമം, പട്ടികജാതി പട്ടികവർഗ്ഗ നിയമങ്ങൾ, സാമ്പത്തിക കുറ്റകൃത്യങ്ങളെ സംബന്ധിച്ച നിയമങ്ങൾ, എല്ലാ വ്യക്തികൾക്കും ഉള്ള ഭരണഘടനാപരമായ അവകാശങ്ങൾ, സ്ഫോടകവസ്തുക്കളെക്കുറിച്ചും അപകടകരമായ വസ്തുക്കളെയും സംബന്ധിച്ച നിയമങ്ങൾ, നിയമപ്രകാരം കോടതികളുമായും പൊലീസുമായും സഹകരിക്കേണ്ടതിന്റെ ആവശ്യകത ചൂണ്ടിക്കാണിക്കുന്ന നിയമങ്ങൾ - ഇവയെ

സംബന്ധിച്ച പ്രശ്നങ്ങൾ കൂട്ടായ ചർച്ചയ്ക്കും ശ്രേഷ്ഠമായ പൊതു ജനശ്രദ്ധയ്ക്കും വിധേയമാകണം.

ഇക്കാര്യങ്ങളിലെല്ലാം പൊലീസ്-പൊതുജനസഹകരണം വർദ്ധി ച്ചതോതിൽ ഉണ്ടായാൽ പൗരജീവിതത്തിന്റെ ഗുണനിലവാരവും പൗര ബോധവും പൊലീസിലും നിയമവ്യവസ്ഥയിലുമുള്ള വിശ്വാസവും വർദ്ധിക്കും.

സമൂഹത്തിന്റെ സുരക്ഷയെ ബാധിക്കുന്ന നിരവധി പ്രശ്നങ്ങൾ പൊലീസ് ജോലിയുടെ ഭാഗമാണ്. പൊലീസുകാരന്റെ അടിസ്ഥാനപരമായ കർത്തവ്യങ്ങൾ കേരള പൊലീസ് ആക്ടിൽ പ്രതിപാദിച്ചിട്ടുണ്ട്. അതിൽ ഏറ്റവും പ്രധാനപ്പെട്ട കർത്തവ്യം ജനങ്ങളെ അപകടങ്ങളിൽ നിന്നും രക്ഷി ക്കുക എന്നതാണ്. ട്രാഫിക് അപകടങ്ങൾ മുതൽ സുനാമി വരെയുള്ള കാര്യങ്ങളിൽവരെ അപകട സന്ദർഭങ്ങളിൽ പൊലീസിന്റെ കടമകൾ വളരെ പ്രധാനപ്പെട്ടതാണ്. ഒരുപക്ഷേ, ആദ്യത്തെ ഒന്നോ രണ്ടോ മണിക്കൂറിൽ പ്രശ്നങ്ങൾ കൈകാര്യം ചെയ്യുന്നതിന് നല്ലവരായ കുറെ നാട്ടുകാരും പൊലീ സുകാരും മാത്രമാണ് ഉള്ളത് എന്ന കാര്യം നമുക്കെല്ലാം അറിവുള്ളതാണ്. ട്രാഫിക് സുരക്ഷയെ സംബന്ധിച്ച കാര്യങ്ങളിൽ പ്രാദേശിക കൂട്ടായ്മകളുടെ സ്ഥാനം വളരെ പ്രധാനമാണ്. ട്രാഫിക് അപകടനിവാരണ പ്രവർത്തന ങ്ങൾ. ബോധവല്ക്കരണം, അപകടസമയത്തെ ശുശ്രൂഷ, പൊലീസു കാരുമായുള്ള സഹകരണം എത്ര പ്രധാനപ്പെട്ടതാണ് എന്നും ജീവിത സുരക്ഷയുടെ കാര്യങ്ങളിലുണ്ട് എന്നും പ്രത്യേകമായി പറയേണ്ടതില്ല.

പ്രകൃതിക്ഷോഭ സന്ദർഭങ്ങളിൽ പൊലീസിന് സത്വരസഹായം നൽകാൻ സാധിക്കണമെങ്കിൽ ഓരോ പ്രദേശത്തെപ്പറ്റിയും ആ പ്രദേ ശത്തെ വിവിധ സേവനസൗകര്യങ്ങളെപ്പറ്റിയും പ്രത്യേകമായ കഴിവുക ളുള്ള ആളുകളെപ്പറ്റിയും പ്രത്യേക പ്രശ്നങ്ങളെപ്പറ്റിയും സേവന പ്രദാന കേന്ദ്രങ്ങളെപ്പറ്റിയും ഉള്ള വിവരങ്ങൾ ക്രോഡീകരിച്ച് പൊലീസിന്റെ പക്കൽ മുൻകൂട്ടി ഉണ്ടായിരിക്കണം. പ്രകൃതിക്ഷോഭം ഉണ്ടായശേഷം തിരക്കി കണ്ടുപിടിക്കുവാൻ മെനക്കെടേണ്ടി വന്നാൽ ഉണ്ടാകുന്ന സമയനഷ്ടം മൂലം വിലപ്പെട്ട ജീവനുകൾ അപകടത്തിലാകും. ജനങ്ങളുടെ കൂട്ടായ്മ കളുമായി ഇങ്ങനെയുള്ള കാര്യങ്ങൾ മുൻകൂട്ടി ചർച്ച ചെയ്ത് അപകട സന്ദർഭങ്ങളിൽ എന്തൊക്കെ ചെയ്യണം എന്ന ഒരു മുൻകൂർ ധാരണ അവ്യ ക്തമായിപ്പോലും രൂപീകരിക്കപ്പെട്ടാൽ പ്രകൃതി ക്ഷോഭപ്രശ്നങ്ങളിൽ സ്വാഭാവികമായി സംഭവിക്കുന്ന പൊലീസ് പൊതുജനസഹകരണം വളരെ കാര്യക്ഷമവും ജീവൻ സംരക്ഷിക്കുന്നതിൽ വിജയപ്രദവും ആയിത്തീരും.

കമ്യൂണിറ്റി പൊലീസ് എന്ന പദംകൊണ്ട് ഉദ്ദേശിക്കുന്നത് ഒരു പുതിയ പൊലീസ് വിഭാഗമോ പൊലീസിന്റെ ജോലി ഏറ്റെടുത്ത് ചെയ്യുന്ന ഒരു പ്രാദേശിക കൂട്ടായ്മയോ അല്ല. പരമ്പരാഗത പൊലീസ് ശൈലിയിൽ നിന്ന് വ്യത്യസ്തമായി 'കമ്യൂണിറ്റി'യുടെ സുരക്ഷയുടെ പ്രാധാന്യം മനസ്സിലാക്കി, കമ്യൂണിറ്റിയുടെ സൗകര്യങ്ങൾ കണക്കിലെ ടുത്ത്, കമ്യൂണിറ്റിയുടെ കാര്യശേഷിയും വിഭവശേഷിയും പ്രത്യേക

പ്രശ്നങ്ങളും അധിഷ്ഠിതമായി പൊലീസ് സ്റ്റേഷനിലെ പൊലീസ് ഉദ്യോഗസ്ഥരുടെ പ്രവർത്തനം ക്രമപ്പെടുത്തുന്ന ഒരു രീതിയാണ് കമ്യൂണിറ്റി പൊലീസ് എന്ന പദംകൊണ്ട് വിഭാവന ചെയ്യുന്നത്.

ആത്യന്തികമായി പൊലീസ് സ്റ്റേഷനുകൾ വൈദേശികമോ അന്യവല്ക്കരിക്കപ്പെട്ടതോ ഏകാധിപത്യപരമോ ആയ രാജ്യാധികാരത്തിന്റെ ശക്തിപ്രതീകങ്ങളല്ല, മറിച്ച് ജനാധിപത്യ നിയമവ്യവസ്ഥയിൽ പൗരന്റെ ജീവനും സ്വത്തും അന്തസ്സും സംരക്ഷിക്കുമെന്നും, സമഭാവനയോടെ നിയമവാഴ്ച അഭംഗുരം ഉറപ്പാക്കുമെന്നും, ജനങ്ങളുടെ ഭരണകൂടം പ്രാദേശിക കൂട്ടായ്മകൾക്കും വ്യക്തികൾക്കും നല്കുന്ന ഭരണഘടനാപരമായ ഉറപ്പിന്റെ പ്രത്യക്ഷപ്രതീകങ്ങളാണവ. സുരക്ഷയ്ക്കായി കാംക്ഷിക്കുന്ന ജനങ്ങളുടെ ആശാകേന്ദ്രമാണ് പൊലീസ് സ്റ്റേഷൻ. പൊലീസ് നല്കുന്ന പരിരക്ഷണം പൊലീസുകാരന്റെ കാരുണ്യമല്ല; സുരക്ഷ ജനങ്ങളുടെ ജന്മാവകാശമാണ്. അവകാശം നിലനില്ക്കണം എന്നാവശ്യപ്പെട്ട് ആത്മവിശ്വാസത്തോടെ പൗരബോധത്തോടു കൂടി പൗരൻ കയറിച്ചെല്ലാവുന്ന നീതികേന്ദ്രങ്ങളായി പൊലീസ് സ്റ്റേഷനുകൾ മാറണം. അതിന് ജനങ്ങളുമായി നേരിട്ട് ബന്ധപ്പെടുന്ന ഒരു പൊലീസ് ശൈലി സൃഷ്ടിക്കപ്പെടണം. അതാണ് കമ്യൂണിറ്റി പൊലീസിങ് കൊണ്ട് ഉദ്ദേശിക്കപ്പെടുന്നത്.

ഇന്ത്യയിലെ മിക്കവാറും എല്ലാ സംസ്ഥാനങ്ങളിലും ലോകത്തെ മിക്ക രാജ്യങ്ങളിലും ഇത്തരം ശൈലിയിൽ അധിഷ്ഠിതമായ നിരവധി പൊലീസ് പ്രവർത്തന പരിപാടികൾ വിജയകരമായി നടപ്പാക്കിവരുന്നു. കേരളത്തിൽ തന്നെ ട്രാഫിക് രംഗത്തും റസിഡൻസ് അസോസിയേഷനുകളുമായി ബന്ധപ്പെട്ടും പൊലീസ് അദാലത്തുകളിലൂടെയും നിരവധി പരിപാടികൾ നിലവിലുണ്ട്. ജസ്റ്റിസ് കെ ടി തോമസ് കമ്മീഷൻ ഇക്കാര്യത്തിൽ സുപ്രധാന നിർദ്ദേശങ്ങൾ അടുത്തകാലത്തു നല്കുകയുണ്ടായി.

സമാധാനം സമൂഹത്തിൽ നിലനിന്നാലെ പുരോഗതി ഉണ്ടാവുകയുള്ളൂ. സുരക്ഷയില്ലെങ്കിൽ സമാധാനം നിലനില്ക്കില്ല. പൊലീസ് സംവിധാനം പരാജയപ്പെട്ടാൽ, ജനങ്ങളുടെ വിശ്വാസം ആർജ്ജിക്കാൻ പൊലീസിനു കഴിഞ്ഞില്ലെങ്കിൽ സുരക്ഷ ഒരു മരീചികയായി മാറും. ജനങ്ങളെ വിശ്വസിച്ച്, ജനങ്ങളുടെ വിശ്വാസം ആർജ്ജിച്ച്, ജനങ്ങൾക്കു വേണ്ടി, ജനങ്ങളോടൊത്ത്, ജനങ്ങൾ സൃഷ്ടിച്ച നിയമങ്ങൾ ജനങ്ങളുടെ സഹകരണത്തോടെ നടപ്പാക്കാൻ സാധിച്ചാൽ സുരക്ഷയും സമാധാനവും തദ്വാരാ പുരോഗതിയും ഉറപ്പാക്കാൻ നമുക്ക് കഴിയും. അതേസമയം അഴിമതി എന്ന ദുർഭൂതത്തിന്റെ നീരാളിപ്പിടുത്തത്തിൽനിന്ന് മോചനം നേടിയാൽ മാത്രമേ നാം ആഗ്രഹിക്കുന്ന പൊലീസ് സംവിധാനങ്ങൾക്ക് പ്രസക്തി ഉണ്ടാകൂ എന്ന് ചൂണ്ടിക്കാണിക്കാനും ഞാൻ ആഗ്രഹിക്കുന്നു.

പൊലീസും പ്രൊഫഷണലിസവും

നമ്മുടെ മുൻകാല ജോലിരീതികളിൽനിന്നോ നാം വളർത്തപ്പെട്ട സാഹചര്യങ്ങിൽനിന്നോ 'പ്രൊഫഷണലിസം'എന്ന ആശയം നമുക്ക് കണ്ടെത്താൻ സാദ്ധ്യത വളരെ കുറവാണ്. പക്ഷേ, നമുക്ക് പരിചിതമല്ലെങ്കിലും, 'പ്രൊഫഷണലിസം' എന്നത് ശക്തിമത്തായ ഒരു ആശയം ആണ്. ആ വാക്കിന് 'തൊഴിൽപരമായ ഗുണമേന്മ' എന്നതുമാത്രമല്ല, തൊഴിൽപരമായ ഒരു പ്രത്യേക ജീവിതവ്രതം, അല്ലെങ്കിൽ പ്രത്യേക തൊഴിൽരീതി, അതുമല്ലെങ്കിൽ തൊഴിലിന്റെ അന്ത:സത്തയെ ഉൾക്കൊള്ളുന്ന വേറിട്ട പ്രവർത്തനശൈലി എന്നും മറ്റുമുള്ള അർത്ഥരൂപഭേദങ്ങൾ നല്കാവുന്നതാണ്.

'പ്രൊഫഷണലിസം' എന്നതിനൊരു ഉദാഹരണം ചോദിച്ചാൽ നമ്മൾ എല്ലാവരും ആദ്യം പറയാൻ പോകുന്നത് ഡോക്ടറുടെ ജോലിയെ സംബന്ധിച്ചായിരിക്കും. എന്തുകൊണ്ടാണ് ഒരു ഡോക്ടറെ നമ്മൾ 'പ്രൊഫഷണൽ' എന്നു പറയുന്നത്? രോഗം വന്ന ഒരു സാധാരണ പൊലീസുകാരനെ ആശുപത്രിയിൽ പ്രവേശിപ്പിച്ചപ്പോൾ ഡോക്ടർ ഒരു മരുന്നു കൊടുത്തു. സംസ്ഥാന ഡി ജി പിയേയും അതേ രോഗത്തെത്തുടർന്ന് ആശുപത്രിയിൽ പ്രവേശിച്ചപ്പോൾ പൊലീസുകാരന് കൊടുത്ത അതേ മരുന്നുതന്നെ ഡി ജി പിക്കും കൊടുത്തു. രണ്ടുപേർക്കും ഒരേ ചികിത്സാരീതി. രോഗത്തിന്റെ സ്വഭാവമനുസരിച്ചിട്ടാണ് ഡോക്ടർ തന്റെ മേൽനടപടികൾ സ്വീകരിച്ചിരിക്കുന്നത്, അല്ലാതെ രോഗിയുടെ വലിപ്പച്ചെറുപ്പം വച്ചല്ല എന്ന് നമുക്കറിയാം. ഇതിനെ നമുക്ക് പ്രൊഫഷണൽ ഒബ്ജക്റ്റിവിറ്റി എന്നു പറയാം. അതുകൊണ്ടുതന്നെയാണ് ഡോക്ടർമാരെ പ്രൊഫഷണൽസ് എന്ന് വിളിക്കുന്നത്. ഇതുവരെയുള്ള ജീവിതപരിചയം മുൻനിർത്തി ഒരിക്കൽപ്പോലും ഡോക്ടർമാർ

ഇങ്ങനെയല്ല എന്ന് നാം ചിന്തിക്കാറില്ല.

പ്രൊഫഷണലിസം ഉണ്ടാകണമെങ്കിൽ പ്രധാനമായും വേണ്ടത് വ്യക്ത്യധിഷ്ഠിതമായ സമീപനത്തിൽ നിന്നുമാറി തൊഴിൽപരമായ വസ്തുനിഷ്ഠ സമീപനരീതി ഉണ്ടാക്കിയെടുക്കുകയാണ്. പൊലീസ് സ്റ്റേഷനിൽ ഇതാണോ അവസ്ഥ? ഡി ജി പിയുടെ വീട്ടിലും സാധാരണ പൗരന്റെ വീട്ടിലും മോഷണം ഉണ്ടായാൽ പൊലീസ് സ്റ്റേഷൻ സ്വീകരിക്കുന്ന 'ചികിത്സാ'രീതികൾ ഒന്നാണോ? പൊലീസ് സ്റ്റേഷനിലേക്ക് വ്യക്തികൾ കടന്നുവരുന്നത് പൊലീസ് തൊഴിൽപരമായി നേരിടേണ്ടത് എന്ന് അവർ കരുതുന്ന ചില പ്രശ്നങ്ങൾ പൊലീസിന്റെ ശ്രദ്ധയിൽപ്പെടുത്തി പൊലീസ് നടപടികളിലൂടെ അവ പരിഹരിക്കാം എന്നു കരുതിയാണ്. പൊലീസ് സ്റ്റേഷനിലേക്ക് അങ്ങനെ ആളുകൾ വരുമ്പോൾ ആളും തരവും നോക്കി നടപടികളുടെ ക്രമവും വലിപ്പച്ചെറുപ്പവും നിശ്ചയിച്ചാൽ നാം പ്രൊഫഷണൽസ് ആണ് എന്ന് അവകാശപ്പെടാൻ നമുക്ക് കഴിയുകയില്ല.

പൊലീസിൽ 'പ്രൊഫഷണലിസം,' എന്നത് വളരെ പ്രധാനപ്പെട്ടതാണ്. രാജ്യത്തെ ജനങ്ങളുടെ ജീവനും സ്വത്തിനും സംരക്ഷണം നല്കുക എന്നത് ഭരണകൂടത്തിന്റെ പ്രഥമ കർത്തവ്യമാണ്. ജീവനും സ്വത്തിനും സഞ്ചാരത്തിനും മറ്റും ഉള്ള അവകാശങ്ങൾ പൗരൻ ഭരണകൂടത്തിൽനിന്ന് പ്രതീക്ഷിക്കുന്ന, ഭരണകൂടം ഉറപ്പാക്കേണ്ട മൗലിക അവകാശങ്ങളാണ്. ഈ അവകാശങ്ങളെല്ലാം പ്രായോഗികമായി സംരക്ഷിക്കുന്നത് പൊലീസാണ്. ഭരണകൂടം ഉറപ്പുനല്കുന്ന അവകാശങ്ങൾ സംരക്ഷിച്ചുപരിപാലിക്കാൻ വേണ്ടി സർക്കാർ പ്രത്യേകമായി ഏർപ്പെടുത്തിയിരിക്കുന്ന പ്രത്യേക വിഭാഗമാണ് പൊലീസ്. പൊലീസ് ആ രംഗത്ത് പരാജയപ്പെട്ടാൽ മാത്രമേ വേറെ ഏതെങ്കിലും ഏജൻസി ആ രംഗത്ത് ഇടപെടുന്ന പ്രശ്നം ഉദിക്കുന്നുള്ളു. ജനങ്ങൾക്ക് അവകാശങ്ങൾ ആസ്വദിക്കാനുള്ള അവസരം ഉറപ്പാക്കിക്കൊടുക്കുക എന്നതാണ് പൊലീസിന്റെ തൊഴിൽപരമായ ദൗത്യം. അത് നാം നിറവേറ്റുന്ന രീതിയിലാണ് നമ്മുടെ പ്രൊഫഷണലിസം വെളിപ്പെടുന്നത്.

ഒരു പ്രത്യേക ജോലി ചെയ്യുന്ന ആളുകളെ പ്രൊഫഷണലുകളായി കാണണം എന്നുണ്ടെങ്കിൽ ആ ജോലിക്കും ജോലിചെയ്യുന്ന ആളുകൾക്കും നാല് പ്രത്യേകഗുണങ്ങൾ ഉണ്ടായിരിക്കണം.

ഒന്ന്: ആ ജോലിയുടെ പ്രത്യേകതയുമായി ബന്ധപ്പെട്ടും ജോലി ചെയ്യേണ്ട രീതിയെക്കുറിച്ചും ആ ജോലി ചെയ്യുന്ന ആളുകൾക്ക് സ്വായത്തമാക്കേണ്ട അറിവിന്റെ ഒരു നിയത സഞ്ചയം ഉണ്ടായിരിക്കണം. അത്രയെങ്കിലും അറിവുള്ളവർക്ക് മാത്രമേ പ്രൊഫഷണലുകളായിത്തീരാൻ കഴിയുകയുള്ളു. ആ രീതിയിൽ അറിവില്ലാത്തവർക്ക് ആ പ്രൊഫഷനിൽ അംഗങ്ങളായിത്തീരാൻ സാധിക്കുകയില്ല. ഒരു ഡോക്ടർക്ക് ഡോക്ടറായിരിക്കണമെങ്കിൽ ചുരുങ്ങിയത് ശരീരശാസ്ത്രം, ഫിസിയോളജി,അനാട്ടമി,

ബയോകെമിസ്ട്രി, രോഗങ്ങൾ എന്നിവയെക്കുറിച്ചുള്ള അടിസ്ഥാന അറിവുകളെങ്കിലും ഉണ്ടായിരിക്കണം. അതുപോലെ Cr.P.C., പൊലീസ് സ്റ്റാൻഡിങ് ഓർഡർ, ഭരണഘടന, നിയമങ്ങൾ തുടങ്ങി പലകാര്യങ്ങളെക്കുറിച്ചും കൃത്യമായ അറിവില്ലാതെ ഒരാൾക്ക് പ്രൊഫഷണൽ പൊലീസുകാരൻ ആയിത്തീരാൻ കഴിയില്ല. ഹൃദയം ഇടതുവശത്താണോ വലതുവശത്താണോ എന്ന് ചോദിക്കുന്ന ഡോക്ടർ പ്രൊഫഷണൽ അല്ല. അതുപോലെ കൊലപാതകക്കേസ് എങ്ങനെ രജിസ്റ്റർ ചെയ്യണം എന്ന് ചോദിക്കുന്ന പൊലീസുകാരനും പ്രൊഫഷണൽ അല്ല. നമ്മുടെ ജോലിയ്ക്ക് നിഷ്കർഷിക്കപ്പെട്ടതും നിശ്ചിതമായതുമായ അറിവിന്റെ സഞ്ചയം നമുക്ക് സ്വായത്തമായിരിക്കണം. അങ്ങനെ നിയതമായ അറിവിന്റെ സഞ്ചയം നിർബ്ബന്ധമായി എല്ലാവർക്കും ബാധകമായുള്ള ഒരു ജോലിയെ മാത്രമേ 'പ്രൊഫഷണൽ' എന്ന് വിളിക്കാൻ സാധിക്കുകയുള്ളു.

രണ്ട്: അറിവോ, അറിവിന്റെ സഞ്ചയമോ ഉണ്ടായാൽ മാത്രം പോരാ. അത് ആ ജോലിക്ക് ഉപയുക്തമായ രീതിയിൽ കരസ്ഥമാക്കത്തക്ക തരത്തിലുള്ള ഒരു പരിശീലന പദ്ധതി ആ പ്രൊഫഷന് പ്രത്യേകമായി ഉണ്ടായിരിക്കണം. വീട്ടിലിരുന്ന് പഠിച്ചാൽ ഒരാൾ ഡോക്ടർ ആകില്ല. ഒരു മെഡിക്കൽ കോളേജിൽ ചേർന്ന് പ്രത്യേക അറിവുള്ള മറ്റുള്ളവരിൽനിന്ന് ക്രമാനുഗതമായ ഒരു പരിശീലനരീതിയിലൂടെ, സൈദ്ധാന്തികവും പ്രായോഗികവും ശാസ്ത്രീയവുമായ തലങ്ങളിലൂടെ നിഷ്കർഷിക്കപ്പെട്ട അറിവിന്റെ സഞ്ചയം കരസ്ഥമാക്കിയാൽ മാത്രമേ ഒരാൾ ഡോക്ടർ ആയി എന്ന് പറയാൻ കഴിയൂ. അതായത് നിശ്ചയിക്കപ്പെട്ടിട്ടുള്ള ഒരു പ്രത്യേക പരിശീലനപദ്ധതിയാണ് ഒരു പ്രൊഫഷനു വേണ്ട രണ്ടാമത്തെ മാനദണ്ഡം.

മൂന്ന്: ഒരു പ്രൊഫഷനിൽ ഉള്ള ആളുകൾ ജോലി ചെയ്യുന്ന രീതിക്ക് ഒരു പൊതുസ്വഭാവം ഉണ്ടാകണം. ചിലപ്പോൾ ആ രീതി വസ്ത്രധാരണ രീതിയെപ്പോലും ബാധിക്കും. പൊലീസുകാർ യൂണിഫോം ഇടുന്നതും സല്യൂട്ട് ചെയ്യുന്നതും അതിന്റെ ഭാഗമാണ്. ഡോക്ടർമാരും വക്കീലന്മാരും നഴ്സുമാരും പ്രത്യേക വേഷം ധരിക്കുന്നതും ആ വേഷങ്ങൾ വ്യത്യസ്തമായിരിക്കുന്നതും അതുകൊണ്ട് തന്നെയാണ്.

നാല്: ഒരു പ്രൊഫഷന്റെ അറിവിനും നടപടിക്രമത്തിനും വിരുദ്ധമായി പ്രവർത്തിക്കുന്ന ഒരാളെ ആ പ്രൊഫഷനിൽനിന്നും പുറത്താക്കാൻ നിയതമായ സംവിധാനം ഉണ്ടായിരിക്കണം. വക്കീലന്മാർക്ക് ബാർകൗൺസിലും ഡോക്ടർമാർക്ക് ഇന്ത്യൻ മെഡിക്കൽ കൗൺസിലും ചാർട്ടേഡ് അക്കൗണ്ടന്റിന് ചാർട്ടേഡ് അക്കൗണ്ടന്റ് അസോസിയേഷനും ഉണ്ട്. ഒരു പ്രൊഫഷന്റെ

ഗുണനിലവാരം നിലനിർത്തുന്നതിന് അംഗങ്ങൾ ആ പ്രൊഫ ഷന്റെ ഉദ്ദേശ്യലക്ഷ്യങ്ങളിൽനിന്ന് വ്യതിചലിക്കുന്നില്ല എന്ന് ഉറ പ്പുവരുത്തുന്ന ശിക്ഷണരീതി സ്വന്തമായിട്ട് ഉണ്ടായിരിക്കണം. പ്രൊഫഷനിൽ ഉൾപ്പെട്ടിരിക്കുന്ന ആളുകൾ തന്നെ പരസ്പരം മനസ്സിലാക്കിയും നിയന്ത്രിച്ചും പ്രൊഫഷന് വേണ്ട രീതിയി ലുള്ള ഒരു പെരുമാറ്റക്രമം സൃഷ്ടിച്ച് അത് പരിപാലിക്കപ്പെടണം.

ഈ നാല് പ്രത്യേകതകൾ ഉണ്ടെങ്കിൽ മാത്രമേ ലോകത്തെവി ടെയും ഒരു ജോലിയെ 'പ്രൊഫഷൻ' എന്ന് വിളിക്കുകയുള്ളു. ഇവയിൽ മൂന്നെണ്ണം ഉൾപ്പെടുന്ന ധാരാളം ജോലികളുണ്ട്. പക്ഷേ, നാല് പ്രത്യേ കതകളും ഇല്ലെങ്കിൽ ഒരു പ്രൊഫഷനായി അംഗീകരിക്കില്ല. വളരെ ബഹുമാന്യരും സംസ്കാരസമ്പന്നരും ബൗദ്ധികമായും വൈകാരിക മായും ഉന്നതനിലവാരം പുലർത്തുന്നവരുമായ സാഹിത്യകാരന്മാരെ നാം എന്തുകൊണ്ട് പ്രൊഫഷണൽ വിഭാഗത്തിൽപ്പെടുത്തുന്നില്ല? കാരണം സാഹിത്യകാരന്മാരുടെ കൂട്ടായ്മയ്ക്ക് ഈ നാല് പ്രത്യേകതകൾ കാണ ണം എന്നില്ല. ഉദാഹരണത്തിന് ഒരു സാഹിത്യകാരന് അറിയാവുന്ന സംഗതി മറ്റൊരാൾക്ക് അറിയണമെന്നേ ഇല്ല. അവരുടെ പെരുമാറ്റം എന്തായിരിക്കണം എന്ന കാര്യത്തിലും പ്രത്യേക നിഷ്കർഷയൊന്നു മില്ല.

ചരിത്രപരമായ കാരണങ്ങൾകൊണ്ട് പൊലീസ് ജോലിക്ക് ഈ നാല് പ്രത്യേകതകളും ഉണ്ട്.

(1) നമ്മളറിഞ്ഞിരിക്കേണ്ട വിജ്ഞാന സഞ്ചയം നമുക്കുണ്ട്.

(2) ആ വിജ്ഞാന സഞ്ചയം അഭ്യസിപ്പിക്കുന്നതിന് ക്രമമായ ഒരു പരി ശീലനപദ്ധതി നമ്മുടെ ഇടയിൽ നിലവിലുണ്ട്.

(3) ജോലി ചെയ്യുന്ന രീതി നിഷ്കർഷിക്കുന്ന പ്രത്യേക സംവിധാന ങ്ങൾ നമുക്ക് കരസ്ഥമായിട്ടുണ്ട്.

(4) നിയതമായ ചട്ടക്കൂടിന് വിരുദ്ധമായി ജോലിചെയ്യുന്നവരെ നിയന്ത്രി ക്കുന്നതിനുള്ള ശിക്ഷണ രീതികളും നിലവിലുണ്ട്.

ഈ നാല് സ്വഭാവങ്ങളുള്ള പൊലീസ് സേന തീർച്ചയായും ഒരു പ്രൊഫഷണൽ ഗ്രൂപ്പ് തന്നെയാണ്. ഒരു പ്രൊഫഷണൽ എന്ന രീതിയി ലുള്ള ജോലിയുടെ മാന്യതയ്ക്കും ഔന്നത്യത്തിനും നാം തീർത്തും അർഹരാണ്. പക്ഷേ, ആ ബോധം നമുക്ക് തന്നെ ഉണ്ടാകണം. നിർഭാ ഗ്യവശാൽ പലപ്പോഴും നാം സ്വയം ഇതിൽനിന്നെല്ലാം വ്യതിചലിച്ച് അന്ധ രായ ആജ്ഞാനുവർത്തികളായോ ദാസന്മാരായോ മാറുകയോ അങ്ങനെയാണെന്ന് അഭിനയിക്കുകയോ ചെയ്യുന്നു.

"അഭിമുഖീകരിക്കുന്ന പ്രശ്നങ്ങളോട് ഒരു പ്രൊഫഷണൽ സമീ പനം പുലർത്തുന്ന ആളുകളാണ് ഞങ്ങൾ"- എന്ന രീതിയിൽ ഒരു മനോ ഭാവം വന്നാൽത്തന്നെ നമ്മുടെ ജോലിയിൽ പ്രൊഫഷണലായി പ്രശ്ന ങ്ങളെ അഭിമുഖീകരിക്കാനും ആ പ്രശ്നങ്ങൾക്ക് പ്രൊഫഷണലായി ട്ടുള്ള പരിഹാരങ്ങൾ തേടുന്നതിനും നമ്മൾ സജ്ജരാകും. അതനുസരിച്ച്

നമ്മൾ നല്കുന്ന സേവനത്തിന് സമൂഹം വില നല്കും. നൂറ് വർഷം മുൻപ് ഡോക്ടർമാർക്ക് ഉണ്ടായിരുന്നതിന്റെ എത്രയോ കൂടുതൽ പ്രാധാന്യമാണ്, ഇന്ന് സമൂഹത്തിൽ അവർക്കുള്ളത്. ഏതെല്ലാം പ്രൊഫഷനുകൾ ലോകത്ത് ഉണ്ടായിട്ടുണ്ടോ ആ പ്രൊഫഷനുകൾക്ക് എല്ലാം തന്നെ വലിയ വളർച്ചയാണ് ഉണ്ടായിട്ടുള്ളത്.

ജോലി ചെയ്യുന്ന 'ആൾക്കൂട്ടങ്ങൾ' എത്ര വലുതാണെങ്കിലും അവയ്ക്ക് കൂടുതൽ പ്രാധാന്യം ലഭിക്കുന്നത് അവ പ്രൊഫഷണൽ കൂട്ടായ്മകൾ ആകുമ്പോഴാണ്. ഏത് ആൾക്കൂട്ടം പ്രൊഫഷണൽ വൈദഗ്ദ്ധ്യം കൂടുതലായി കരസ്ഥമാക്കുന്നുവോ ആ ആൾക്കൂട്ടത്തിന് സമൂഹത്തിൽ കൂടുതൽ സ്ഥാനവും മാനവും വിലയും കൈവരും. ആൾക്കൂട്ടം പ്രൊഫഷണലായി പെരുമാറുമ്പോൾ, സമൂഹം തിരിച്ചറിയും. അത്തരം ഒരു തിരിച്ചറിവുണ്ടാകുമ്പോൾ സമൂഹം അതിന്റേതായ രീതിയിൽ പ്രതികരിക്കും. ആ പ്രതികരണത്തോടെ പ്രൊഫഷന് മാന്യതയും സ്വീകാര്യതയും വർദ്ധിച്ചു വരും. ഇത് മനസ്സിലാക്കിയാൽ നമ്മുടെ ജോലിയെ കൂടുതൽ പ്രൊഫഷണലായി സമീപിക്കുവാൻ നാം ആഗ്രഹിക്കും; അതിനുവേണ്ടി പരിശ്രമിക്കും.

ഒരു ഡോക്ടർ രോഗിക്ക് രോഗത്തിനനുസരിച്ച് ചികിത്സ നിശ്ചയിക്കുന്നതുപോലെ സമൂഹത്തിലെ പ്രശ്നങ്ങളുടെ സ്വഭാവമനുസരിച്ച് നടപടി നിർണ്ണയിക്കാൻ പൊലീസിനു കഴിയണം. ഉദാഹരണത്തിന് മോഷണം തടയുകയും അവ അന്വേഷിച്ച് കണ്ടെത്തുകയും ചെയ്യുക എന്നത് പൊലീസിനെ സംബന്ധിച്ച് പ്രൊഫഷണൽ ജോലിയാണ്. സമൂഹം അഭിമുഖീകരിക്കുന്ന പ്രശ്നം- ഭാവിയിൽ വളരെ സങ്കീർണ്ണമാകാനിടയുള്ള ഈ പ്രശ്നത്തിന് - ഒരു പ്രൊഫഷണൽ എന്നുള്ള നിലയിൽ നമുക്കെന്ത് നടപടികൾ സ്വീകരിക്കാൻ സാധിക്കുമെന്ന് കണ്ടെത്തുക. അതിന് ഉന്നതമായ മാനദണ്ഡങ്ങൾ വികസിപ്പിച്ചെടുക്കുക, ഇതാണ് പ്രൊഫഷണൽ സമീപനം. നാട്ടിൽ ധാരാളം അപകടങ്ങൾ ഉണ്ടാകുന്നുണ്ട്, സംഘർഷങ്ങൾ ഉണ്ടാകുന്നുണ്ട്. മോഷണവും അപകടവും സംഘർഷവുമൊക്കെ സമൂഹത്തിലെ എല്ലാ വ്യക്തികളും വലിയ പ്രശ്നങ്ങളായി പരിഗണിക്കുന്നു. ഈ പ്രശ്നങ്ങളെ പ്രൊഫഷണൽ രീതിയിൽ സമീപിച്ച് അത് ഇല്ലായ്മ ചെയ്തുകൊടുക്കാനോ പരിഹരിക്കാനോ ഏതെങ്കിലും ഗ്രൂപ്പിന് ശക്തിയുണ്ടെങ്കിൽ ആ ഗ്രൂപ്പിനെ വളരെ വിലപ്പെട്ട ഒന്നായി സമൂഹം പരിഗണിക്കും. അതിന് നാം ഒരു സംഘടിത പ്രൊഫഷണൽ ഗ്രൂപ്പ് ആയി പ്രവർത്തിക്കണം. നമ്മുടെ വിലപ്പെട്ട സേവനങ്ങൾ നമ്മുടെ പ്രൊഫഷണൽ മികവിന്റെ പ്രതീകമായി സമൂഹം തിരിച്ചറിയണം.

ഈ സർവ്വീസിൽ ചേർന്നത് വെറുമൊരു ജോലി ചെയ്യാൻ വേണ്ടി എന്നതിനേക്കാൾ ഉപരി ഒരു പ്രൊഫഷണൽ ആയിത്തീരാനാണ് എന്ന ഒരു സമീപനം നമുക്കോരോരുത്തർക്കും ഉണ്ടാകണം. ആ ഒരു തിരിച്ചറിവിലൂടെയാണ് തൊഴിൽപരമായ മേന്മയും തദ്വാരാ സമൂഹത്തിന്

മെച്ചപ്പെട്ട സേവനം ചെയ്യാൻ തക്ക കരുത്തും ആർജ്ജവവും നമുക്കുണ്ടാകുന്നത്. അങ്ങനെയുള്ള കരുത്ത് നിങ്ങൾക്കും നിങ്ങളിലൂടെ കേരളത്തിലെ മുഴുവൻ പൊലീസ് സേനാംഗങ്ങൾക്കും ഉണ്ടാകണം.

ഫ്യൂഡൽ ഭരണരീതികളും മതാധിഷ്ഠിത രാജ്യതന്ത്രവും സാർവ്വത്രിക മാനവികമൂല്യങ്ങളിൽ അധിഷ്ഠിതമായ രാഷ്ട്രീയ ചിന്താഗതികൾക്ക് വഴിമാറിക്കൊടുത്തതിനുശേഷമാണ് പട്ടാള രീതികളിൽനിന്നും മതനിയമങ്ങൾ നടപ്പിലാക്കുന്ന രീതിയിൽനിന്നും വിഭിന്നമായ പ്രൊഫഷണൽ പൊലീസ് സമ്പ്രദായങ്ങൾ ജനാധിപത്യ രാഷ്ട്രങ്ങളിൽ ആവിഷ്കരിക്കപ്പെട്ടത്. "മനുഷ്യാവകാശങ്ങൾ എന്നത് ഏതെങ്കിലും രാഷ്ട്രപരമാധികാരിയുടെ സമ്മാനമല്ല; മറിച്ച് മനുഷ്യന് ജന്മസിദ്ധമായിട്ടുള്ള അവകാശമാണ്" എന്ന ബോധമാണ് നിഷ്പക്ഷമായ നീതി നിർവ്വഹണത്തിന്റെ അടിസ്ഥാനതത്ത്വം. ക്രിമിനൽ നീതിനിർവ്വഹണത്തിൽ സാമാന്യനീതി ഉറപ്പുവരുത്തി താന്തോന്നിത്തം ഇല്ലാത്ത നിഷ്പക്ഷമായി നടത്തുന്ന അന്വേഷണത്തിൽ ശേഖരിക്കപ്പെടുന്ന തെളിവുകളുടെ അടിസ്ഥാനത്തിൽ അന്വേഷണസംവിധാനത്തിന്റെ ഭാഗമല്ലാത്ത ഒരു കോടതിവിധി പ്രസ്താവിക്കുക എന്നതാണ് ആധുനിക പൊലീസ് സംവിധാനത്തിന്റെ പ്രത്യേകത. മനുഷ്യസമത്വചിന്തയിലും അവസരസമത്വത്തിലും അധിഷ്ഠിതമാണ് ഈ സംവിധാനങ്ങൾ. അതുകൊണ്ടുതന്നെ പൊലീസിന്റെ തൊഴിൽപരമായ മേന്മ, തൊഴിലുമായി ബന്ധപ്പെട്ട നീതിബോധം, തൊഴിൽ സദാചാരം എന്നിവയെല്ലാം തന്നെ മനുഷ്യാവകാശ കാഴ്ചപ്പാടിൽനിന്ന് ഉരുത്തിരിഞ്ഞ് വരേണ്ടതാണ്. ആ വീക്ഷണകോണിൽ നിന്നാണ് ജനാധിപത്യത്തിലെ പൊലീസ്സമ്പ്രദായത്തിൽ മൂല്യാധിഷ്ഠിത തൊഴിൽമേന്മ എന്തെന്ന് നാം മനസ്സിലാക്കേണ്ടത്.

ഓരോ വ്യക്തിയും സമൂഹത്തിലെ മറ്റെല്ലാ വ്യക്തികളുടെയും മനുഷ്യാവകാശങ്ങൾ സംരക്ഷിക്കാൻ തയ്യാറായാൽ പൊലീസിന്റെ ആവശ്യം തന്നെ ആ സമൂഹത്തിൽ ഉണ്ടാകുകയില്ല. എന്നാൽ ഇത് പ്രായോഗികമായി നടപ്പുള്ള കാര്യമല്ല. അതുകൊണ്ടാണ് പ്രത്യേകമായി രൂപപ്പെടുത്തിയ പൊലീസിനെ നിയമം നടപ്പിലാക്കുന്നതിനായി സമൂഹമദ്ധ്യത്തിൽ നിയോഗിക്കേണ്ടിവരുന്നത്.

ഭരണകൂടത്തിന്റെയും ഭരണസംവിധാനങ്ങളുടെയും നിയമപരമായ പൊതു ഉത്തരവാദിത്വമാണ് മനുഷ്യാവകാശ സംരക്ഷണം, അതായത് മനുഷ്യാവകാശങ്ങൾ മാനിക്കപ്പെടുകയും സംരക്ഷിക്കപ്പെടുകയും ചെയ്യുന്നുണ്ടെന്ന് ഭരണകൂടം ഉറപ്പുവരുത്തണം. പൊലീസ് സമാധാനം ഉറപ്പുവരുത്തിയാൽ മാത്രമേ ജനങ്ങൾക്ക് അവരുടെ അവകാശങ്ങൾ സമാധാനപരമായി ആസ്വദിക്കാൻ കഴിയുകയുള്ളൂ. അതിനുവേണ്ടി നിയമനടത്തിപ്പിലൂടെ ഓരോരുത്തരുടെയും മനുഷ്യാവകാശങ്ങൾ സംരക്ഷിക്കുകയും ധ്വംസനങ്ങൾ പ്രതിരോധിക്കുകയുമാണ് പൊലീസുദ്യോഗസ്ഥർ ചെയ്യുന്നത്. മനുഷ്യാവകാശങ്ങൾ ലംഘിക്കുന്ന കുറ്റകൃത്യങ്ങൾ തടയുകയും കുറ്റവാളികളെ കണ്ടെത്തുകയും ചെയ്യുന്നതിലൂടെ പൊലീസ്

ജനങ്ങളുടെ മനുഷ്യാവകാശങ്ങൾ സംരക്ഷിക്കുന്നു.

അതേസമയം പൊലീസുദ്യോഗസ്ഥർക്കും മനുഷ്യാവകാശങ്ങളുണ്ട് എന്ന കാര്യം വിസ്മരിച്ചുകൂടാ. ഓരോ പൊലീസ് ഉദ്യോഗസ്ഥനും - ഒരു വ്യക്തി എന്ന നിലയിൽ-മനുഷ്യാവകാശങ്ങൾ ലഭ്യമാണ്. അതുകൊണ്ടുതന്നെ ഉദ്യോഗസ്ഥർ മറ്റുള്ളവരുടെ മനുഷ്യാവകാശം സംരക്ഷിക്കുന്നതിലൂടെ സ്വന്തം അവകാശങ്ങൾ സംരക്ഷിക്കുന്നു. ഏതു പ്രൊഫഷൻ നാം സ്വീകരിച്ചാലും, അതിന് അതിന്റേതായ പരിമിതികളും ചട്ടങ്ങളും ഉണ്ടായിരിക്കും. തൊഴിൽമികവ് പ്രകടിപ്പിക്കുന്ന ഒരു പൊലീസ് സേന നിയമത്തിന്റെയും മനുഷ്യാവകാശമാനദണ്ഡങ്ങളുടെയും പരിമിതിക്കുള്ളിൽനിന്നുകൊണ്ട് പ്രവർത്തിക്കണം. നിയമ നടത്തിപ്പ് ഏകപക്ഷീയവും താന്തോന്നിത്തരവും സ്വേച്ഛാപരവുമാകുമ്പോൾ പൊലീസിങ് എന്ന തൊഴിലിന് പ്രൊഫഷണലിസം നഷ്ടപ്പെടുന്നു. അധികാരം ഉപയോഗിച്ച് തോന്നുന്നതെല്ലാം ചെയ്യുന്നതല്ല പൊലീസ് പ്രൊഫഷണലിസം.

പൊലീസ് സ്ഥിരമായി ജനങ്ങളുമായി ബന്ധപ്പെട്ടുകൊണ്ടിരിക്കുന്നു. അവർ എല്ലാവർക്കും, വിശേഷിച്ച് ദുർബ്ബലജനവിഭാഗങ്ങൾക്ക്, സംരക്ഷണവും, സുരക്ഷിതത്വവും നല്കുന്ന പ്രവർത്തനങ്ങളിലെ പങ്കാളികളാണ്. കുറച്ചു വർഷങ്ങൾക്കുമുമ്പ് വരെ കുടുംബ പ്രശ്നങ്ങൾ എന്നു പറയപ്പെടാവുന്ന വിഷയങ്ങളിൽ ഇടപെടുന്നതിൽനിന്ന് പൊലീസ് വിട്ടുനിന്നിരുന്നു. എന്നാൽ ഇന്ന് ഗാർഹികപീഡനത്തിൽനിന്ന് സ്ത്രീകൾക്കും കുട്ടികൾക്കും സംരക്ഷണം നല്കുന്നത് പൊലീസിന്റെ മുഖ്യമായ കർത്തവ്യങ്ങളിലൊന്നാണ്. കുടുംബങ്ങളിലേക്ക് പൊലീസിന്റെ ഉത്തരവാദിത്വം കയറിച്ചെല്ലുന്നു. അക്രമിയെ പ്രോസിക്യൂട്ട് ചെയ്യുക എന്നത് മാത്രമല്ല, ഇരയെ സംരക്ഷിക്കുകയെന്ന ബാദ്ധ്യത കൂടി ഇന്നത്തെ പൊലീസിൽ നിന്ന് പ്രതീക്ഷിക്കപ്പെടുന്നു. സമൂഹത്തിലെ ദുർബ്ബലവിഭാഗങ്ങളുടെയും അവഗണിക്കപ്പെട്ടവരുടെയും സംരക്ഷണം ഉറപ്പുവരുത്തുന്നതിന് നിരവധി പ്രത്യേകനിയമങ്ങൾ കഴിഞ്ഞ ദശകങ്ങളിൽ ഇന്ത്യയിൽ പാസാക്കപ്പെട്ടിട്ടുണ്ട്. പൊലീസ് ഉദ്യോഗസ്ഥർ പൊതുവായ ക്രിമിനൽ നിയമങ്ങൾ നടപ്പിലാക്കുന്നതോടൊപ്പം തന്നെ ഇത്തരം പ്രത്യേക നിയമങ്ങളും നടപ്പിലാക്കുന്നുണ്ടെന്ന് ഉറപ്പുവരുത്തണം. അവരുടെ വാക്കിലും പ്രവൃത്തിയിലും ജാതി, സമുദായം, വർണ്ണവിവേചനങ്ങൾ മുതലായവ പ്രതിഫലിക്കാൻ പാടില്ല. ഉന്നതമായ സാംസ്കാരിക നിലവാരത്തോടെയും 'എല്ലാവർക്കും അന്തസ്സ്, എല്ലാവരുടെയും അന്തസ്സ്' എന്ന തത്ത്വത്തിന് വിധേയമായും അവർ അവരുടെ കടമകൾ നിർവ്വഹിക്കണം.

ബലം പ്രയോഗിക്കുക, ആയുധങ്ങൾ കൈവശംവെക്കുക, അറസ്റ്റ് ചെയ്യുക, തടവിലാക്കുക, ദേഹപരിശോധന നടത്തുക എന്നിവയൊക്കെ പൊലീസിന് നിയമം നല്കുന്ന അധികാരങ്ങളാണ്. ഇവ തീർച്ചയായും അത്യാവശ്യമാണ്. എന്നാൽ ഈ അധികാരങ്ങളെല്ലാം തന്നെ ഉപയോഗപ്പെടുത്തേണ്ടത് മനുഷ്യാവകാശസംരക്ഷണത്തിന് വേണ്ടിയായിരിക്കണം.

വ്യക്തികൾക്ക് ലഭ്യമായ ചില മനുഷ്യാവകാശങ്ങൾക്ക് പരിമിതി
കളും പരിധികളും ഉണ്ട്; ചിലതിന് ഇല്ല. ഉദാഹരണത്തിന് സ്വാതന്ത്ര്യ
ത്തിനുള്ള അവകാശം ചില കാര്യങ്ങളിൽ പരിമിതപ്പെടുത്തപ്പെട്ടിരിക്കു
ന്നു. ജനങ്ങൾ ഒരു കുറ്റകൃത്യം ചെയ്യുകയോ ചെയ്യാനൊരുമ്പെടുകയോ
ചെയ്യുന്നതായി ബോദ്ധ്യപ്പെട്ടാൽ, അവരെ അറസ്റ്റ് ചെയ്തുകൊണ്ട്,
പൊലീസിന് അവരുടെ സഞ്ചാരസ്വാതന്ത്ര്യം ഇല്ലാതാക്കാം. കുറ്റവാളി
യെന്നു തെളിഞ്ഞാൽ ജയിലിലയക്കാം. എന്നാൽ ചില അവകാശങ്ങൾക്ക്
ഇങ്ങനെ യാതൊരു പരിധിയുമില്ല; ഉദാഹരണത്തിന് കുറ്റം തെളിയിക്കു
വാൻ വേണ്ടി ആരാലും പീഡിപ്പിക്കപ്പെടാതിരിക്കുവാനുള്ള അവകാശം
ഏതു സാഹചര്യത്തിലും അലംഘനീയമാണ്.

പല പൊലീസ് ഉദ്യോഗസ്ഥരും കരുതുന്നത് അവർ ബോധപൂർവ്വം
നിയമം ലംഘിക്കുന്നവരാണെന്ന് വരുത്തിത്തീർക്കുന്ന നിലയിൽ മാധ്യ
മങ്ങൾ പ്രചാരണം നടത്തുന്നുവെന്നാണ്. പൊലീസുകാരെക്കാൾ കൂടു
തൽ നിയമസംരക്ഷണവും സാമൂഹ്യ സംരക്ഷണവും കുറ്റവാളികൾക്ക്
ലഭിക്കുന്നു എന്നതാണ് പല പൊലീസുകാരുടെയും സ്വകാര്യ ദുഃഖം.
പൊലീസ് മോശമായി പെരുമാറുന്ന സംഭവങ്ങളിൽ മാധ്യമങ്ങൾ അതി
ശയോക്തിപരമായ ശ്രദ്ധ കേന്ദ്രീകരിക്കുന്നു എന്നത് സത്യമാണ്.
എന്നാൽ പൊലീസ് ഓർമ്മിക്കേണ്ട കാര്യം ഭരണകൂടാധികാരത്തിന്റെ
ദുരുപയോഗത്തിൽനിന്ന് വ്യക്തികളെ സംരക്ഷിക്കാനുള്ള ബാദ്ധ്യത നിയ
മത്തിനും സമൂഹത്തിനും ഉണ്ട് എന്നതാണ്. അതുകൊണ്ടുതന്നെ ഭരണ
കൂടത്തിന് വേണ്ടി പ്രവർത്തിക്കുന്ന ഒരു വ്യക്തി ചെയ്യുന്ന നിയമവിരു
ദ്ധമായ കാര്യം മനുഷ്യാവകാശലംഘനമായി ഉയർത്തിക്കാണിക്കപ്പെടു
ന്നു. എല്ലാ വ്യക്തികളും മറ്റുള്ളവരുടെ അവകാശങ്ങൾ ഉയർത്തി
പ്പിടിക്കണമെന്നതിൽ യാതൊരു സംശയവുമില്ല. എന്നാൽ അതേ സമയം
നിയമവിരുദ്ധമായോ സാമൂഹ്യനീതിക്കു വിരുദ്ധമായോ ഏകപക്ഷീയ
മായോ ഒരാളുടെ മനുഷ്യാവകാശവും ലംഘിക്കപ്പെടുന്നില്ലെന്ന് ഉറപ്പു
വരുത്തി പരിരക്ഷ നല്കേണ്ടത് ഭരണകൂടമാണ്. വ്യക്തികൾ നിയമലം
ഘനം നടത്തുമ്പോൾ വാസ്തവത്തിൽ അത് മറ്റൊരു വ്യക്തിയുടെ മനു
ഷ്യാവകാശലംഘനമാണ്. ജനം അതൊരു ക്രിമിനൽ കുറ്റമായി കാണു
കയും നിയമാനുസരണം നടപടിയെടുക്കുന്നതിനുവേണ്ടി കാര്യം
പൊലീസിനെ ഏല്പിക്കുകയും ചെയ്യുന്നു. എന്നാൽ പൊലീസ് തന്നെ
നിയമം ലംഘിക്കുമ്പോൾ പൊലീസിന്റെ ചുമതല ആരാണ് നിർവ്വഹി
ക്കുക? അത്തരം സ്ഥിതിവിശേഷങ്ങളിൽ ശക്തമായ പൊതുജനാഭി
പ്രായം ഉയർന്നുവരേണ്ടതുണ്ട്. അതിനാലാണ് സ്വതന്ത്രമായ മാധ്യമങ്ങൾ
പൊലീസ് നിയമലംഘകരായി പ്രവർത്തിക്കുന്നു എന്ന് അവർ കരുതുന്ന
വിഷയങ്ങൾ ഉയർത്തിക്കൊണ്ടുവരുന്നത്. ആ അർത്ഥത്തിലാണ്
പൊലീസുകാർ മാധ്യമ വിമർശനങ്ങളെ കാണേണ്ടത്.

നിയമ വിധേയത്വത്തിലൂടെ ആത്മസംരക്ഷണവും ജനസംരക്ഷണവും

പൊലീസ് ഉദ്യോഗസ്ഥൻ മനുഷ്യാവകാശമാനദണ്ഡങ്ങൾ മനസ്സിലാക്കി അവ പ്രയോഗത്തിൽ വരുത്തണം. വി ഐ പി സംരക്ഷണം, അക്രമാസക്ത ജനക്കൂട്ടനിയന്ത്രണം, പ്രമാദമായ ഒരു കുറ്റകൃത്യം തെളിയിക്കാൻ ജനങ്ങളിൽനിന്നും മാധ്യമങ്ങളിൽനിന്നും മേലധികാരികളിൽനിന്നും സമ്മർദ്ദം, തന്നെയോ സഹപ്രവർത്തകരെയോ പരിക്കേല്പിച്ച ഒരാളെ പിടികൂടുക മുതലായ സന്ദർഭങ്ങളിൽ മനുഷ്യാവകാശങ്ങൾക്ക് മുൻഗണന നല്കാൻ വ്യക്തികളെന്ന നിലയിൽ പൊലീസുകാർക്ക് പ്രയാസം ഉണ്ടാകും. അതുകൊണ്ട് അത്തരം സ്ഥിതിവിശേഷങ്ങളിൽ ഉദ്യോഗസ്ഥർക്ക് മാർഗ്ഗദർശനം നല്കുന്ന വ്യവസ്ഥാപിതമായ ആന്തരിക പൊലീസ് നടപടിക്രമങ്ങൾ വ്യക്തമായി നടപ്പിലാക്കണം. എല്ലാ ഉദ്യോഗസ്ഥരും ചട്ടങ്ങൾ, നടപടിക്രമങ്ങൾ, നിയമങ്ങൾ എന്നിവ കണിശമായി നടപ്പിലാക്കണം. ഉദ്യോഗസ്ഥർ ജോലി ചെയ്യുമ്പോൾ അവർ സ്വയം യാതൊരു ലംഘനവും നടത്തുന്നില്ലാ എന്ന ആത്മവിശ്വാസം ഉണ്ടാകുന്നതിന് ഇത് ഉപകരിക്കും. എല്ലാ നിയത നടപടിക്രമങ്ങളും പാലിച്ചാൽ തന്റെ ജോലിസമയത്ത് താൻ യാതൊരു മനുഷ്യാവകാശങ്ങളും ലംഘിച്ചിട്ടില്ലെന്ന് സ്വയം അറിയാൻ പൊലീസുകാരന് കഴിയും.

ഒരു പൊലീസ് ഉദ്യോഗസ്ഥനും സാധാരണഗതിയിൽ മനുഷ്യാവകാശലംഘനം നടത്തണമെന്ന് മുൻകൂട്ടി തീരുമാനിക്കാറില്ല. പലപ്പോഴും ലംഘനങ്ങൾ നടക്കുന്നത് നിയമപരമായ അറിവില്ലാത്തതുകൊണ്ടോ പരിശീലനമില്ലാത്തതുകൊണ്ടോ ആണ്. തന്റെ സഹപ്രവർത്തകർ അറിഞ്ഞുകൊണ്ട് മനുഷ്യാവകാശലംഘനം നടത്തുമ്പോൾ ഒരു പൊലീസുദ്യോഗസ്ഥൻ എന്താണ് ചെയ്യേണ്ടത്? പൊലീസ് ഉപസംസ്കാരത്തിന്റെ അവിഭാജ്യഭാഗമാണ്. 'പരസ്പര സഹകരണ സൗഹൃദം'. എന്നാൽ ഈ സൗഹൃദം കൂട്ടായി തെറ്റു ചെയ്ത് പരസ്പരം സംരക്ഷിക്കാൻ വേണ്ടിയാവരുത്. ഏതെങ്കിലുമൊരാൾ തെറ്റു ചെയ്താൽ "അത് ആഭ്യന്തരമായി കൈകാര്യം ചെയ്യപ്പെട്ടാൽ മതി" എന്ന പ്രവണത എല്ലാ മേഖലകളിലും ഉണ്ട്. തെറ്റ് അനിയന്ത്രിതമായി ഗുരുതരമാവുന്നത് ഗുരുതരമായ ആന്തരികമനുഷ്യാവകാശലംഘനങ്ങൾ അംഗങ്ങൾ പരസ്പരം അവഗണിക്കുമ്പോഴാണ്. തെറ്റായ പ്രവണതകളുണ്ടെന്ന് സ്വകാര്യമായെങ്കിലും സമ്മതിക്കുവാൻ പൊലീസുകാർ തയ്യാറാവും. എന്നാൽ സഹപ്രവർത്തകനെതിരായി മൊഴി കൊടുക്കാൻ ആരും തയ്യാറാവുകയില്ല. ഇതു കൊണ്ടാണ് പലപ്പോഴും പൊതുജനത്തിന് മുമ്പിൽ മുഴുവൻ പൊലീസ് സംവിധാനത്തിന്റെയും വിശ്വാസ്യത തകരുന്നത്. തൊഴിൽപരമായ മേന്മ ലക്ഷ്യം വയ്ക്കുന്ന ഒരു പൊലീസ് സംവിധാനത്തിൽ നിയമലംഘനം നടത്തുന്ന സഹപ്രവർത്തകരെക്കുറിച്ച് വിവരം നല്കുന്നതിനുള്ള ആന്തരിക സംവി

ധാനങ്ങളുണ്ടായിരിക്കണം. മുൻകൂട്ടി ആലോചിച്ചുറച്ചോ അനിയന്ത്രിത മായോ ബോധപൂർവ്വം പൗരാവകാശങ്ങൾ ലംഘിക്കുന്ന പൊലീസ് ഉദ്യോ ഗസ്ഥർക്കെതിരായി ശക്തമായ നടപടി സ്വയം സ്വീകരിക്കുന്നത് സാധൂ കരിക്കുന്ന ഒരു സംസ്കാരം വളർന്നു വരണം. 'പരസ്പര സഹകരണ സൗഹൃദം' എന്ന മൂല്യം അതിനു തടസ്സമാവരുത്.

ആലോചിച്ചുറച്ചോ അനിയന്ത്രിതമായോ ചെയ്യുന്ന മനുഷ്യാവകാ ശലംഘനങ്ങളെക്കുറിച്ചുള്ള പൊതുജനപരാതികൾ ദ്രുതഗതിയിലും പര സ്യമായും കൈകാര്യം ചെയ്യണം; അല്ലെങ്കിൽ അത് ജനവിശ്വാസത്ത കർച്ചയ്ക്കിടയാക്കും. പൊലീസിന് കാര്യക്ഷമമായി പ്രവർത്തിക്ക ണമെങ്കിൽ അവരുടെ സേവനം ലഭിക്കുന്ന ജനവിഭാഗത്തിന്റെ പിന്തു ണയും വിശ്വാസവും എപ്പോഴും ആവശ്യമാണ്. പൊലീസുകാർ മനു ഷ്യാവകാശങ്ങൾ ലംഘിച്ചാൽ അത് അവരിൽ സമൂഹം അർപ്പിച്ചിട്ടുള്ള വിശ്വാസത്തിന്റെ ലംഘനമാണ്. ഉയർന്ന പൊലീസ് നേതൃത്വത്തിന്റെ കഴി വിന്റെ ശരിയായ പരീക്ഷണമാണ് ഇത്. തെറ്റു ചെയ്ത കീഴ്ജീവനക്കാരെ സംരക്ഷിച്ച് അതുവഴി വ്യക്തിപരമായ മാനസിക വിധേയത്വം സൃഷ്ടി ച്ചെടുക്കുന്നത് സ്വകാര്യമായി സുഖപ്രദവും സൗകര്യപ്രദവുമാണ്. എന്നാൽ അത്തരം സംരക്ഷണത്തിൽ അടങ്ങിയിട്ടുള്ള സദാചാരവും നിയ മപരവുമായ വൈരുദ്ധ്യങ്ങൾ പ്രൊഫഷണലിസത്തിന്റെയും തൊഴിൽപ രമായ സദാചാരത്തിന്റെയും അടിവേരറുക്കും.

കൈക്കൂലിയെപ്പറ്റി വിവരം നല്കുക

എല്ലാവരും പൊലീസ് പ്രത്യേകിച്ചും, കൈക്കൂലിക്കെതിരായിരിക്കേ ണ്ടതാണ്. പൊലീസുകാർക്കും കൈക്കൂലി കൊടുക്കാൻ തയ്യാറായി എല്ലായ്പ്പോഴും, ആളുകളുണ്ടാവും. എന്നാൽ അഴിമതിയോട് ഒച്ചിഴയുന്ന തരത്തിലുള്ള സമീപനമെടുക്കുന്നത് ഇപ്പോൾ ഇന്ത്യയിലെ പൊതുവായ ഉദ്യോഗസ്ഥ സംവിധാനത്തിന്റെ പ്രത്യേകതയായി മാറിയിട്ടുണ്ട്. പലരും ആത്മവിശ്വാസത്തോടെ ന്യായീകരിക്കുകയും തറപ്പിച്ചു പറയുകയും ചെയ്യുന്നത് അഴിമതിക്കെതിരെ പ്രവർത്തിക്കാൻ ബാദ്ധ്യതയുള്ള മറ്റൊരു വകുപ്പ് - അതായത് അഴിമതിനിരോധന വകുപ്പ് - ഉണ്ടെന്നാണ്. "അതു കൊണ്ട് അഴിമതിവിരുദ്ധപ്രവർത്തനം അവരുടെ പണിയാണ്. എന്റെ വകുപ്പിൽ ഫലപ്രദവും കാര്യക്ഷമവുമായ പ്രവർത്തനം നടത്തലാണ് എന്റെ ജോലി. അല്ലാതെ അഴിമതിക്കാരെ പിടിക്കുകയല്ല. അഴിമതിവിരുദ്ധ വകുപ്പ് അഴിമതിക്കാരെ കൈകാര്യം ചെയ്യട്ടെ. അവർ ആരെ പിടിച്ചാലും ഞാൻ ഇടപെടില്ല" എന്ന രീതി സ്വകാര്യസംഭാഷണങ്ങളിലും പൊതു വേദികളിലും ഉദ്യോഗസ്ഥരുടെ ഇടയിൽ കേട്ടുവരുന്നുണ്ട്. നടപടിയെടു ക്കണമെന്ന് ആഗ്രഹമുണ്ടായാൽപ്പോലും അതിന് സത്യസന്ധനായ ഞാൻ മാത്രം വിചാരിച്ചാൽ ഒന്നും കഴിയുന്നില്ലെന്ന മട്ടിലാണ് ഇത് അവ തരിപ്പിക്കപ്പെടുന്നത്.

സ്വയം സത്യസന്ധനായതുകൊണ്ട് മാത്രം കാര്യമില്ല; മറ്റൊരാൾ കാണിക്കുന്ന അഴിമതികൾ ബന്ധപ്പെട്ടവരെ അറിയിക്കേണ്ടത് സ്വന്തം കടമയായി കാണാൻ കൂടി നാം തയ്യാറാവണം. ഉദ്യോഗസ്ഥർ പരസ്പരം "ജീവിക്കുക; ജീവിക്കാൻ അനുവദിക്കുക"എന്ന രീതി അറിയാതെയാണെങ്കിലും പിന്തുടർന്ന് ഇന്ത്യയിൽ പൊതുവേ അഴിമതിക്ക് അനുകൂല കാലാവസ്ഥ സൃഷ്ടിച്ചിട്ടുണ്ടെന്ന് കാണാതിരുന്നുകൂടാ. ഇത് ജനങ്ങളുടെ കണ്ണിൽ വകുപ്പിന്റെ കാര്യക്ഷമതയ്ക്കും അന്തസ്സിനും വൻതോതിൽ ഇടിവുണ്ടാക്കിയിട്ടുണ്ട്. യഥാർത്ഥ കാര്യശേഷിയുടെ കടയ്ക്കൽ കത്തിവയ്ക്കാൻ മാത്രമേ അത് സഹായിക്കുന്നുള്ളു. പൊലീസുകാരൻ ഏറ്റവും വലിയ അഴിമതിക്കാരാണെന്ന ധാരണ - മിഥ്യാധാരണ - ഇതുമൂലം ഉണ്ടാകുന്നു. 'നിയമത്തി'നെ 'പണം' കൊണ്ട് വിലയ്ക്കുവാങ്ങാനാവുമെങ്കിൽ നിയമം നടപ്പാക്കൽ എന്ന പ്രക്രിയ അർത്ഥശൂന്യമാകുന്നു. അഴിമതി ശ്രദ്ധയിൽപ്പെട്ടാൽ കർശനമായ നടപടിയെടുക്കാൻ ഉന്നതോദ്യോഗസ്ഥർ തയ്യാറാവണം. അല്ലാത്തപക്ഷം പൊലീസിന്റെ ബഹുമാന്യത പൂർണ്ണമായും നഷ്ടപ്പെടുകയും പൊതുജനസഹകരണം ലഭ്യമല്ലാതായിത്തീരുകയും ചെയ്യും. അഴിമതിരഹിതസേവനം നിലനിർത്തുകയും ഉറപ്പാക്കുകയും ചെയ്യുന്നത് പ്രധാനപ്പെട്ട ഒരു മേൽനോട്ട ഉത്തരവാദിത്വമാണ്. അതുമായി സഹകരിക്കേണ്ടതും വേണ്ടി വന്നാൽ സഹപ്രവർത്തകർക്കെതിരായി ശബ്ദമുയർത്തേണ്ടതും എല്ലാവരുടെയും കടമയാണ്. അഴിമതിവിരുദ്ധ സംസ്കാരം ആയിരിക്കണം പൊലീസിന്റെ പൊതുവായ തൊഴിൽമേന്മാപരമായ സദാചാരം.

ജീവനും പൊലീസ് പ്രവർത്തന ശൈലിയും

ജീവിക്കാനുള്ള അവകാശം സംരക്ഷിക്കാനുള്ള ചുമതലയാണ് പൊലീസ് സേന നിർവ്വഹിക്കേണ്ടത്. കൊല നിയമംമൂലം നിരോധിക്കപ്പെട്ടിരിക്കുന്നു. പൊലീസ് സേന കൊലപാതകം തടയണം. പൊലീസ് അപൂർവ്വമായെങ്കിലും നടത്തുന്ന നിയമവിരുദ്ധമോ അനാവശ്യമോ ആയ കൊലകളും പൊലീസിന്റെ അശ്രദ്ധ കൊണ്ടുണ്ടാകുന്ന കൊലകളും പൗരന്റെ ജീവനു ഭീഷണിയുള്ള സന്ദർഭങ്ങളിൽ ഫലപ്രദമല്ലാത്ത പ്രതികരണങ്ങളും പൊലീസിന്റെ തൊഴിൽപരമായ അന്തസ്സിന് കോട്ടം തട്ടിക്കുന്നു.

പൊതുജനവും പൊലീസും തമ്മിൽ പരസ്പരം വിശ്വാസം വേണമെങ്കിൽ പൊതുസുരക്ഷാപ്രശ്നങ്ങളും ജീവനുനേരെയുള്ള ഭീഷണികളും പൊലീസ് ഗൗരവമായെടുക്കണം. കൊലപാതകങ്ങളും നിയമവിരുദ്ധ ഹത്യകളും ശരീരത്തിന് പരിക്കേല്ക്കുന്ന കുറ്റങ്ങളും അന്വേഷിക്കുക എന്നത് പൊലീസിന്റെ പ്രധാന ചുമതലയാണ്. അതുപോലെ തന്നെ സമൂഹത്തിൽ ജനങ്ങളുടെ ജിവന് ഭീഷണി നിലനില്ക്കുന്ന സാഹചര്യങ്ങളിൽ സഹായവുമായി ഓടിയെത്തേണ്ടതും പൊലീസിന്റെ അടിസ്ഥാന ചുമതലയാണ്. മോട്ടോർ അപകടങ്ങൾ കുറയ്ക്കുന്നതിലും തടയുന്ന

തിലും പൊലീസ് ഔത്സുക്യപൂർവ്വം മുൻകൈ എടുക്കണം. ഇതെല്ലാം ജീവിക്കാനുള്ള അവകാശത്തിന്റെ പ്രകടമായ സംരക്ഷണമാണ്. ഇത്തരം പ്രശ്നങ്ങളിൽ പൊലീസ് ഓഫീസർ കാണിക്കുന്ന ഗൗരവബോധവും ആത്മാർത്ഥതയും അയാളുടെ തൊഴിൽപരമായ പ്രാവീണ്യത്തിന്റെ അളവുകോലാണ്.

ക്രമസമാധാനം നിലനിർത്തുന്നതിന് പൊലീസുദ്യോഗസ്ഥർ സാധാരണയായി സമാധാനപരമായ മാർഗ്ഗങ്ങളാണ് ഉപയോഗിക്കേണ്ടത്. എന്നാൽ മനുഷ്യജീവൻ സംരക്ഷിക്കുന്നതിന് വേണ്ടി അവർക്ക് ചിലപ്പോൾ ആയുധങ്ങളെ ആശ്രയിക്കേണ്ടതായിവരും. ഇത് ചിലപ്പോൾ മരണത്തിനിടയാക്കുന്ന വിധം - മുൻകൂട്ടി തീരുമാനിച്ചുറപ്പിക്കാതെ - ബലപ്രയോഗം നടത്തേണ്ടതായി വന്നേക്കാം. ശിക്ഷയായോ, പ്രതികാരമായോ, ആർക്കെങ്കിലും അപായമുണ്ടാക്കണമെന്ന ഉദ്ദേശ്യം വെച്ചുകൊണ്ടോ നേരത്തെ തീരുമാനിച്ചുറച്ച് ആളെക്കൊല്ലാൻ മനുഷ്യാവകാശതത്ത്വങ്ങൾ പൊലീസിന് അനുമതി നല്കുന്നില്ല. ഒരു സാഹചര്യത്തിലും ആവശ്യമായതിലുപരി ബലപ്രയോഗം നടത്താനും പാടില്ല. നിയമവിരുദ്ധ അക്രമങ്ങളിൽനിന്ന് തന്നെയും സമൂഹത്തെയും രക്ഷിക്കുന്നതിന് സ്വയംരക്ഷയുടെയും നിയമത്തിന്റെയും പരിമതിയ്ക്കകത്തുനിന്ന് ജീവനോ സ്വത്തോ സംരക്ഷിക്കുന്നതിന് വേണ്ടിയോ, അല്ലെങ്കിൽ നിയമപരമായ ഒരു അറസ്റ്റ് നടത്തുന്നതിനോ, അല്ലെങ്കിൽ നിയമപരമായി തടങ്കലിലാക്കപ്പെട്ടിട്ടുള്ള ഒരാൾ അതിൽനിന്ന് രക്ഷപ്പെടുന്നതിനെ തടയാനോ അല്ലെങ്കിൽ ഒരു ലഹള പൊട്ടിപ്പുറപ്പെടുന്നത് തടയാൻ മറ്റുമാർഗ്ഗങ്ങളില്ലെങ്കിലോ മാത്രമേ നിയമപരമായി ബലം പ്രയോഗിക്കാവൂ.

ബലപ്രയോഗവും ജീവാപായവും കുറയ്ക്കാൻ സഹായകമായ ക്രമീകരണങ്ങൾ പൊലീസ് മുൻകൂട്ടി ആസൂത്രണം ചെയ്യണം. സാഹചര്യത്തിന് ആനുപാതികമായ തോതിൽ മാത്രമേ ബലപ്രയോഗം നടത്താവൂ, ഈ അനുപാതം തീരുമാനിക്കുന്നതിൽ നിശ്ചയിച്ച ലക്ഷ്യം, ജീവാപായസാദ്ധ്യത എന്നിവയൊക്കെ കണക്കിലെടുക്കണം. "ജീവിക്കാനുള്ള അവകാശസംരക്ഷണത്തിൽ 'ആവശ്യമായതിന്റെ ഏറ്റവും കുറച്ച് അല്ലെങ്കിൽ ആനുപാതികം' എന്നീ സങ്കല്പങ്ങൾക്ക് നിർണ്ണായകമായ പങ്കുണ്ട്. ഭരണപരമായ നടപടിക്രമങ്ങൾക്കനുസരിച്ച് ഇത്തരം ഓപ്പറേഷനുകളിലെല്ലാം കണിശമായി രേഖകൾ സൂക്ഷിക്കുകയും അത് മരണം സംബന്ധിച്ച അന്വേഷണങ്ങളിൽ, മനുഷ്യാവകാശങ്ങൾ പൊലീസ് ഉദ്യോഗസ്ഥർ മാനിച്ചിട്ടുണ്ടോ എന്നു മനസ്സിലാക്കുന്നതിന് പര്യാപ്തമായ രീതിയിലായിരിക്കുകയും വേണം. തെറ്റായ കുറ്റപ്പെടുത്തലുകളിൽ നിന്നു സ്വയം രക്ഷപ്പെടുന്നതിന് ഇത്തരം രേഖകൾ പൊലീസ് ഉദ്യോഗസ്ഥർക്ക് സഹായകമായിരിക്കും. ഈ ലക്ഷ്യം നേടുന്നതിനാവശ്യമായ വിശദമായ നിർദ്ദേശങ്ങൾ പൊലീസ് ആക്ടിലും മാന്വലുകളിലും ഉണ്ട്. ഇവയെല്ലാം മനുഷ്യാവകാശപരമായ കാഴ്ചപ്പാടിൽനിന്ന് മനസ്സിലാക്കാനും നടപ്പിലാക്കാനും പൊലീസ് തയ്യാറാവണം. എല്ലാ ബലപ്രയോഗങ്ങളും PLAN

(Proportionality; Legality;Accountability Necessity) എന്നീ തത്ത്വങ്ങളിൽ അധിഷ്ഠിതമായിരിക്കണം.

പീഡനത്തിന്റെ നീതിശാസ്ത്രം

ജീവിക്കാനുള്ള ഒരു മനുഷ്യന്റെ അവകാശത്തിന് അലംഘനീയമായ പൂർണ്ണ സംരക്ഷണം ഒരു വ്യക്തിക്ക് നിയമം നല്കുന്നില്ല; ചില ഘട്ടങ്ങളിൽ ഭരണകൂടത്തിനോ വ്യക്തികൾക്കോ ഒരാൾക്കെതിരായി ബലം പ്രയോഗിക്കാവുന്നതാണ്; അതിൽ ചിലപ്പോൾ പരിക്കോ മരണമോ സംഭവിക്കാം. എന്നാൽ കുറ്റകൃത്യം തെളിയിക്കുന്നതിനുവേണ്ടിയോ കസ്റ്റഡിയിലെടുത്തതിനുശേഷമോ ഉള്ള പീഡനങ്ങൾക്കെതിരായുള്ള മനുഷ്യാവകാശസംരക്ഷണം പരിപൂർണ്ണവും അപരിമിതവുമാണ്. ദേശീയ അടിയന്തരാവസ്ഥയോ ഭീകരപ്രവർത്തനമോ യുദ്ധമോ ഒന്നും കസ്റ്റഡിപീഡനത്തിന് ന്യായീകരണമല്ല. ലക്ഷ്യം യാതൊരു വിധത്തിലും ഈ മാർഗ്ഗത്തെ സാധൂകരിക്കുന്നില്ല. കസ്റ്റഡിയിലോ കുറ്റം തെളിയിക്കാനോ ആരെയെങ്കിലും പീഡിപ്പിക്കാനോ, അന്തസ്സിന് യോജിക്കാത്ത വിധം പെരുമാറുവാനോ ലഭിക്കുന്ന ഏതൊരു നിർദ്ദേശത്തെയും തിരസ്കരിക്കുവാനുള്ള അധികാരവും അവകാശവും എല്ലാ പൊലീസ് ഉദ്യോഗസ്ഥർക്കുമുണ്ട്.

'ഉടൻ' നീതി എന്ന മരുന്ന് സത്വര ആവശ്യാനുസരണം വിതരണം ചെയ്യുന്ന പീഡനവിദഗ്ദ്ധരല്ല പൊലീസുകാർ. കുറ്റവാളികൾക്കും മനുഷ്യാവകാശങ്ങളുണ്ട്. മറ്റുള്ളവരുടെയോ ഭരണകൂടത്തിന്റെയോ സുരക്ഷ സംബന്ധിച്ച വിവരങ്ങൾ കുറ്റവാളികളുടെ കൈവശമുണ്ടായേക്കും. സംശയിക്കപ്പെടുന്ന ഒരാളിൽനിന്നോ കുറ്റവാളിയിൽനിന്നോ പീഡിപ്പിച്ച് വിവരം ശേഖരിക്കുന്ന പൊലീസ് ഓഫീസർക്ക് ഉടൻ നീതി നടപ്പാക്കുന്നതിനുള്ള കഴിവിന് പ്രശംസ കിട്ടിയേക്കും. സ്തോഭജനകമായ ഒരു കുറ്റകൃത്യത്തിൽ ഉൾപ്പെട്ടിട്ടുള്ള നിഷ്ഠുരകുറ്റവാളിക്കെതിരെ കുരത്തുറ്റ പീഡനനടപടി സ്വീകരിച്ച ഉദ്യോഗസ്ഥന് ചിലപ്പോൾ പൊതുജനത്തിന്റെ കൈയടികിട്ടിയെന്നും വന്നേക്കാം. എന്നാൽ ദീർഘകാലാടിസ്ഥാനത്തിൽ നോക്കുമ്പോൾ അത്തരം രീതികൾ നിഷേധാത്മക ഫലങ്ങളാണുളവാക്കുക. പീഡനപ്രക്രിയ പൊലീസ് ഓഫീസറെ മനുഷ്യത്വരഹിതനാക്കി മാറ്റുകയും നിരപരാധികൾ പീഡിപ്പിക്കപ്പെടുന്ന സ്ഥിതിവിശേഷം ഉളവാക്കുകയും ചെയ്ത് കുറ്റാന്വേഷണരംഗത്ത് താന്തോന്നിത്തവും അഴിമതിയും വർദ്ധിക്കുന്നതിനും ലോക്കപ്പ് മരണങ്ങൾ സാർവ്വത്രികമാക്കുന്നതിനും വഴിതെളിക്കും.

അതിലുപരി ഒരാൾ ഒരു കുറ്റകൃത്യത്തിൽ ഏർപ്പെട്ടിട്ടുണ്ടെന്നുള്ളത് അയാളെ പീഡിപ്പിക്കുന്നതിനുള്ള ന്യായീകരണമല്ല. പൊലീസിലെ പീഡനം അനുവദിക്കുന്നത് സംസ്കാരസമ്പന്നമായ ഒരു നിയമനിർവ്വഹണവ്യവസ്ഥയ്ക്കും അഭികാമ്യമല്ല. 'മൂന്നാംമുറയെ പ്രോത്സാഹിപ്പിക്കു

കയോ അംഗീകരിക്കുകയോ ചെയ്യുന്ന ഒരാളും സ്വാതന്ത്ര്യമെന്ന സങ്കല്പത്തിന്റെ അന്തഃസത്ത ഉൾക്കൊണ്ടയാളല്ല. മനുഷ്യാവകാശസംരക്ഷണ ജാഗ്രത വെട്ടിമുറിക്കാനാവുന്നതല്ല. ഞാൻ ഒരു ഇരയുടെ മനുഷ്യാവകാശം മാനിക്കും; എന്നാൽ കുറ്റവാളിയുടേത് മാനിക്കില്ല" എന്ന് പറയുന്നതിൽ യുക്തിയില്ല. നമുക്ക് ഒന്നുകിൽ ആദർശങ്ങൾ ഉണ്ട്; അല്ലെങ്കിൽ ഇല്ല: ഇതിനിടയ്ക്ക് രണ്ടുമല്ലാത്ത ഒരവസ്ഥയില്ല. ചിലപ്പോഴൊക്കെ പീഡിപ്പിക്കാം എന്ന് അംഗീകരിച്ചാൽ ക്രമേണ മനുഷ്യത്വരഹിതമായ കിരാതത്വത്തിലേക്കും ഹിറ്റ്ലറിയൻ ക്രൂരസ്വഭാവത്തിലേക്കും നാം വഴുതിവീഴുകയായിരിക്കും അതിന്റെ ഫലം. പലപ്പോഴും, ഓഫീസർമാർ പീഡിപ്പിക്കുന്നത് തങ്ങൾക്കിടയിൽത്തന്നെ നിലനില്ക്കുന്ന സ്വകാര്യമാത്സര്യത്തിൽ വേറൊരാളെ കടത്തിവെട്ടുന്നതിനാണ്. ഇത് ഫലത്തിൽ വലിയൊരു വിഭാഗം ജനങ്ങൾക്ക് സ്വാതന്ത്ര്യം നിഷേധിക്കുന്നതിന് ഇടവരുത്തുകയും അത് ഏതൊരു കുറ്റവാളിയും ചെയ്യുന്നതിനേക്കാൾ വലിയ ദ്രോഹമായിത്തീരുകയും ചെയ്യും. ഫുട്ബോളിൽ 'ഓഫ് സൈഡ്' ഗോളടിച്ചോ, പരീക്ഷയിൽ കോപ്പിയടിച്ചോ വിജയിക്കുന്നതുപോലെയാണ് സംശയിക്കുന്നവരെയെല്ലാം പീഡിപ്പിച്ച് കുറ്റം തെളിയിക്കുന്നത്. അത് ആത്യന്തികമായി പൊലീസ് സംവിധാനത്തിനുതന്നെ വിനാശകരമാണ്.

പൊലീസ് ഉദ്യോഗസ്ഥർക്ക് ശാസ്ത്രീയമായ ചോദ്യംചെയ്യൽ, അഭിമുഖം, ഭാഷാപരമായ കഴിവുകൾ, ക്രിമിനലുകളെ മനഃശാസ്ത്രപരമായി സമീപിക്കാനുള്ള കഴിവ് എന്നിവ ഉണ്ടാക്കിയെടുക്കണം. ശാരീരികകാര്യക്ഷമതയ്ക്കും ബലപ്രയോഗകാര്യക്ഷമതയ്ക്കുമൊപ്പം ഈ പരിശീലനവും നന്നായി ലഭിക്കണം. കുറ്റം തെളിയിക്കുന്നതിൽ കുറ്റസമ്മതത്തിന് പരിമിതമായ നിയമസാദ്ധ്യത മാത്രമേയുള്ളൂ. ഫോറൻസിക് തെളിവുകളുടെ ശേഖരണം, ഡിജിറ്റൽ ഡി എൻ എ സാങ്കേതികവിദ്യ ഉപയോഗിച്ചുള്ള വിശകലനം തുടങ്ങിയവ പല കേസുകളിലും കുറ്റകൃത്യം തെളിയിക്കുന്നതിനും നിരപരാധിത്വം തെളിയിക്കുന്നതിനും ഏറെ പ്രധാനപ്പെട്ട പങ്കുവഹിച്ചിട്ടുണ്ടെന്നത് ഇവിടെ എടുത്തുപറയേണ്ടിയിരിക്കുന്നു. പൊലീസ് ജോലിക്കു വേണ്ട ശാസ്ത്രത്തിലും വിദ്യാഭ്യാസത്തിലും പരിശീലനത്തിലും ശ്രദ്ധിക്കുന്നതിൽ നമുക്ക് വീഴ്ച വന്നാൽ കുറ്റകൃത്യം തെളിയിക്കുന്നതിനു വേണ്ടി പീഡനത്തെ ആശ്രയിക്കുന്നതിനുള്ള പ്രവണത വർദ്ധിക്കും. അതുകൊണ്ട് മികച്ച സാങ്കേതികവിദ്യയും പരിശീലനവും തൊഴിൽപരമായ മേന്മയ്ക്കുള്ള വിശിഷ്ടമായ മൂല്യങ്ങളാണ്. പീഡനം ഒരു തൊഴിൽ മാർഗ്ഗമായി സ്വീകരിക്കുന്ന പൊലീസ് ഓഫീസർ നിയമനടത്തിപ്പിന്റെ നീതിബോധത്തിൽനിന്നും തൊഴിൽപരമായ അന്തസ്സിൽനിന്നും അകന്ന് ക്രൂരതയ്ക്കും മൃഗീയതയ്ക്കും വിധേയനായി അന്തിമമായി വകുപ്പിന്റെ യശസ്സിന് കളങ്കം വരുത്തുകയും ചെയ്യും.

പൊലീസും സ്വാതന്ത്ര്യനിഷേധവും

നിയമപരമായല്ലാതെ ഒരാളുടെയും സ്വാതന്ത്ര്യം ഹനിക്കരുത്. ജനങ്ങളെ അറസ്റ്റ് ചെയ്യാനും തടങ്കലിൽ വയ്ക്കാനുമുള്ള പൊലീസിന്റെ അധികാരം നിശ്ചിതമായ ഒരു നിയമ നടപടിക്രമത്തിനകത്ത് പരിമിതപ്പെടുത്തപ്പെട്ടിരിക്കുന്നു. പൊതുജനവിശ്വാസം വർദ്ധിപ്പിക്കുന്നവിധം നീതിപൂർവ്വകമായും ലക്ഷ്യാധിഷ്ഠിതവുമായിരിക്കണം പൊലീസ് സേന ഇത്തരം അധികാരങ്ങൾ ഉപയോഗിക്കേണ്ടത്. ബുദ്ധിശൂന്യവും യാന്ത്രികവുമായ അറസ്റ്റുകൾ, നിയമവിരുദ്ധമായ തടങ്കൽ എന്നിവയൊക്കെ പൊലീസിന്റെ അന്തസ്സിനെ തകർക്കുന്നതിനാണ് ഇടയാക്കുക. ഇതൊക്കെ പൊലീസിന്റെ ശക്തിയും യശസ്സും വർദ്ധിപ്പിക്കും എന്നാരെങ്കിലും ധരിക്കുന്നത് ശുദ്ധഅസംബന്ധമാണ്.

അറസ്റ്റ് നടത്തുന്നതിനുള്ള സ്വാതന്ത്ര്യവും വിവേചനവും പൊലീസ് ഓഫീസർക്കുണ്ട്.-, എന്നാൽ അറസ്റ്റിനെ നീതീകരിക്കുന്നതിന് ആവശ്യമായ സ്ഥിതിവിശേഷം നിലനില്ക്കുന്നുണ്ടെന്ന് പൊലീസ് ഓഫീസർക്ക് വസ്തുനിഷ്ഠമായിത്തന്നെ സ്വയം ബോദ്ധ്യപ്പെടണം. അതുപോലെതന്നെ എങ്ങനെ അറസ്റ്റ് നടത്തണമെന്നതിന്റെ വ്യവസ്ഥകൾ സുപ്രീംകോടതി വ്യക്തമാക്കിയിട്ടുണ്ട്. ഈ നിർദ്ദേശങ്ങൾ പ്രതിഫലിപ്പിക്കുന്നത് മനുഷ്യാവകാശമൂല്യങ്ങളിലധിഷ്ഠിതമായ ഉൽക്കണ്ഠകളാണ്.

കുറ്റം തെളിയിക്കപ്പെടുന്നതുവരെ ഏതൊരാളും നിരപരാധിയാണ്. കുറ്റം ചുമത്തപ്പെട്ടയാളോടുള്ള പെരുമാറ്റത്തിലും സമീപനത്തിലും മാത്രമല്ല അന്വേഷണത്തെക്കുറിച്ച് മാധ്യമങ്ങളോടു നടത്തുന്ന പൊതുപ്രസ്താവനകളിലും ഈ തത്ത്വത്തോട് ബഹുമാനം കാണിക്കുവാൻ അന്വേഷണോദ്യോഗസ്ഥർ തയ്യാറാവണം. അതുപോലെ തെളിവ് കെട്ടിച്ചമയ്ക്കുകയോ കൂട്ടിയോജിപ്പിക്കുകയോ ചെയ്യുന്നത് കുറ്റത്തെക്കുറിച്ച് മുൻവിധികൽപ്പിക്കലോ കരുതിക്കൂട്ടി കുറ്റവാളിയാക്കലോ ആണ്. രണ്ടും നിയമവിരുദ്ധപ്രവർത്തനങ്ങളാണ്.

പ്രതി കോടതിയിൽ കുറ്റസമ്മതം നടത്താത്ത കേസുകളിൽ വളരെ കുറഞ്ഞ ശിക്ഷാ നിരക്കാണ് നമുക്കുള്ളത്. ഇത് വളരെ കൃത്യമായി വ്യക്തമാക്കുന്ന കാര്യം മൊഴികൾ പൊലീസിന്റെ സൗകര്യപൂർവ്വം വളച്ചൊടിക്കുന്നതും ഭാഗികമായി കെട്ടിച്ചമച്ച മഹസ്സറുകളുണ്ടാക്കുന്നതുമെല്ലാം വെറുതെവിടൽനിരക്ക് വർദ്ധിപ്പിക്കുന്നതിന് മാത്രമേ ഉതകിയിട്ടുള്ളൂ എന്നാണ്. സത്യസന്ധരായ പല സാക്ഷികളും കൂറുമാറിയതായി പ്രഖ്യാപിക്കേണ്ടി വരുന്നത് അവരുടെ മൊഴികൾ ആരുടേയോ സൗകര്യാനുസരണം വ്യത്യസ്തമായ രീതിയിൽ എഴുതപ്പെടുന്നതുകൊണ്ടാണ്. ആയിരക്കണക്കിനു സാക്ഷികൾക്കും പൊതുജനങ്ങൾക്കും, പൊലീസ് മൊഴികൾ കെട്ടിച്ചമയ്ക്കുകയും കണിശമല്ലാത്ത മഹസ്സറുകൾ തയ്യാറാക്കുകയും ചെയ്യുന്നുണ്ട് എന്ന കാര്യം സ്വന്തം അനുഭവത്തിലൂടെ കാലക്രമേണ വ്യക്തമാകും. ജനസംഖ്യയിലെ വലിയൊരു

വിഭാഗത്തിനിടയിൽ ഇതു പ്രചരിപ്പിക്കപ്പെടും. ഇതിന്റെ അന്തിമഫലമായി തെളിവുകളെ സംബന്ധിച്ചുള്ള പൊലീസ് അവകാശവാദങ്ങൾക്ക് ജനങ്ങൾക്കിടയിൽ വിശ്വാസ്യത നഷ്ടപ്പെടും. തെളിവുകൾ രൂപപ്പെടുത്തുകയോ കെട്ടിച്ചമയ്ക്കുകയോ ചെയ്യുന്നതിലൂടെ നിയമനീതിയുടെ സത്യസന്ധവും പ്രൗഢവുമായ പ്രയാണത്തെ നാം നിയമരഹിതമായി തടയുകയാണ്. കുറ്റവാളികൾക്കെതിരായി ഉന്നയിക്കപ്പെട്ടിട്ടുള്ള ആരോപണത്തേക്കാൾ വലിയ കുറ്റമാണ് കേസ് രൂപപ്പെടുത്തുന്ന ഉദ്യോഗസ്ഥർ ചിലപ്പോൾ ചെയ്യുന്നത്. തൊഴിൽപ്രാവീണ്യമുള്ള ഒരാൾക്കും ഇത് ചെയ്യാൻ കഴിയില്ല. കുറുക്കുവഴികൾ താല്ക്കാലിക നേട്ടമുണ്ടാക്കിയേക്കാം. എന്നാൽ ശരിയായ തൊഴിൽ മികവ് നീതിരഹിതമായ കുറുക്കുവഴികളെ ഒരിക്കലും ആശ്രയിക്കുകയില്ല.

സ്വകാര്യതയിലേക്കുള്ള കടന്നുകയറ്റം -നീതിപൂർവ്വകമായ മാനദണ്ഡങ്ങളുടെ ആവശ്യം

സിനിമകളിലും സീരിയലുകളിലും മറ്റും തെളിവു ശേഖരിക്കുവാനായി പൊലീസ് ഫോൺ ചോർത്തുന്നതും വീട് പൊളിക്കുന്നതും ഒക്കെ കാണിക്കാറുണ്ട്. നിയമം നടപ്പാക്കുന്നതിനായി പൊലീസ് നിയമം ലംഘിക്കുന്നതായാണ് ഈ സിനിമകളിൽ കാണുന്നത്. ആ സമയത്ത് എത്രതന്നെ അത്യന്താപേക്ഷിതമാണതെന്ന് തോന്നാമെങ്കിലും പൊലീസുകാർ അപ്രകാരം നിയമലംഘകരാകുന്നതിന് യാതൊരു ന്യായീകരണവുമില്ല. സ്വകാര്യമായി കുടുംബത്തോടുകൂടിയുള്ള ജീവിതം; വീട്, വിനിമയം എന്നിവയിലുള്ള സ്വകാര്യത മുതലായവ മനുഷ്യന്റെ മൗലികാവകാശങ്ങളാണ്. പൗരന്റെ ഈ മഹത്തായ അവകാശങ്ങൾ പരിമിതപ്പെടുത്തുന്നതിന് പൊലീസിന് അല്പം അധികാരം നല്കിയിട്ടുണ്ട് എന്നത് വാസ്തവം തന്നെ. അതുകൊണ്ടുതന്നെ ഈ അധികാരം നിയമപ്രകാരം മാത്രമേ ഉപയോഗിക്കാവൂ.

എല്ലാ മനുഷ്യരുടെയും അന്തസ്സ് മാനിക്കപ്പെടണം. ക്രൂരവും മനുഷ്യത്വരഹിതവുമായ കാര്യംകാണലും കാര്യം നടത്തിപ്പുമല്ല നമ്മുടെ ലക്ഷ്യമാകേണ്ടത്. ലക്ഷ്യം നിയമാനുസരണം പ്രവർത്തിക്കുക എന്നതായിരിക്കണം. നിരീക്ഷണം, സെർച്ചുകൾ, കത്തിടപാടുകളും ടെലിഫോണുകളും ചോർത്തൽ മുതലായവയൊക്കെ ഉപയോഗിക്കുന്നത് ദേശീയസുരക്ഷ, പൊതുസുരക്ഷ, രാജ്യത്തിന്റെ സാമ്പത്തികസുരക്ഷ, കുറ്റകൃത്യങ്ങളും സമാധാനലംഘനവും തടയൽ എന്നിവയ്ക്കുവേണ്ടി മാത്രമായിരിക്കണം. ബന്ധപ്പെട്ട അധികാരികളിൽനിന്ന് ക്രമപ്രകാരമുള്ള അനുവാദം വാങ്ങിയല്ലാതെ പൊലീസ് ഇക്കാര്യങ്ങളിൽ സ്വയം തീരുമാനമെടുക്കാൻ മുതിരരുത്. സ്വകാര്യതയിലേക്ക് കടന്നുകയറുന്നതോ രഹസ്യനിരീക്ഷണങ്ങൾക്ക് ജനങ്ങളെ വിധേയമാക്കുന്നതോ നിയമവിരുദ്ധമായ നടപടികൾ സ്വീകരിക്കുന്നതോ കഴിവിന്റെയോ വേഗതയുടെയോ

കാര്യസാദ്ധ്യത്തിന്റേയോ പേരിൽ നീതീകരിക്കപ്പെടരുത്.

അഭിപ്രായപ്രകടന സ്വാതന്ത്ര്യം- നൈതികമായ ആജ്ഞകൾ

അഭിപ്രായപ്രകടന സ്വാതന്ത്ര്യം ജനാധിപത്യത്തിന്റെ മൗലികമായ സവിശേഷതയാണ്. അത് എല്ലാ വ്യക്തികളുടെയും വളർച്ചയ്ക്കും വികസനത്തിനും ആവശ്യമാണ്. സംഘം ചേരാനുള്ള അവകാശസ്വാതന്ത്ര്യം സാമൂഹ്യ രാഷ്ട്രീയ ജീവിതത്തിന്റെ പ്രമുഖഭാഗവും രാഷ്ട്രീയ പാർട്ടികളുടെ പ്രവർത്തനത്തിന് ഏറ്റവും ആവശ്യവുമാണ്. ഈ അവകാശം എല്ലാവർക്കും ഉപയോഗിക്കാനാവുന്നുണ്ടെന്ന് ഭരണകൂടം ഉറപ്പുവരുത്തണം. വ്യത്യസ്താഭിപ്രായങ്ങൾ ഉയർന്നുവരുന്നതും അവ തമ്മിൽ ഏറ്റുമുട്ടുന്നതും ജനാധിപത്യത്തിൽ സാധാരണമാണ്.

ഈ ഏറ്റുമുട്ടലിൽ പൊതുസുരക്ഷ, ക്രമസമാധാനം, ആരോഗ്യം, നിയമാധിഷ്ഠിത സദാചാരം, മറ്റുള്ളവരുടെ അവകാശങ്ങൾ എന്നിവ കണക്കിലെടുത്ത് ഭരണകൂടം ചില നിയന്ത്രണങ്ങൾ ഏർപ്പെടുത്തുക എന്നത് അഭിലഷണീയമാണ്. എന്നാൽ പൊലീസ് അഭിമുഖീകരിക്കുന്ന പ്രശ്നം ഓരോ ഏറ്റുമുട്ടലിലും എന്താണ് സന്തുലിതനിലപാട് എന്നതാണ്. പ്രകടനങ്ങളും എതിർപ്രകടനങ്ങളും ഉണ്ടാകുമ്പോൾ സംഘർഷാത്മകമായ സ്ഥിതിയുണ്ടാകും. പൊലീസാകട്ടെ അതിന്റെ മദ്ധ്യത്തിലുമാകും. ആ സമയത്ത് തന്ത്രപരമായ നീക്കങ്ങളിലൂടെയും വിദഗ്ദ്ധ ക്രമീകരണങ്ങളിലൂടെയും പ്രശ്നങ്ങൾ മുൻകൂട്ടി കണ്ടും പ്രതിരോധ നടപടികൾ സ്വീകരിച്ചും സമാധാനം കാത്തുസൂക്ഷിക്കുന്നതിനാവശ്യമായ കഴിവ് പൊലീസ് അധികാരികൾ ആർജ്ജിക്കണം. എപ്പോഴും എവിടെയും കണ്ണുമടച്ച് ബലപ്രയോഗം നടത്തുന്നത് പൊലീസിന്റെ പ്രതിച്ഛായയും കാര്യശേഷിയും മെച്ചപ്പെടുത്തുന്നതിനല്ല മറിച്ച് തകർക്കുന്നതിനാണ് ഇടവരുത്തുക എന്നും നാം തിരിച്ചറിയണം. ബലപ്രയോഗം ഒഴിച്ചുകൂടാനാവാത്ത സ്ഥിതിവിശേഷങ്ങൾക്കു മാത്രമായി പരിമിതപ്പെടുത്തണം.

കൊളോണിയൽ സ്വേച്ഛാധിപത്യകാലത്തു നിലനിന്നിരുന്ന ഉൾക്കാഴ്ചകളിൽ രൂപപ്പെട്ട പൊലീസിന്റെ പരമ്പരാഗത പ്രവർത്തന രീതികൾ ആധുനിക ജനാധിപത്യവ്യവസ്ഥയ്ക്കനുസരണമായി ക്രമപ്പെടുത്തിയെടുക്കുന്നത് വളരെ സങ്കീർണ്ണമായ ഒരു പ്രക്രിയയാണ്. ജനക്കൂട്ടത്തേയും പ്രകടനങ്ങളേയും കൈകാര്യം ചെയ്യുന്ന രീതിയിലാണ് ഈ സങ്കീർണ്ണത കൂടുതൽ പ്രശ്നം സൃഷ്ടിക്കുന്നത്. പഴയ പൊലീസ് സമീപനം ജനക്കൂട്ടം എപ്പോഴും എതിരാളികളും കുഴപ്പക്കാരുമാണെന്നും അതുകൊണ്ടുതന്നെ അതിവേഗം പിരിച്ചുവിടപ്പെടേണ്ടവരുമാണെന്ന ചിന്താഗതിയിൽ അധിഷ്ഠിതമാണ്. സമാധാനപരമായി പ്രതിഷേധിക്കുന്ന, കൈയേറ്റമോ നിയമവിരുദ്ധ തടസ്സങ്ങളോ നടത്താത്ത ജനക്കൂട്ടത്തിന്, ഒരു ക്ഷേത്രത്തിന്റെ മുന്നിൽ ആരാധനയ്ക്കുവേണ്ടി തടിച്ചുകൂടിയിട്ടുള്ള ജനക്കൂട്ടത്തെപ്പോലെതന്നെ, കൂട്ടം ചേരാനുള്ള അവകാശവുമുണ്ട്. ഈ വസ്തുത

അംഗീകരിക്കുവാൻ എല്ലാവരും തയ്യാറാവണം. സമാധാനപരമായ പ്രതി
ഷേധത്തെ അസഹിഷ്ണുതയോടെ പൊലീസ് സമീപിക്കുവാൻ പാടില്ല.
അത് ജനങ്ങളുടെ അവകാശമാണ് എന്ന് നാം തിരിച്ചറിയണം.

ഇങ്ങനെയുള്ള ഘട്ടങ്ങളിൽ എല്ലാവരുടേയും മനുഷ്യാവകാശങ്ങൾ
പ്രതിരോധിക്കുകയും സംരക്ഷിക്കുകയുമായിരിക്കണം പൊലീസിന്റെ
ലക്ഷ്യം. അതിൽ ജനക്കൂട്ടത്തിലെ അംഗങ്ങൾ, കാഴ്ചക്കാരായി നില്ക്കു
ന്നവർ, യാത്രക്കാർ, പൊലീസ് മുതലായ എല്ലാവരും ഉൾപ്പെടും. സംഘാ
ടകരുമായി പൊലീസ് ചർച്ചനടത്തി ക്രമീകരണങ്ങൾ മുൻകൂട്ടി ആസൂ
ത്രണം ചെയ്യണം. അങ്ങനെ പരസ്പരബന്ധം സ്ഥാപിച്ച് മുൻകൂട്ടിത്ത
ന്നെ അനുവദിക്കാവുന്ന പ്രവർത്തനങ്ങളുടെ പരിധി നിശ്ചയിക്കണം.
പൊലീസ് ആക്രമണശൈലിയിൽനിന്ന് പ്രതിരോധത്തിലേക്ക് മാറി ബല
പ്രയോഗം അവസാനത്തെ ആശ്രയമായി കാണണം. പ്രകടനത്തിനിട
യിൽ ഒരു സംഘർഷസ്ഥിതി രൂപപ്പെട്ടാൽ അത് ഒഴിവാക്കുന്നതിനാവ
ശ്യമായ പരിമിതമായ ബലപ്രയോഗം മാത്രം നടത്തി പ്രകടനക്കാർക്കും
പൊലീസിനുമുണ്ടാകുന്ന അപകടം പരിമിതപ്പെടുത്തുവാൻ ശ്രമിക്കണം.

ഉപസംഹാരം

പൊലീസുകാർ അവർ സേവിക്കുന്ന സമൂഹത്തെ ബഹുമാനി
ക്കണം. കുറ്റകൃത്യങ്ങൾക്കെതിരായ പോരാട്ടവും സമാധാന സംരക്ഷ
ണവും പൊലീസിന്റെ കായിക ശേഷിയിലും ആയുധങ്ങളിലും മാത്രം
അധിഷ്ഠിതമാണെന്നും സമൂഹത്തിന് ഇക്കാര്യത്തിൽ യാതൊരു പങ്കും
ഇല്ലെന്നും പൊലീസ് കരുതുന്നതിൽ അർത്ഥമില്ല. തങ്ങൾ ഒരു മഹ
ത്തായ സാമൂഹ്യപ്രക്രിയയിലെ പങ്കാളികൾ മാത്രമാണെന്നും ആ പ്രക്രി
യകളിലെ മറ്റ് പങ്കാളികളായ ഗവൺമെന്റ്, സാമൂഹ്യസംഘടനകൾ,
പ്രാദേശിക ഭരണാധികാരികൾ, പൊതുജനാഭിപ്രായം രൂപപ്പെടുത്തുന്ന
നേതാക്കൾ, പൊതുജനം ഇവരൊക്കെയുമായി നിരന്തരമായി ബന്ധപ്പെ
ടേണ്ടതുണ്ടെന്നും പൊലീസ് ഉദ്യോഗസ്ഥന്മാർ മനസ്സിലാക്കണം.

മനുഷ്യാവകാശബോധത്തിലധിഷ്ഠിതമായ തൊഴിൽസംസ്കാരം
എന്നതിനർത്ഥം പൊലീസ് ഉദ്യോഗസ്ഥർ പക്ഷപാതവും വർണ്ണവ്യത്യാ
സവും വഞ്ചനയും അഴിമതിയുമില്ലാതെ പ്രവർത്തിക്കണമെന്നാണ്.
പൊലീസ് നടപടികൾ ആസൂത്രണം ചെയ്യുമ്പോൾ അതിൽ മനുഷ്യാവ
കാശങ്ങളുടെ പ്രസക്തി എന്താണെന്ന് വിശകലനം ചെയ്യണം. പൊലീസി
നെതിരായ പരാതികൾ കൃത്യമായ അന്വേഷണത്തിന് വിധേയമാക്കു
കയും തുടർനടപടികൾ സ്വീകരിക്കുകയും വേണം. വിപുലമായ ബാഹ്യ
സമൂഹത്തെ നിയന്ത്രിക്കുന്ന സംവിധാനമാണ് പൊലീസ് സേന എന്ന
തിനാൽ ഫലപ്രദമായ സുതാര്യതയും ഉത്തരവാദിത്വവും എല്ലായ്പ്പോഴും
പുലർത്തണം.

നിയമം കുറ്റത്തെയും കുറ്റകൃത്യസ്വഭാവത്തെയും നിർവ്വചിക്കുന്നു. പൊലീസ് അത്തരം നിർവ്വചനങ്ങളെ ആശ്രയിച്ചും സ്വീകരിച്ചും കൃത്യം ചെയ്തുവെന്ന് സംശയിക്കപ്പെടുന്നവർക്ക് എതിരെ നടപടി സ്വീകരിക്കുന്നു. എന്നാൽ നിയമം കുറ്റകൃത്യസ്വഭാവം മാത്രമല്ല പൊലീസ് എങ്ങനെയാണ് കുറ്റവാളികളെ കൈകാര്യം ചെയ്യേണ്ടതെന്നും നിശ്ചയിച്ചിട്ടുണ്ടെന്ന കാര്യം നാം മറന്നുകളയരുത്. നിയമത്തിന്റെ പരിശുദ്ധിയും അലംഘനീയതയും കുറ്റങ്ങളിലും കുറ്റവാളികളിലും മാത്രമായി നാം സ്വേച്ഛാപരമായി പരിമിതപ്പെടുത്തരുത്. അത് പൊലീസ് കുറ്റവാളികളെ കൈകാര്യം ചെയ്യുന്ന രീതിക്കുകൂടി ബാധകമാക്കണം. ജനം പൊലീസിനു നല്കുന്നത് നിയമം നടപ്പിലാക്കാനുള്ള അധികാരമാണ്. പൊലീസ് നിയമാനുസരണമേ പ്രവർത്തിക്കൂ എന്നും നിയമപ്രകാരമുള്ള നടപടിക്രമങ്ങളും കോടതിവിധികളും മാനിക്കും എന്നും പൊലീസ് ഉറപ്പാക്കിയാൽ മാത്രമേ പൊലീസിനെ ജനങ്ങൾ വിശ്വസിക്കൂ. ഇത് തൊഴിൽപരമായ പ്രഥമപ്രവർത്തനമൂല്യമായി അംഗീകരിക്കാൻ കഴിഞ്ഞാൽ പൊലീസിന്റെ തൊഴിൽ മികവും മനുഷ്യാവകാശതത്ത്വങ്ങളോടുള്ള പ്രതിബദ്ധതയും തമ്മിൽ യാതൊരു ഉരസലുമുണ്ടാവുകയില്ല. മാത്രമല്ല, പൊലീസിൽ ജനവിശ്വാസം വർദ്ധിക്കുകയും വർദ്ധിച്ച ജനവിശ്വാസത്തിലൂടെ വർദ്ധിച്ച ശ്രേയസ്സും തൊഴിൽപരമായ ഔന്നത്യവും അംഗീകാരവും കൈവരിക്കുവാൻ നമുക്ക് സാധിക്കുകയും ചെയ്യും.

കുറ്റകൃത്യ നിയന്ത്രണത്തിന് ഇന്ത്യക്കൊരു പ്രൊഫഷണൽ മാതൃക

എത്ര കാര്യക്ഷമമായാണ് കേരളം കുറ്റകൃത്യങ്ങൾ കൈകാര്യം ചെയ്യുന്നത്? അതിൽ നാം ഇന്ത്യയിലെ ഇതര പ്രദേശങ്ങളേക്കാൾ മെച്ചമാണോ? അതോ നാം പിന്നോക്കം നില്ക്കുകയാണോ? ഇതിനുള്ള ഉത്തരം കണ്ടെത്തുന്നതിന് കേരളത്തെ സംബന്ധിച്ച സ്ഥിതിവിവരങ്ങൾ ഇന്ത്യയിലെ ഇതരഭാഗങ്ങളിലേതുമായി താരതമ്യം ചെയ്യേണ്ടതുണ്ട്.

സംഭവിക്കുന്ന എല്ലാ കുറ്റകൃത്യങ്ങളെപ്പറ്റിയും വിവരങ്ങൾ കൃത്യമായി പൊലീസിനെ പൗരന്മാർ അറിയിക്കുന്നുവെന്നാണ് സങ്കൽപ്പം. എന്നാൽ, പല കാരണങ്ങളാൽ ജനങ്ങൾ പലപ്പോഴും അതു ചെയ്യുന്നില്ല. സാമൂഹികവും സ്ഥാപിതങ്ങളുമായ താൽപ്പര്യങ്ങൾ കാരണം കുറ്റകൃത്യങ്ങൾ പൊലീസിനെ അറിയിക്കുന്ന കാര്യത്തിലും കേസുകൾ രജിസ്റ്റർ ചെയ്യുന്ന കാര്യത്തിലും പലപ്പോഴും ഉത്സാഹക്കുറവുണ്ടാകുന്നു. രണ്ടു പ്രദേശങ്ങളിലെ സ്ഥിതിവിവരങ്ങൾ താരതമ്യം ചെയ്യുമ്പോൾ ഇക്കാര്യം പ്രത്യേകം ഓർക്കണം. എന്നു മാത്രമല്ല, അപ്രകാരമുള്ള താരതമ്യം നടത്തുമ്പോൾ ബഹുജനങ്ങളോ ഇരകളോ മടി കൂടാതെ മുന്നോട്ട് വന്നു പൊലീസിനു വിവരം നല്കുന്ന കുറ്റകൃത്യങ്ങളിൽ മാത്രം ശ്രദ്ധിക്കുകയും വേണം. കാരണം, ചില കുറ്റകൃത്യങ്ങൾ എല്ലായിടത്തും റിപ്പോർട്ടുചെയ്യും; എന്നാൽ മറ്റു ചിലത് സാഹചര്യങ്ങൾ അനുകൂലമാണെങ്കിൽ മാത്രം റിപ്പോർട്ട് ചെയ്യപ്പെടും. താരതമ്യ പഠനങ്ങൾക്ക് നാം ആശ്രയിക്കേണ്ടത് എല്ലാ പ്രദേശങ്ങളിലും പൂർണ്ണമായി റിപ്പോർട്ട് ചെയ്യപ്പെടാൻ സാദ്ധ്യതയുള്ളതരം കുറ്റകൃത്യങ്ങളുടെ കണക്കാണ്.

ആദ്യമായി താരതമ്യം ചെയ്യേണ്ടത് ശാരീരികാക്രമണങ്ങൾ സംബന്ധിച്ച കുറ്റകൃത്യങ്ങളാണ്. ചെറുതും വലുതുമായ ശാരീരികാക്രമണങ്ങളുടെ പൊതുവർദ്ധന ആനുപാതികമായി കൂടുതൽ കൊല

പാതകങ്ങൾക്കിടവരുത്തും. എവിടെ ശാരീരികാക്രമണങ്ങൾ പെരുകു ന്നുവോ, അവിടെ കൊലപാതകങ്ങളും വർദ്ധിക്കുന്നു എന്നതാണ് ശരി യായ വസ്തുത. ലോകത്തു നടക്കുന്ന കൊലപാതകങ്ങളിൽ 99 ശതമാ നവും റിപ്പോർട്ടു ചെയ്യപ്പെടുന്നു. അതിനാൽ കൊലപാതകങ്ങളുടെ എണ്ണം യഥാർത്ഥത്തിൽ സംഭവിക്കുന്ന ശാരീരികാക്രമണങ്ങളുടെ എണ്ണ ത്തിനു ആനുപാതികമായിരിക്കും എന്ന സാമാന്യയുക്തി നമുക്ക് സ്വീകരിക്കാം.

കൊലപാതകങ്ങളുടെ കാര്യത്തിൽ ഇന്ത്യയിലെ താരതമ്യേന വലിയ സംസ്ഥാനങ്ങളിലെ അവസ്ഥ പരിശോധിക്കാം (പട്ടിക 1 കാണു ക). കൊലപാതക നിരക്ക് കേരളത്തിലാണ് ഏറ്റവും കുറവ്. മറ്റൊരു സംസ്ഥാനവും ഈ കാര്യത്തിൽ കേരളത്തിനടുത്തെങ്ങും എത്തുന്നില്ല. കേരളത്തേക്കാൾ മൂന്നിരട്ടി ഭീതിതമാണ് ഇന്ത്യയിലെ മിക്ക സംസ്ഥാന ങ്ങളിലെയും കൊലപാതകനിരക്കുകൾ.

പ്രത്യേകമായി ശ്രദ്ധേയമായത്, ജനസംഖ്യ വർദ്ധിച്ചിട്ടും കേരള ത്തിലെ കൊലപാതകങ്ങളും കൊലപാതക നിരക്കും കുറഞ്ഞു വരിക യാണ് എന്നതാണ്. ഇന്ത്യയിൽ മൊത്തം കൊലപാതകങ്ങൾ 1977 ലെ 18376-ൽനിന്നും 2015 ൽ 32127 ലേക്ക് ഉയർന്നു. എന്നാൽ, കേരളത്തിൽ ഇത് 1977 ൽ 556 ആയിരുന്നത് 2015 ൽ 334 ലേക്ക് കുറഞ്ഞു. 2016 ലും 2017 ലും അതു വീണ്ടു കുറഞ്ഞു! നാലു പതിറ്റാണ്ടുകൾക്കുള്ളിൽ ഇന്ത്യയിലെ മറ്റു പ്രദേശങ്ങളിലെ കൊലപാതകങ്ങൾ 75 ശതമാനത്തി ലധികം വർദ്ധിച്ചപ്പോൾ, കേരളത്തിൽ അത്, 1977-ലേതിൽ നിന്നു 40 ശതമാനത്തിലധികം കുറഞ്ഞിരിക്കുന്നു എന്നതിൽ കേരളത്തിന് അഭി മാനിക്കാം. കൊലപാതകങ്ങൾ ഇത്രയധികം കുറഞ്ഞ ദൃഷ്ടാന്തങ്ങൾ ലോകത്തു അപൂർവ്വമാണ് എന്ന് നാം മനസ്സിലാക്കണം. ചെറിയ പ്രശ്ന ങ്ങളും സംഘർഷങ്ങളും സമൂഹത്തിൽ എപ്പോഴും ഉണ്ടാകുന്നു എന്നതു ശരിയാണ്. ചെറിയ സംഘർഷങ്ങളുണ്ടാകുമ്പോൾത്തന്നെ നിയമാനു സൃത നടപടികളിലൂടെ കേസുകളെടുത്തു സമാധാനം നിലനിർത്തുവാൻ കഴിഞ്ഞാൽ, അവ കൂടുതൽ വഷളായി കൊലപാതകത്തിൽ കലാശി ക്കുകയില്ല. അതുകൊണ്ടാണ് താരതമ്യേന ചെറിയ ഏറ്റുമുട്ടലുക ളിൽപ്പോലും കേരളാ പൊലീസ് കേസുകൾ രജിസ്റ്റർ ചെയ്യുന്നത്. ഇത് മൂലം കേരളത്തിലെ രജിസ്റ്റർ ചെയ്യപ്പെടുന്ന മൊത്തം ശാരീരികാക്രമണ കേസുകളുടെ എണ്ണം വളരെ കൂടുന്നു. മറ്റു സംസ്ഥാനങ്ങളിൽ കൂടു തൽ കൊലപാതകങ്ങൾ നിരന്തരം ഉണ്ടാകുമ്പോഴും, ചെറിയ സംഘർഷങ്ങൾ സംബന്ധിച്ച് താരതമ്യേന കുറച്ചു കേസുകളേ രജിസ്റ്റർ ചെയ്യപ്പെടുന്നുള്ളൂ. ഇത് വിവിധ സംസ്ഥാനങ്ങളിലെ (2007 ലെ) കുറ്റകൃ ത്യങ്ങളുടെയും കൊലപാതകങ്ങളുടെയും ആനുപാതിക നിരക്കിൽ നിന്നും വ്യക്തമാണ്. (പട്ടിക 2 കാണുക).

5000 കൊലപാതകങ്ങളുണ്ടാകുന്ന യു പി സംസ്ഥാനത്ത് രജിസ്റ്റർ ചെയ്യുന്ന കായികാക്രമണ കേസുകൾ, 400-ൽ താഴെ കൊലപാതകങ്ങൾ

മാത്രമുള്ള കേരളത്തിനുള്ളതിനേക്കാൾ കുറവാണെന്നത് യുക്തിക്കു നിരക്കാത്തതാണ്. 5000 കൊലപാതകങ്ങൾ ഉണ്ടായ യു പിയിൽ 10,694 അക്രമ കേസുകൾ മാത്രമാണ്, 2007 ൽ രജിസ്റ്റർ ചെയ്തിട്ടുള്ളത്. കേരളത്തിലാകട്ടെ അന്നു 400-ൽ താഴെ കൊലപാതക കേസുകളുണ്ടായപ്പോൾ ഏകദേശം 19000 ശാരീരികാക്രമണ കേസുകൾ രജിസ്റ്റർ ചെയ്യപ്പെട്ടു. ഉത്തർപ്രദേശിലുണ്ടാകുന്നതിനേക്കാൾ കൂടുതൽ ശാരീരികാക്രമണങ്ങൾ കേരളത്തിൽ നടക്കുന്നു എന്ന തെറ്റായ തോന്നൽ ഇതുമൂലമാണുണ്ടാകുന്നത്. എന്നാൽ ഇതിൽനിന്നും യഥാർത്ഥത്തിൽ വ്യക്തമാകുന്നത്, മുറിവുകൾ ഗൗരവതരമല്ലെങ്കിൽ, യു പിയിൽ കേസുകൾ രജിസ്റ്റർ ചെയ്യുന്നില്ലായെന്നാണ്.

യു പിയിൽ ശാരീരികാക്രമണ കേസുകളുടെ എണ്ണവും കൊലപാതകങ്ങളുടെ എണ്ണവും തമ്മിലുള്ള അനുപാതം '2' ആണ്; അന്തർദ്ദേശീയ അനുപാതമാകട്ടെ പലപ്പോഴും 100 ൽ അധികവും! അതാകട്ടെ മികച്ച ക്രമസമാധാനം നിലനില്ക്കുന്നു എന്നു പറയപ്പെടുന്ന രാജ്യങ്ങളിലുമാണ്. ഉദാഹരണത്തിന് ന്യൂസിലാന്റിൽ 2013 ൽ സാധാരണ ശാരീരികാക്രമണങ്ങൾക്ക് 39,000 കേസുകൾ രജിസ്റ്റർ ചെയ്തപ്പോൾ, കൊലപാതകങ്ങൾ റിപ്പോർട്ടുചെയ്യപ്പെട്ടത് 41 മാത്രം ആണ്; അവിടെ അനുപാതം 1000-ത്തോടടുത്ത് ആണെന്നു കാണാം. അവിടെ എല്ലാ ചെറിയ ചെറിയ കേസുകളും രജിസ്റ്റർ ചെയ്യപ്പെടുന്നതുകൊണ്ടാണ് ഇത്ര വലിയ അനുപാതം.

മരണം സംഭവിക്കുന്ന കുറ്റകൃത്യങ്ങളിൽ കേസുകൾ രജിസ്റ്റർ ചെയ്യാതിരിക്കുവാൻ ബുദ്ധിമുട്ടുണ്ട്. മരണം സംഭവിച്ചാൽ കേസ് ഉറപ്പ്. എന്നാൽ സ്ത്രീകൾക്കെതിരെയുണ്ടാകുന്ന ഗാർഹിക പീഡനങ്ങൾ 'ആത്മഹത്യ'യിലേക്ക് എത്തിച്ചേർന്നില്ലെങ്കിൽ പൊലീസിൽ റിപ്പോർട്ട് ചെയ്യപ്പെടണം എന്നില്ല. സ്ത്രീകൾക്കു കൂടുതൽ സ്വാതന്ത്ര്യമുള്ള സമൂഹങ്ങളിൽ മാത്രമേ അവ പൂർണ്ണമായും കേസുകളായി പരിണമിക്കുകയുള്ളൂ. അതേസമയം പീഡനത്തിനിരയാകുന്ന സ്ത്രീകളിൽ കുറച്ചുപേർ ആത്മഹത്യ ചെയ്യുമ്പോൾ ആ സംഭവങ്ങളെല്ലാം തന്നെ കേസുകളായിത്തീരുകയും ചെയ്യും. അതുകൊണ്ടുതന്നെ ഗാർഹികപീഡനംമൂലം ഉണ്ടാകുന്ന ആത്മഹത്യാക്കേസുകളേക്കാൾ വളരെകൂടുതലായിരിക്കണം ഗാർഹികപീഡനങ്ങളുടെ യഥാർത്ഥതോത്. ഏതു സംസ്ഥാനത്താണോ ഗാർഹിക പീഡനആത്മഹത്യാ നിരക്ക് വർദ്ധിക്കുന്നത്, അവിടെ യഥാർത്ഥ പീഡനങ്ങളുടെയെണ്ണം യഥാർത്ഥത്തിൽ ആനുപാതികമായി വളരെക്കൂടുതലായിരിക്കണം എന്നതാണ് യുക്തിസഹമായിട്ടുള്ള അനുമാനം.

കേരളത്തോടൊപ്പം ഗുജറാത്താണ് (പട്ടിക 3) സ്ത്രീധനപീഡന ആത്മഹത്യാനിരക്കിൽ ഏറ്റവും കുറഞ്ഞ സ്ഥാനത്ത് നില്ക്കുന്നത്. (ദശലക്ഷം സ്ത്രീകളിൽ ഒന്നിൽ താഴെ) എന്നാൽ, യു പിയിലും ബീഹാറിലും ഇത് ദശലക്ഷം സ്ത്രീകൾക്ക് 23 എന്നാണ്. രാജ്യത്താകെയുള്ളതിൽ ഏറ്റവും ഉയർന്ന തോതാണിത്. കേരളത്തിലേതിനെക്കാൾ യു പി

യിലും ബീഹാറിലും ഗാർഹികപീഡനങ്ങളുടെ തോത് ഏറ്റവും കുറഞ്ഞത് നാൽപ്പത് ഇരട്ടി അധികമാണ് എന്ന് ഇതിൽനിന്നും അനുമാനിക്കാം.

സ്വത്തു സംബന്ധിച്ച കേസുകളെയും നമുക്ക് താരതമ്യം ചെയ്യേണ്ടതുണ്ട്. രാജ്യത്തു കവർച്ചകൾ, ഭവനഭേദനങ്ങൾ എന്നിവ വർദ്ധിക്കുന്നത് സ്വാഭാവികമാണ്. 1974-2006 കാലയളവിൽ വ്യക്തികളുടെ ജംഗമ സ്വത്തുക്കളായ ടി വി, ഇലക്ട്രോണിക്ക് ഉപകരണങ്ങൾ, ഗൃഹോപകരണങ്ങൾ, യാത്രാബാഗുകൾ എന്നിവയ്ക്കായി നടക്കുന്ന കവർച്ചയും ഭവനഭേദനവും ക്രമേണ സർവ്വസാധാരണമായിട്ടുണ്ട് എന്നത് നമ്മുടെ പൊതു അനുഭവമാണ്. ഇതിനനുസൃതമായി ഇൻഷുറൻസ് ക്ലെയിമുകളും പലവിധത്തിൽ പെരുകിയിട്ടുണ്ട്. എന്നാൽ കേസുകളുടെ രജിസ്ട്രേഷൻ കണക്കുകൾ അത്ഭുതകരമാണ്! രാജ്യത്തെ ഭവനഭേദന കേസുകളുടെ രജിസ്ട്രേഷൻ, 1974 ലെ 1,99,878 ൽനിന്നും 1994 ൽ 1,21,536 ലേക്കും, തുടർന്ന് 2006 ആയപ്പോഴേക്ക് 91666-ലേക്കും ഇടിഞ്ഞു എന്നാണ് നാം കാണുന്നത്! മറ്റു തരം മോഷണക്കേസുകളുടെ രജിസ്ട്രേഷനും 1974 ലെ 4,36,918 ൽനിന്നും 1994 ആയപ്പോഴേക്ക് 3,03,564 ലേക്കും 2006 ൽ 2,74,354 ലേക്കും എത്തിച്ചേർന്നാണ്. ഇതിന്റെ അർത്ഥം രാജ്യത്ത് മോഷണങ്ങൾ കുറഞ്ഞു എന്നല്ല; മറിച്ചു മോഷണക്കേസുകൾ രജിസ്റ്റർ ചെയ്യപ്പെടുന്നില്ല എന്നുമാത്രമാണ്. മറിച്ചുള്ള നിഗമനങ്ങൾക്ക് സാധൂകരണമില്ല.

മോഷണക്കേസുകളുടെ രജിസ്ട്രേഷൻ കുറയാനുള്ള കാരണം, നഷ്ടപ്പെട്ട മുതൽ തിരികെക്കിട്ടാൻ സാദ്ധ്യതകുറവായതുകൊണ്ട് ജനങ്ങൾക്കു കേസു കൊടുക്കുന്നതിൽ താല്പര്യക്കുറവുണ്ട് എന്നതാണ്. കേസ് കൊടുത്താലും നഷ്ടപ്പെട്ട സാധനം തിരിച്ചു കിട്ടാനുള്ള സാദ്ധ്യത കുറവായതുകൊണ്ട് ഇൻഷ്വറൻസ് മുതലായ ആനുകൂല്യങ്ങളില്ലെങ്കിൽ, കേസെടുക്കണമെന്ന് പറഞ്ഞ്, ആരും സമ്മർദ്ദം ചെലുത്തുകയുമില്ല. അതുകൊണ്ട് മോഷണങ്ങൾ വർദ്ധിച്ചാലും മോഷണക്കേസുകൾ വർദ്ധിക്കണമെന്നില്ല. ഇതിനുള്ള ഒരപവാദം വാഹനമോഷണമാണ്. വാഹനം മോഷണം പോയാൽ, സുരക്ഷിതത്വത്തിനും അപകടബാദ്ധ്യത ഒഴിവാക്കലിനും വേണ്ടി കേസു ഫയൽ ചെയ്യുവാൻ ഉടമസ്ഥർ നിർബ്ബന്ധിതരാവുകയും ചെയ്യുന്നു. എന്നുമാത്രവുമല്ല, വാഹന ഉടമകൾ സാമ്പത്തികശേഷിയുള്ളവർ ആയതിനാൽ അവരെ എളുപ്പത്തിൽ പിന്തിരിപ്പിക്കാനും സാദ്ധ്യമല്ല. അതുകൊണ്ട് സാധാരണ മോഷണങ്ങൾ സംബന്ധിച്ച കേസുകൾ വർദ്ധിക്കാത്ത ഇന്ത്യയിൽ വാഹന മോഷണക്കേസുകളുടെ എണ്ണം വളരെവേഗം വർദ്ധിച്ചുകൊണ്ടിരിക്കുന്നു.

2015-ൽ ഇന്ത്യയിൽ 1,99,127 വാഹന മോഷണക്കേസുകൾ ഉണ്ടായി. 2006 ലെ 90,951 ൽനിന്നാണ് ഇത്തരം കേസുകൾ 1,99,127 ലേക്ക് ഉയർന്നത്.വിവിധ സംസ്ഥാനങ്ങളിലെ പൊലീസ് കാര്യക്ഷമത താരതമ്യം ചെയ്യുവാൻ ഓട്ടോമൊബൈൽ മോഷണ കേസുകൾ തന്നെയാണ് ശരിയായ അളവുകോൽ; കാരണം അവ സംഭവിച്ചാൽ മിക്കവാറും സന്ദർഭ

ങ്ങളിൽ കേസെടുക്കേണ്ടത് അനിവാര്യമാണ്.

വാഹന മോഷണക്കാര്യത്തിൽ കേരളം ഇന്ത്യയിലെ ഇതര പ്രദേശങ്ങളെ അപേക്ഷിച്ച് ആറിരട്ടി സുരക്ഷിതമാണ്; ബീഹാറിനേക്കാൾ 21 ഇരട്ടിയും. (പട്ടിക 4 നോക്കുക). 2015-ൽ 97 ലക്ഷം വാഹനം ഉണ്ടായിരുന്ന കേരളത്തിൽ 1515 വാഹനങ്ങൾ മാത്രമാണ് മോഷ്ടിക്കപ്പെട്ടത്. അതായത് ലക്ഷം വാഹനങ്ങളിൽ 16 എണ്ണം (ഇന്ത്യൻ ശരാശരി 96, ബീഹാർ 207 എന്നീ നിരക്കുകൾ പ്രത്യേകം ശ്രദ്ധിക്കുക).

സുരക്ഷയ്ക്കു ഭീഷണിയായിട്ടുള്ള മറ്റൊരു വിഭാഗം കുറ്റകൃത്യങ്ങളാണ് റോഡപകടങ്ങൾ. മരണഹേതുവായ അപകടങ്ങൾ പൂർണ്ണമായി രജിസ്റ്റർ ചെയ്യപ്പെടുമ്പോൾ, അവയെക്കാൾ യഥാർത്ഥത്തിൽ ഡസൻ കണക്കിനു ഇരട്ടി തോതിൽ, സംഭവിക്കുന്ന ചെറിയ മുറിവുകളോ ചെറിയ നഷ്ടങ്ങളോ മാത്രം ഉണ്ടാകുന്ന അപകടങ്ങളിൽ പരിക്കിന്റെ ലാഘവം, ഒത്തുതീർപ്പിനുള്ള ഇരുകൂട്ടരുടെയും സമീപനരീതി, കേസുകൾ രജിസ്റ്റർ ചെയ്യാനുള്ള പൊലീസിന്റെ താല്പര്യം ഇത്യാദികളെ ആശ്രയിച്ചു മാത്രമേ കേസുകൾ രജിസ്റ്റർ ചെയ്യപ്പെടുകയുള്ളൂ.

പൊതുജനങ്ങളുടെ ധാരണയ്ക്കു വിപരീതമായി വൻനേട്ടമാണ് വാഹന അപകട മരണത്തോത് കുറച്ചുകൊണ്ടുവരുന്നതിൽ ഇതര സംസ്ഥാനങ്ങളെ അപേക്ഷിച്ച് കേരളം കൈവരിച്ചിട്ടുള്ളത് (പട്ടിക 5 കാണുക). പട്ടികയിൽ പറയുന്ന സംസ്ഥാനങ്ങളിൽ കേരളത്തിലും ഗുജറാത്തിലുമാണ് മാരകറോഡപകട സാദ്ധ്യത ഏറ്റവും കുറവായിട്ടുള്ളത്. ആയത് 2016 ൽ ഒരു ലക്ഷം വാഹനങ്ങൾക്ക് 43 ആയിരുന്നത് 2017 ൽ വീണ്ടും താഴോട്ട് വന്നിരിക്കുന്നു എന്നതും പ്രസ്താവ്യമാണ്.

സംഭവിക്കുന്ന എല്ലാ കുറ്റകൃത്യങ്ങളും മറ്റു സംസ്ഥാനങ്ങളിലെ എല്ലാ കുറ്റകൃത്യങ്ങളും രേഖകളിലും ഉൾപ്പെടുന്നു എന്ന് ഉറപ്പുവരുത്തിയാൽ, കേരളത്തിൽ തന്നെയാവും ഇന്ത്യയിലെ ഏറ്റവും കുറഞ്ഞ കുറ്റകൃത്യനിരക്ക്. കേരളമാണ് ഇന്ത്യയിലെ ഏറ്റവും സുരക്ഷിത സംസ്ഥാനം എന്ന് കൊലപാതകങ്ങൾ, മരണം സംഭവിക്കുന്ന ഗാർഹിക സ്ത്രീധന പീഡനങ്ങൾ, വാഹനക്കവർച്ചകൾ, റോഡപകട മരണങ്ങൾ എന്നിവ ഏറ്റവും കുറഞ്ഞ നിരക്കിലുള്ളത് കേരളത്തിലാണ് എന്ന വസ്തുത മുൻനിർത്തി നമുക്ക് അഭിമാനിക്കാൻ കഴിയും. ഈ നേട്ടം കൈവരിക്കാൻ കഴിഞ്ഞിട്ടുള്ളത് ചെറിയ സംഭവങ്ങളിൽപ്പോലും കേസുകൾ രജിസ്റ്റർ ചെയ്ത് നടപടി എടുത്ത് ഗുരുതരമായേക്കാവുന്ന സ്ഥിതിഗതികൾ നിയന്ത്രിക്കുന്നു എന്നതുമൂലമാണ്.

എന്നിരുന്നിട്ടും എന്തുകൊണ്ടാണ് കേരളത്തെ രാജ്യത്തിലെ കുറ്റകൃത്യങ്ങളുടെ തലസ്ഥാനം എന്നു പലരും കുറ്റപ്പെടുത്തുന്നത്? മറ്റു സംസ്ഥാനങ്ങളിൽനിന്നും വിഭിന്നമായി ഇവിടെ എല്ലാത്തരം കുറ്റകൃത്യങ്ങളും രജിസ്റ്റർ ചെയ്യപ്പെടുന്നതുകൊണ്ട് മാത്രമാണ് ഈ ധാരണ സൃഷ്ടിക്കപ്പെടുന്നത് എന്നതാണതിന്റെ ഉത്തരം.

യു പി, പഞ്ചാബ്, ബീഹാർ എന്നിവിടങ്ങളിൽ കുറ്റകൃത്യങ്ങളുടെ

രജിസ്ട്രേഷൻ നിരക്ക് വളരെ താഴ്ന്നതും കേരളത്തിൽ വളരെ ഉയർന്നതുമാണ്. ഇതിനെ കുറ്റകൃത്യങ്ങളുടെ വർദ്ധനയായിട്ട് നമ്മൾ തെറ്റിദ്ധരിക്കരുത്. പൊലീസ് നിഷ്ക്രിയമായിരുന്നാൽ കേസുകൾ രജിസ്റ്റർ ചെയ്യപ്പെടില്ല. 'കേസ്' എന്നത് കുറ്റകൃത്യങ്ങൾക്കെതിരായ പൊലീസ് നടപടിയാണ്; അതല്ലാതെ, സമൂഹത്തിൽ സംഭവിക്കുന്ന കുറ്റകൃത്യങ്ങളുടെ എണ്ണത്തിന്റെ മൊത്തമായ കണക്കല്ല. സംഭവിക്കുന്ന കുറ്റകൃത്യങ്ങളുടെ ആനുപാതികമായിരിക്കും. ആ തരത്തിലുള്ള കുറ്റകൃത്യകേസുകളുടെ എണ്ണം എന്നു കരുതാവുന്നത് ആ തരത്തിലുള്ള കേസുകളുടെ രജിസ്ട്രേഷൻ രീതി എല്ലാ സംസ്ഥാനങ്ങളിലും സമാനമായിരിക്കുമ്പോൾ മാത്രമാണ്. നിർഭാഗ്യവശാൽ കേസുകളിലെ രജിസ്ട്രേഷൻ സംബന്ധിച്ച് മറ്റുസംസ്ഥാനങ്ങളിൽ നടക്കുന്ന വക്രീകരണം നമ്മെ വിരോധാഭാസപരമായ ഒരു സ്ഥിതിവിശേഷത്തിലെത്തിക്കുന്നു. ഉദാഹരണത്തിന്, യു പിയിലും പഞ്ചാബിലും ബീഹാറിലും കൊലപാതകങ്ങൾ, സ്ത്രീധന ആത്മഹത്യകൾ, റോഡപകട മരണങ്ങൾ എന്നിവയുടെ തോത് കേരളവുമായി താരതമ്യം ചെയ്യുമ്പോൾ വളരെയധികം ഉയർന്നതാണ്. എന്നാൽ ചെറിയതരം മുറിവുകൾ, മരണം സംഭവിക്കാത്ത ഗാർഹിക പീഡനങ്ങൾ, ജീവഹാനിയില്ലാത്ത വാഹന അപകടങ്ങൾ എന്നിവ സംബന്ധിച്ച കേസുകളുടെ എണ്ണം കേരളത്തിലേതിനെക്കാൾ വളരെയധികം താഴെയാണ് താനും. ആ സംസ്ഥാനങ്ങളിൽ മരണമോ അതീവഗുരുതരമായ പരിക്കോ സംഭവിക്കാത്ത കേസുകൾ വേണ്ട രീതിയിൽ രജിസ്റ്റർ ചെയ്യുന്നില്ല എന്നതുമാത്രമാണ് യുക്തിസഹമായ നിഗമനം.

മറ്റു സംസ്ഥാനങ്ങളിലെ സ്ഥിതിഗതികളുമായി നാം ഇക്കാര്യങ്ങൾ താരതമ്യം ചെയ്യുമ്പോൾ കേരളത്തിലെ പൊലീസ് സ്റ്റേഷനുകളിൽ കേസുകൾ അനായാസമായി രജിസ്റ്റർ ചെയ്യുന്നതും കേരള പൗരാവലിയുടെ ഉയർന്ന അവകാശബോധവും നാം കാണാതിരിക്കുന്നത് യുക്തിഹീനമായിരിക്കും.

ഏതുതരം കേസുകൾമൂലമാണ് കേരളത്തിൽ ഉയർന്ന കേസു നിരക്കുണ്ടാക്കിയിരിക്കുന്നത് എന്ന് നമുക്ക് പരിശോധിക്കാം. കേരളത്തിലെ ബഹുഭൂരിപക്ഷം കേസുകളും കുറ്റകൃത്യനിവാരണത്തിനുള്ള പൊലീസിന്റെ ഉത്സാഹംമൂലം രജിസ്റ്റർ ചെയ്യപ്പെടുന്നവയാണ്. ഉദാഹരണത്തിന് അമിതവേഗ വാഹനയോട്ടത്തിനും ചെറിയ അപകടങ്ങൾക്കും എതിരായ നടപടികളിൽ പൊലീസ് വലിയ താല്പര്യം കാട്ടിയാൽ മാത്രമേ അത്തരം സംഭവങ്ങളിൽ കേസെടുക്കുവാൻ കഴിയുകയുള്ളൂ. കേരളത്തിൽ അത്തരം 1,30,907 കേസുകൾ ഒരു വർഷം രജിസ്റ്റർ ചെയ്തപ്പോൾ, യു പിയിൽ അത് 16,492 മാത്രമാണ്. യു പിയിൽ ചെറിയ റോഡപകടനിവാരണക്കേസുകളുടെ എണ്ണം വാർഷിക റോഡപകടമരണങ്ങളേക്കാൾ കുറവാണ്! അവിടെ 17,666 മരണമുണ്ടായി. കേരളത്തിൽ മരണം ആ വർഷം 4,196 മാത്രമാണ്. മറ്റുതരം കുറ്റകൃത്യങ്ങളിലും, കേസ് രജിസ്റ്റർ ചെയ്യാൻ തക്കഗൗരവമില്ല എന്നു മറ്റു സംസ്ഥാനങ്ങളിൽ പരിഗ

ണിക്കപ്പെടുന്ന പല സംഭവങ്ങളിലും കേരളത്തിൽ കേസുകൾ എടുക്കുന്നു.

കേരളത്തിൽ ഉയർന്നതോതിലുള്ള കേസുരജിസ്ട്രേഷൻ നടക്കുന്നത് വലിയ തോതിൽ കുറ്റകൃത്യങ്ങൾ ഉണ്ടാകുന്നതു കൊണ്ടല്ല; നേരെമറിച്ച്, അമിത വേഗത്തിലുള്ള ഡ്രൈവിങ്, ചെറിയ മുറിവുണ്ടാക്കൽ, ഗാർഹിക പീഡനങ്ങൾ മുതലായവയിൽ അതീവ ജാഗ്രത പൊലീസ് പുലർത്തുന്നു എന്നുള്ളതുകൊണ്ടാണ്. ചെറിയ സംഭവങ്ങളെ സംബന്ധിച്ച കേസുകളിൽ തീരെ കുറഞ്ഞ തോതിലുള്ള രജിസ്ട്രേഷൻ നല്ലതല്ലെന്നും അതു ക്രമ-സമാധാന പ്രശ്നം പൊതുവെ രൂക്ഷമാക്കുമെന്നുമുള്ള തിരിച്ചറിവ് ഇന്ത്യയിലെ പല പ്രദേശത്തും ഉണ്ടായിത്തുടങ്ങിയിട്ടുണ്ട്. പല സംസ്ഥാനങ്ങളും ഊർജ്ജസ്വലമായ രജിസ്ട്രേഷൻ നല്ലതാണ് എന്ന് ഇപ്പോൾ തിരിച്ചറിഞ്ഞ് തുടങ്ങിയിട്ടുണ്ട്.

സംഭവങ്ങളിൽ കേസുകൾ രജിസ്റ്റർ ചെയ്യുന്നത് സംബന്ധിച്ചാണ് ഇതുവരെ നാം ചർച്ച ചെയ്തത്. രജിസ്റ്റർ ചെയ്യുന്ന കേസുകളിൽ മറ്റു സംസ്ഥാനങ്ങളിലേതുമായി താരതമ്യപ്പെടുത്തിയാൽ മികച്ച അന്വേഷണവും കാര്യനിർവ്വഹണവുമാണോ ഇവിടെ നടക്കുന്നത്?

വിവിധ സംസ്ഥാനങ്ങളിലെ കുറ്റപത്ര സമർപ്പണത്തോത് പരിശോധിക്കാം. രജിസ്റ്റർ ചെയ്യപ്പെടുന്ന കേസുകളിൽ ഏറ്റവും കൂടുതൽ ശതമാനം കേസുകൾ ചാർജുഷീറ്റു ചെയ്യപ്പെടുന്ന സംസ്ഥാനങ്ങളിലൊന്നാണ് കേരളം. ഏതാണ്ട് 98–99% എന്നാൽ, ശിക്ഷയുടെ കാര്യം എങ്ങനെ എന്ന് ആരും ചോദിക്കാം. കോടതികളാണ് രജിസ്റ്റർ ചെയ്യപ്പെടുന്ന കേസുകളിലും ചാർജുചെയ്യപ്പെടുന്ന കേസുകളിലാണ് വസ്തുതകളുടെ അടിസ്ഥാനത്തിൽ തീരുമാനമെടുക്കുന്നത്. അന്വേഷണമേന്മ വിലയിരുത്തുന്നത് കോടതികളാണ്. കേരളം കൈവരിച്ച ശിക്ഷാനിരക്ക് എത്രത്തോളമാണ്? ഇപ്പോൾ കേരളത്തിലേത് ഇന്ത്യയിലെ ഏറ്റവും ഉയർന്ന ശിക്ഷാനിരക്കാണ്–82% എന്നതിൽ നമുക്ക് അഭിമാനിക്കാം. ഇത് ദേശീയ ശരാശരിയായ 47 ശതമാനത്തേക്കാൾ എത്രയോ ഉയർന്നതാണ്. ചരിത്രപരമായി ഇന്ത്യയിൽ വളരെ കുറഞ്ഞ ശിക്ഷാ നിരക്കുള്ള ഒരു സംസ്ഥാനമായിരുന്നു കേരളം. ഉദാഹരണത്തിന് 1994 ൽ ദേശീയ ശിക്ഷാനിരക്ക് 43% ആയിരുന്നപ്പോൾ കേരളത്തിലേത് 24% ആയിരുന്നു. ഉയർന്ന തോതിലുള്ള രജിസ്ട്രേഷനും ഉയർന്ന തോതിലുള്ള ചാർജുഷീറ്റിങ്ങും മെച്ചപ്പെട്ട പ്രൊഫഷണൽ കാര്യക്ഷമതയും മുഖേന കേരളം ഇന്ന് ഏറ്റവും ഉയർന്ന ശിക്ഷാനിരക്കു കൈവരിച്ചു.

എന്തൊക്കെ പരിമിതികളുണ്ടെങ്കിലും, കുറഞ്ഞ നിരക്കിലുള്ള കൊലപാതകങ്ങൾ, സ്ത്രീപീഡന മരണങ്ങൾ, വാഹന കവർച്ചകൾ, റോഡപകട മരണങ്ങൾ എന്നിവയിലും ചെറിയ ചെറിയ സംഭവങ്ങളിൽ നിതാന്ത ജാഗ്രതയോടെ നീതി നടപ്പിലാക്കിക്കൊടുക്കുന്നതിലും, പൊതുജനപങ്കാളിത്തത്തോടെ ജനങ്ങൾക്കു സുരക്ഷ ഉറപ്പാക്കിക്കൊടുക്കുന്നതിലും, ഏറ്റവും ഉയർന്ന തോതിൽ ചാർജുഷീറ്റു നല്കുന്നതിലും ഏറ്റവും കൂടു

തൽ നിരക്കിൽ കുറ്റവാളികളെ ശിക്ഷിക്കുന്നതിലുമെല്ലാം, കേരളം മറ്റു സംസ്ഥാനങ്ങൾക്കു മുന്നിൽ ശിരസ്സുയർത്തിത്തന്നെയാണു സ്ഥിതിചെയ്യുന്നത്. വർദ്ധിച്ച പ്രൊഫഷണൽ നിലവാരമുള്ള പൊലീസ് സംവിധാനമാണ് കേരളത്തിൽ ഉള്ളത് എന്ന് നമുക്കഭിമാനിക്കാം.

പട്ടിക 1

State	2015 Total murder case in an year	No.of murders per million	State	Total murder case in year	No.of murders per million people
Assam	1343	42	Punjab	701	24
Haryana	1024	37	WB	2096	23
Odisha	1473	35	Rajasthan	1596	22
Telengana	1188	32	UP	4732	22
Bihar	3178	31	Andhra	1099	21
M P	2339	30	Maharashta	2559	21
Karnataka	1557	25	Gurjarat	1150	18
Tamil Nadu	1748	25	Kerala	334	9
		INDIA			26

പട്ടിക 2

States (2007)	Case of murder	Cases of hurt of all types	Ratio of hurt cases to murder cases
UP	5001	10694	2
Assam	1374	5175	4
WB	1652	6909	4
Bihar	3034	16288	5
Haryana	911	5031	6
Odisha	1210	7478	6
Punjab	817	5663	7
Gujarat	1166	10989	9

Tamil Nadu	1633	16967	10
Maharashta	2693	29622	11
Karnataka	1538	18963	12
Rajasthan	1303	19720	15
MP	2244	36643	16
Andhra	2665	46122	17
Kerala	367	18975	52

പട്ടിക 3

DOWRY DEATH u.s.304 B

UP	2335	Karnataka	254
Bihar	1154	Haryana	243
MP	664	Assam	216
WB	498	Andhra	174
Rajasthan	463	Punjab	85
Odisha	356	Tamil Nadu	65
Maharashtra	268	Gujarat	12
Telengana	262	Kerala	8

പട്ടിക 4

States	Caste of Auto theft	Number of vehicles in lakhs	Ration of theft/lakh vehicles
Bihar	9891	48	207
Haryana	14331	79	181
Assam	4110	25	164
Rajasthan	18141	124	147
MP	15892	111	143
UP	29846	216	138
Maharashtra	21468	256	84

Odisha	3531	52	68
Karnataka	9719	148	66
Telengana	4880	78	62
WB	4396	74	59
Andhra	4398	79	56
Gujarat	8095	187	43
Punjab	1960	63	31
Tamil Nadu	3740	255	17
Kerala	**1515**	**97**	**16**
ALL INDIA		2100	96

പട്ടിക 5

States	Persons killed	Number of vehicles in lakhs	Rate of death/lakh vehicles
Bihar	5421	47.1	114
Andhra	8297	78.8	105
Assam	2397	25.1	95
Telengana	7110	78.4	91
Rajasthan	10510	123.7	85
WB	6234	74.1	84
MP	9314	111.4	84
Odisha	4303	52.1	83
UP	17666	216.3	82
Punjab	4893	62.6	78
Karnataka	10856	147.8	73
Tamil Nadu	15642	225.1	69
Haryana	4879	79.2	62
Maharashtra	13212	255.6	52
Gujarat	8119	187	43
Kerala	**4196**	**97.1**	**43**
ALL INDIA		**2100**	**70**

Notes:-

1. The only data sets available in India are registration details maintained by police. Unlike in U.S, U.K etc.. no independent surveys are nationally carried out in India to measure occurrence of crime in society.

2. For comparability of population and resource etc and for brevity we leave out states with less than 25 million population as well as City states. Jharkhand and Chattisgarh are also left out due to unsual policing conditions caused by insurgency.

3. All citizens feel duty bound to report deaths, and they are difficult to conceal. Therefore murder and death statistics are 99% accurate. As gravity of injury decreases, the fervour to report as well as police earnestness to register decreases. So incidents of hurt without serious harm may not be registered where people suffer minor violence in silence, or rely on personal vendetta without approacing the police or where police neglect minor injuries for a host of reasons. So the number of hurt cases in different states may not be proportional to real incidence. Registration depends upon public sensitivity, ease of access to police and police enthusiasm to undertake formal investigation and prosecution.

4. All data are taken from National Crime Record Burea documents or from UNODC publications.

5. Sweden, Britan, and New Zealand are considered by several international surveys, to be among the most peaceful countries in the world. One of their main claims to such fame is the very low murder rates. The rate of murder in Kerala at represent is comparable to the current rates in these countries (11.5;9.2;9.1 per million respectively; in recent years Kerala's is 9 only)

6. Enthusiastic reporting and registration of minor crime gives Kerala its unmerited reputation for maximum crime. Whereas other police forces register cases mostly for serious injuries, in Kerala most registered cases of hurt are for mere abrasions and bruises. International Comparisons show that in any society, on an average, several hundred acts of physical violence need to occur for one such act to cause a death. So a high ratio of minor hurt cases signifies greater intervention by police in

quarrels. In India the ratio of hurt cases to murder is about 10, whereas in Kerala it is 50. This means that response is 5 time better, as elsewhere minor matters are compromised with warnings or informal 'Instant justice'.

പൊലീസ്സേന മാറ്റങ്ങൾക്ക് വിധേയമാകണം

ഇന്ത്യൻ പൊലീസിൽ ഇത് മാറ്റങ്ങളുടെ കാലഘട്ടമാണ്. മാറ്റങ്ങ ളെക്കുറിച്ച് പറയുമ്പോൾ "മാറ്റമൊന്നും വേണ്ട; പണ്ടുണ്ടായിരുന്നു എന്ന് പറഞ്ഞുകേൾക്കുന്ന മേധാവിത്വ സ്ഥാനം പൊലീസിന് വീണ്ടെടുക്കുക" എന്നതാണ് പ്രധാനം എന്ന് പലരും വിശ്വസിക്കുന്നു.

മാറ്റങ്ങളെക്കുറിച്ച് പൊതുവിൽ പ്രതിപാദിക്കുമ്പോൾ പൊലീസു മായി നേരിട്ട് ബന്ധമില്ലാത്ത ഒരു കാര്യം നിങ്ങളുടെ ശ്രദ്ധ യിൽപ്പെടുത്താം. നാം എല്ലാവരും ചാൾസ് ഡാർവിനെക്കുറിച്ച് കേട്ടിട്ടു ണ്ടാവും. പരിണാമസിദ്ധാന്തം ലോകത്തിന് മുമ്പാകെ നൂറ്റിഅൻപത് വർഷങ്ങൾക്ക് മുമ്പ് അവതരിപ്പിച്ച ശാസ്ത്രജ്ഞൻ. പരിണാമസിദ്ധാ ന്തവുമായി ബന്ധപ്പെട്ട് നാം ആവർത്തിച്ച് കേട്ടിട്ടുള്ള, ഒരു ആശയമു ണ്ട്- 'Survival of the fittest.' പ്രകൃതിയിൽ അതിജീവനമെന്നുള്ളത് Fittest ആയിട്ടുള്ള species ന് മാത്രമേ സാധിക്കൂ എന്നാണതിന്റെ വിവ ക്ഷ. പലപ്പോഴും സംഭാഷണത്തിൽ 'Fittest' എന്ന പദത്തിന് ഏറ്റവും ശക്തിയുള്ളത് എന്ന അർത്ഥം നാം നല്കാറുണ്ട്. 'ഏറ്റവും ശക്തി യുള്ളവൻ പ്രതിബന്ധങ്ങളെ അതിജീവിക്കും; ശക്തിയില്ലാത്തവൻ പ്രതി ബന്ധങ്ങളെ അതിജീവിക്കില്ല; അതുകൊണ്ട് പരമാവധി ശക്തി സംഭരി ക്കുകയാണ് അതിജീവനത്തിനുള്ള മാർഗ്ഗം" എന്ന ചിന്താരീതി ഡാർവിന്റേതായിട്ട് നാം പലപ്പോഴും കേൾക്കാറുണ്ട്. എന്നാൽ ഡാർവിൻ അതല്ല പറഞ്ഞത്. അദ്ദേഹം പറഞ്ഞത് ഏറ്റവും ബുദ്ധിയുള്ളതോ ശക്തി യുള്ളതോ ആയ species അല്ല അതിജീവിക്കുന്നത്; പക്ഷേ, എവിടെ യെല്ലാം ചുറ്റുപാടുകൾക്ക് പുതിയതായി ഉണ്ടാകുന്ന മാറ്റങ്ങളുമായി രമ്യ പ്പെടാൻ ഏതു ജീവജാലങ്ങൾക്ക് കഴിയുന്നുവോ ആ ജീവജാലഗണം മാത്രം അതിജീവിക്കുന്നു എന്നാണ്. മാറ്റങ്ങളുമായി പൊരുത്തപ്പെടു

വാനും, അതനുസരിച്ച് സ്വയം മാറുവാനുമുള്ള കഴിവാണ് യഥാർത്ഥ ത്തിൽ ഒരു species പ്രപഞ്ചത്തിൽ തുടരണോ വേണ്ടയോ എന്ന് തീരുമാനിക്കുന്നത്.

ജീവജാലങ്ങളിൽ താരതമ്യേന ശക്തികുറഞ്ഞ മൃഗമാണ് മനുഷ്യൻ. പക്ഷേ, അവൻ എല്ലാ കാലങ്ങളിലും പുരോഗതിയിൽനിന്നും പുരോഗതിയിലേക്ക് കുതിക്കുന്നു. ചുറ്റുപാടിലുണ്ടാകുന്ന മാറ്റങ്ങളുമായി പൊരുത്തപ്പെടാൻ മനുഷ്യന് അതിശയകരമായ കഴിവാണ്. ഭക്ഷ്യക്ഷാമം, കടലാക്രമണം, തണുപ്പ്, ചൂട് തുടങ്ങി എന്തൊക്കെയുണ്ടായാലും ഈ വ്യത്യസ്തസാഹചര്യങ്ങൾക്കനുസൃതമായി സ്വന്തം ജീവിതത്തെയും സ്വന്തം സമൂഹഘടനയെയും മാറ്റിയെടുക്കാനുള്ള കഴിവ് മനുഷ്യനുണ്ട്. അതിജീവനസാദ്ധ്യത എന്നു പറയുന്നത്, ശക്തിയിലും ബുദ്ധിയിലും മാത്രം അധഃസ്ഥിതമല്ല. മാറ്റങ്ങളെ ഉൾക്കൊള്ളാനും ഏതൊക്കെ മാറ്റങ്ങളാണ് വേണ്ടതെന്ന് മനസ്സിലാക്കാനുമുള്ള കഴിവാണ് പ്രധാനം. കേരളാപൊലീസിലും ഉദ്യോഗസ്ഥരിലും ഇത്തരത്തിലുള്ള ഒരു ചിന്താരീതി അത്യന്താപേക്ഷിതമാണ്.

'പൊലീസ്' സംവിധാനം എന്നു പറയുന്നത് പൊലീസിൽ ജോലി ചെയ്യുന്നവർക്കുവേണ്ടി സൃഷ്ടിച്ചതോ നിലനില്ക്കുന്നതോ ആയ ഒരു പ്രസ്ഥാനമല്ല. പൊലീസ് ജനങ്ങൾക്ക് വേണ്ടിയുള്ള ഒരു സംവിധാനമാണ്. ഒരു സ്വതന്ത്ര രാജ്യത്തിലെ ജനങ്ങളെ സംരക്ഷിക്കുന്ന വിഭാഗമാണ് പൊലീസ്. അതുകൊണ്ട് തന്നെ പൊലീസും തങ്ങൾ സംരക്ഷിക്കുന്ന ജനസമൂഹങ്ങളിലുണ്ടായിക്കൊണ്ടിരിക്കുന്ന മാറ്റങ്ങൾക്കനുസൃതമായി മാറിക്കൊണ്ടിരിക്കണം. മാറാൻ വിസമ്മതിക്കുന്ന പൊലീസ് കാലഹരണപ്പെട്ട പൊലീസായി മാറും. കാരണം പൊതുസമൂഹങ്ങളിൽ ത്വരിതഗതിയിൽ മാറ്റങ്ങൾ വന്നുകൊണ്ടിരിക്കുകയാണ്. ഇന്ന് കേരളത്തിലെ ഒരാൾ ജീവിക്കുന്നത് അൻപതു കൊല്ലം മുൻപ് അയാളുടെ മുത്തച്ഛൻ ജീവിച്ചിരുന്നത് പോലെയല്ല. എന്നിട്ടും നൂറ്റാണ്ടുകൾക്കു മുമ്പ് നിലനിന്നിരുന്ന ഒരു നിയമവ്യവസ്ഥയുടെ അടിസ്ഥാനത്തിൽ അന്ന് നമുക്ക് കല്പിച്ചുകിട്ടിയ മേധാവിത്വശക്തിക്കനുസൃതമായി പരിഗണിക്കപ്പെട്ട നമ്മുടെ മാഹാത്മ്യവും പ്രാമുഖ്യവും ഇന്നും അഭിലഷണീയമാണെന്ന് നാം സ്വയം പരിഗണിക്കുന്നുവെന്ന് വന്നാൽ അത് കഷ്ടമാണ്! പലപ്പോഴും നമ്മുടെ സംഭാഷണത്തിൽ കടന്നുവരാറുള്ള ഒരു ശൈലിയാണ് 'ഇപ്പോഴത്തെ പൊലീസാണോ പൊലീസ്? യഥാർത്ഥ പൊലീസ് പണ്ടത്തെ പൊലീസായിരുന്നു.' നഷ്ടപ്പെട്ടുപോയ ഏതോ ഗതകാല പ്രഭാവസ്മരണയിൽ ആ കാലം വീണ്ടും വരുമെന്ന് കരുതി നാം ജീവിക്കുകയാണോ? എങ്കിൽ നമുക്ക് ഹാ കഷ്ടം!

നമ്മുടെ സാമൂഹ്യജീവിതത്തിലുണ്ടായ മാറ്റങ്ങൾക്കനുസൃതമായി പൊലീസുകാർ വ്യക്തിപരമായും പൊലീസ് വ്യവസ്ഥ ഘടനാപരമായും മാറേണ്ടതുണ്ട്. ഈ സമൂഹത്തിലുണ്ടായ മാറ്റങ്ങൾ പഴമയിലേക്ക് തിരിച്ചുപോകുന്ന മാറ്റങ്ങളല്ല. അടുത്തകാലത്ത് ശാസ്ത്ര സാങ്കേതികവളർച്ച

യുടെ ഫലമായിട്ട് ഈ മാറ്റത്തിന്റെ ഗതി വളരെ കൂടിയിരിക്കുന്നു. നാം ഇന്ന് കാണുന്ന ലോകമല്ല നാളെ നാം കാണുവാൻ പോകുന്നത്. അതു കൊണ്ട് നമ്മുടെ കുറ്റാന്വേഷണ രീതികളിൽ; നമ്മുടെ ആന്തരിക ഘട നകളിൽ; നമ്മുടെ സമീപനത്തിൽ; നമ്മുടെ വിശകലനങ്ങളിൽ , ഇവ യിലൊക്കെ കാലാനുസൃതമായ മാറ്റങ്ങളുണ്ടായേ തീരൂ. അതുകൊണ്ട് മാറ്റങ്ങൾ അനിവാര്യമാണ്. അവ തടുക്കപ്പെടാവുന്നവയല്ല. കാലത്തിന്റെ കുത്തൊഴുക്കിൽ വന്നുകൊണ്ടിരിക്കുന്ന മാറ്റങ്ങൾക്കനുസരിച്ച് നാം മാറി യില്ലെങ്കിൽ നമ്മൾ ഇല്ലാതാവും. നമ്മുടെ പ്രസക്തി നഷ്ടപ്പെടും.

പഴയ രീതിയിലുള്ള പൊലീസിന്റെ ശൈലി, 'ജനങ്ങളെ നിയന്ത്രി ക്കുന്നത് ഞങ്ങളാണ്; ഞങ്ങൾ പറയുന്നത് കേട്ട് നിങ്ങൾ ജീവിച്ചുകൊ ള്ളണം, അല്ലെങ്കിൽ കാണിച്ചുതരും'എന്ന രീതിയിലായിരുന്നു. ഇന്നും നമ്മുടെ സമീപനമതാണെങ്കിൽ അത് അപ്രസക്തമാണ്. കാലം മാറി പ്പോയി. എല്ലാ അവകാശങ്ങളും അധികാരങ്ങളും സംവിധാനങ്ങളും ആസ്വദിക്കാനുള്ള അവകാശം ഇന്ന് പൗരന് കൈവന്നിരിക്കുന്നു. ഈ സാഹചര്യത്തിൽ അവരുടെ സ്വാതന്ത്ര്യങ്ങൾ അവർ ആസ്വദിച്ചുകൊ ണ്ടിരിക്കുമ്പോൾ ആ സ്വാതന്ത്ര്യങ്ങൾ സംരക്ഷിക്കുക എന്നതാണ് നമ്മുടെ കർമ്മം. നിർഭാഗ്യവശാൽ നമുക്ക് പരമ്പരാഗതമായി കൈമാറ്റി കിട്ടിയിരിക്കുന്ന ആന്തരിക മാനസികാവസ്ഥ അതിന് നേരെ വിപരീത മായ വിചാരധാരയിൽ അധിഷ്ഠിതമാണ്. 'എങ്ങനെയൊക്കെ ജനങ്ങ ളുടെ സ്വാതന്ത്ര്യമില്ലാതെയാക്കാം'എന്ന ചിന്തയാണ് ബ്രിട്ടീഷുകാർ സൃഷ്ടിച്ചു നല്കിയ നമ്മുടെ ഘടനകളിലുള്ളത്. ഇത് നമ്മുടെ ആരു ടേയും കുറ്റമല്ല; 1861 ൽ പൊലീസ് നിയമം സൃഷ്ടിച്ചവരുടെ ആവശ്യമാ യിരുന്നു അത്. അതാണ് പൊലീസിന്റെ കാര്യക്ഷമത എന്ന് അവർ ആത്മാർത്ഥമായി വിശ്വസിച്ചു. പക്ഷേ, ഇന്നത്തെ കാര്യക്ഷമതാ സങ്കല്പം അതിന് തീർത്തും വിപരീതമാണ്. അപ്പോൾ പുതിയ രീതി യിലേക്കാണ് പൊലീസ് മാറേണ്ടത്. ആ രീതിയിൽ പൊലീസ് മാറുന്ന തിന് അനുസൃതമായിട്ടുള്ള നടപടിക്രമങ്ങളാണ് നമുക്ക് വേണ്ടത്.

പൊലീസ് ഓഫീസേഴ്സ് സമ്മേളനത്തിൽ അവതരിപ്പിച്ച ഒരു പ്രമേയം ഞാൻ ശ്രദ്ധിക്കുകയുണ്ടായി. ഒരു പൊലീസ് സ്റ്റേഷനിൽ ഒന്നി ലധികം എസ് ഐ മാർ വേണം എന്നതായിരുന്നു അവരുടെ ആവശ്യം. "'ഒരു സിംഹം ജീവിക്കുന്ന സ്ഥലത്ത് മറ്റൊരു സിംഹം കടന്നുവരാൻ പാടില്ല.'"എന്ന തരത്തിലുള്ള ചിന്തയാണ് പണ്ടത്തെ പൊലീസിൽ ഉണ്ടാ യിരുന്നത്. "'ഞാൻ എസ് ഐ ആയി ഇരിക്കുമ്പോൾ മറ്റൊരാൾ എന്റെ കൂടെ ഇരുന്നാൽ എന്റെ അധികാരത്തിന്റെ തേജസ്സും ഓജസ്സും നശിക്കും" ഇതായിരുന്നു പണ്ടുള്ള ഒരു ചിന്താരീതി. നമ്മുടെ പഴയ അധികാര സങ്കല്പമെന്നത് അതാണ്. ജനങ്ങളുടെമേൽ വിപുലമായ അധികാരങ്ങളാണ് നമുക്കുണ്ടായിരുന്നത്. ഓരോ പ്രദേശത്തും ജനഹി തത്തിന് അസ്പർശ്യരായി, വെല്ലുവിളിക്കപ്പെടാതെ വിരാജിക്കുന്ന അങ്ങേ യറ്റം അധികാരമുള്ള ഉദ്യോഗസ്ഥനായിരുന്നു ആ പ്രദേശത്തിന്റെ ചുമത

ലയുള്ള എസ് ഐ 'ഏമാൻ.' അവിടെയുള്ള ആളുകൾ അദ്ദേഹത്തിന് വ്യക്തിപരമായി കീഴ്പ്പെട്ടിരിക്കണം എന്നുള്ള സങ്കൽപ്പമാണ് അന്ന് നില നിന്നിരുന്നത്. 'ഒരു രാജാവേ പാടുള്ളൂ; ഒരു ദൈവമേ പാടുള്ളൂ" എന്നു പറയുന്നതുപോലെ 'ഞാനല്ലാതെ മറ്റൊരു എസ് ഐ ഉണ്ടാകാൻ പാടില്ല'എന്ന ചിന്ത ഇന്നുമാറിയിരിക്കുന്നു. ഇതു നല്ലതുതന്നെ. പൊലീസ് സേവനം, എസ് ഐ യുടെ സേവനം, ഓഫീസേഴ്സിന്റെ സേവനം എന്നൊക്കെ പറയുന്നത് ജനങ്ങൾക്ക് ഇരുപത്തിനാലു മണിക്കൂറും ലഭി ക്കേണ്ട സേവനമാണ്. ഒരു ഓഫീസർക്ക് വ്യക്തിപരമായി അത് എങ്ങനെ തുടർച്ചയായി നല്കാൻ കഴിയും?

ഏതെല്ലാം അധികാരങ്ങളുണ്ടോ, അവയെല്ലാം 'സർവ്വീസ് ഓറി യന്റഡ്' അധികാരങ്ങളായാൽ നമ്മുടെ മേധാവിത്വസങ്കല്പം തന്നെ മാറി പ്പോവും. സർവ്വാധികാരത്തിന്റെ ദൃഷ്ടിയിൽ കാണുമ്പോഴാണ് "ജനങ്ങൾ നമുക്കു മുന്നിൽ ഓച്ഛാനിച്ചു നിൽക്കണം" എന്ന തരത്തിലുള്ള ചിന്ത കൾ ഉണ്ടാകുന്നത്. നമ്മുടെ അടിസ്ഥാനപരമായ സങ്കൽപ്പം സർവ്വാധി കാരമാകരുത്; അത് സേവനാധിഷ്ഠിത അധികാരമായിരിക്കണം. അപ്പോൾ നമുക്ക് അടിസ്ഥാനപരമായി മാറ്റമുണ്ടാകേണ്ടത് നമ്മുടെ മന സ്സിലാണ്. പൊലീസുകാരന്റെ അധികാരത്തിന്റെ അടിസ്ഥാനം അഹ ങ്കാരമല്ല; മറിച്ച് സേവനമാണ്. അധികാരം എന്റെ വ്യക്തിത്വത്തിന്റെ മാഹാത്മ്യത്തിനുവേണ്ടിയോ എന്റെ യശസ്സിനുവേണ്ടിയോ ഉള്ള അധി കാരമല്ല; മറിച്ച് ജനങ്ങൾക്ക് ചില സേവനങ്ങൾ നല്കാനുള്ള അധികാ രമാണ് എന്ന തിരിച്ചറിവ് നമുക്കുണ്ടാകണം. ആ തിരിച്ചറിവിന്റെ അടിസ്ഥാനത്തിലാവണം നാം പ്രവർത്തിക്കേണ്ടത്. എന്നു നമുക്ക് ഈ തിരിച്ചറിവ് പൂർണ്ണമായി ഉണ്ടാകുന്നുവോ, അന്ന് നാം ജനാധിപത്യവ്യ വസ്ഥിതിക്ക് അനുസരിച്ചുള്ള പൊലീസായി മാറിത്തീരും.

ഈ അടുത്ത കാലത്ത് കേരളാ പൊലീസ് അസോസിയേഷൻ ഒരു പഠനം നടത്തി. അതിൻ പ്രകാരം സ്റ്റേഷനിൽ വരുന്ന പൊതുജനങ്ങ ളിൽ ഏതാണ്ട് മൂന്നു ശതമാനം ആളുകൾ അഴിമതിക്ക് വിധേയരാകു ന്നു എന്ന് തുറന്നു പറഞ്ഞു. ഇത് പുറത്തുപറയാത്തവർ വേറെയുമു ണ്ടാകും. ഏതായാലും, ഇത് നമുക്ക് ഒരിക്കലും ഭൂഷണമല്ല. പൊലീസ് സ്റ്റേഷനിലെ സേവനം മെച്ചമാക്കണം എന്ന് ആഗ്രഹമുണ്ടെങ്കിൽ അഴി മതിയെ പൊലീസിൽനിന്നും തുടച്ചുമാറ്റണം. അതിനായി അസോസി യേഷനുകൾ വളരെ കാര്യമായി ശ്രമിക്കണം. പൊലീസ് സ്റ്റേഷനിൽ അഴിമതിയുള്ളിടത്തോളം കാലം നമ്മൾ പറയുന്നത് ആരും വിശ്വസി ക്കില്ല. നമ്മുടെ ഇടയിൽ അഴിമതി ഉണ്ടെന്ന ധാരണ, (അത് ശരിയാകാം തെറ്റാകാം,) പൊതുജനസംസാരത്തിലും പൊതുജനങ്ങൾ മാധ്യമങ്ങ ളിലൂടെ പ്രതികരിക്കുന്ന രീതിയിലും സജീവമായി നിലവിലുണ്ട്. ആ ധാരണയില്ലാതെയാക്കാൻ വേണ്ടി വളരെ ബോധപൂർവ്വമായ പ്രവർത്ത നങ്ങൾ അസോസിയേഷനുകളുടെ ഭാഗത്തുനിന്നുണ്ടാകണം. നിങ്ങൾ വ്യക്തികൾ എന്ന നിലയിൽ അതിന് നേതൃത്വം കൊടുക്കണം. നിങ്ങൾ

പണം വാങ്ങാതിരുന്നാൽ മാത്രം പോരാ; മറ്റൊരാൾ പണം വാങ്ങുന്നതിന് തടസ്സം നിന്നേ പറ്റൂ. ഒരു പൊലീസ് സ്റ്റേഷനിൽ ജോലി ചെയ്യുമ്പോൾ ആ സ്റ്റേഷനിലെ വിഭവശേഷി ഉപയോഗിച്ച്, സ്റ്റേഷന്റെ അധികാരം ഉപയോഗിച്ച്, നമ്മുടെ സഹപ്രവർത്തകരാരും തന്നെ അഴിമതിപ്പണം വാങ്ങാൻ പാടില്ല. അങ്ങനെ ഒരാൾ വാങ്ങിയാൽ അതിന്റെ കളങ്കം നമ്മളിലെല്ലാവരിലും ഉണ്ടാകും. പൊലീസ് സ്റ്റേഷൻ ഒരു കുടുംബമാണ്. 'കുടുംബത്തിലെ ഒരു കൂട്ടർ പണം വാങ്ങട്ടെ; ഞാൻ സത്യസന്ധതയോടെ ജീവിക്കാം'എന്ന ധാരണ ശരിയല്ല. അഴിമതി കാണിക്കുന്നവരെ പൂർണ്ണമായും ഒറ്റപ്പെടുത്തുകയും അഴിമതിക്കാർക്കെതിരെ തെളിവുകൾ കൊടുക്കുകയും ചെയ്താലേ നമ്മുടെ വിശ്വാസ്യത ജനങ്ങൾ അംഗീകരിക്കുകയുള്ളു. അഴിമതി എന്നത് ഏഴു വർഷം തടവുള്ള ശിക്ഷയാണ്. ആ കുറ്റം ചെയ്തുകൊണ്ടിരുന്ന പൊലീസുകാരന് മൂന്ന് വർഷം തടവുശിക്ഷ ലഭിക്കാവുന്ന മോഷ്ടാവിനെ പിടിച്ച് ശിക്ഷിക്കാൻ ശ്രമിക്കുന്നതിന് എന്താണർഹത എന്നാരെങ്കിലും ചോദിച്ചാൽ നമുക്ക് മറുപടിയുണ്ടാകില്ല. ഇതാണ് കുഴപ്പം. പൊലീസ് സ്റ്റേഷനിലെ അഴിമതിക്ക് നമ്മൾ മൗനാനുവാദം കൊടുക്കുന്നു എന്നു ജനം സംശയിക്കുന്നിടത്തോളം കാലം 'നമ്മൾ വിശ്വസ്തരാണ്, നമ്മുടെ ഉദ്ദേശ്യം പൊതുജന സേവനമാണ്.' എന്ന് പെട്ടെന്നാരും തിരിച്ചറിയില്ല. 'പൊലീസ് ബഹുമാനിക്കപ്പെടേണ്ടവരാണ്; അവരുടെ സേവനം തൃപ്തികരമാണ്'എന്ന് ജനം പറയണമെങ്കിൽ നമ്മുടെ ഇടയിലുള്ള അഴിമതിക്കെതിരെ ആദ്യം കല്ല് എറിയേണ്ടത് നമ്മളാണ്. അതിന് പലപ്പോഴും നമ്മൾ പുറകിലാണ്. നമ്മുടെ ഇടയിലെ അഴിമതി വേറൊരാൾ പിടിക്കട്ടെ എന്ന സമീപനം നാം എടുക്കുന്നിടത്തോളം കാലം നമ്മുടെ വിശ്വാസ്യത പൊതുജനം അംഗീകരിക്കില്ല.

ജനങ്ങൾക്ക് നല്ല സേവനങ്ങൾ എത്തിക്കണമെങ്കിൽ പൊലീസ് സേന സംതൃപ്തരായിരിക്കണം. പൊലീസ് സേന സംതൃപ്തരായിരിക്കണമെങ്കിൽ അവർക്ക് അവരുടെ വ്യക്തിപരമായ ന്യായമായ ആവശ്യങ്ങൾ ഘടനാപരമായി അംഗീകരിക്കപ്പെടണം. അതോടൊപ്പം നിങ്ങൾ പുതിയതിനെ സ്വീകരിക്കുകയും പുതിയസേവനരീതികൾ കണ്ടുപിടിക്കുകയും പുതിയ സേവനരീതിക്കനുസരിച്ച് പ്രവർത്തിക്കാനുള്ള ആഭിമുഖ്യം നിങ്ങളുടെ മനസ്സിലുണ്ടാകുകയും വേണം. നാം സേവനം ചെയ്യുമ്പോഴും നമ്മുടെ 'ഗമ'വിടാതെ നോക്കുന്നു. നമ്മുടെ 'സേവനം' നമ്മുടെ കർത്തവ്യമല്ല, ഔദാര്യമാണ് എന്ന് നാം ഭാവിക്കുന്നു. ഇതാണ് നമ്മുടെ തെറ്റായ സങ്കൽപ്പം. ഈ മാനസികാവസ്ഥ മാറണം. പ്രയാസവും വൈഷമ്യവും അനുഭവിക്കുന്ന ഏതു പൗരനും ഏതു അവസ്ഥയിലും ഏതു സഹായവും നിർലോഭമായി ചെയ്യാൻ കരുത്തുള്ള, സന്നദ്ധതയുള്ള ഒരു കൂട്ടമാണ് പൊലീസുകാർ എന്ന് നമുക്ക് സമൂഹത്തെ ബോദ്ധ്യപ്പെടുത്തണം. ആ രീതിയിലുള്ള മാറ്റങ്ങൾ നമുക്കുണ്ടായാൽ, ആ രീതിയിൽ നമ്മൾ പ്രവർത്തിച്ചാൽ, പൊലീസുകാരുടെ യശസ്സും,

ഗുണനിലവാരവും താനേ ഉയരും.

സമൂഹത്തിലുണ്ടാകുന്ന മാറ്റത്തിനനുസരിച്ച് വളരെ വലിയ മാറ്റങ്ങൾ പൊലീസിലുണ്ടായിക്കൊണ്ടിരിക്കുന്നുണ്ട് എന്നതും നാം വിസ്മരിക്കാൻ പാടില്ല. പൊലീസിന്റെ വളരെ വലിയ ഒരു ആവശ്യമാണ് ശാസ്ത്രസാങ്കേതിക വിദ്യകളുടെ സഹായം വേണമെന്നത്. ഉദാഹരണത്തിന് ബ്രെയിൻ മാപ്പിങ്ങ് എടുക്കാം. വളരെ നല്ല ഈ മാർഗ്ഗം വ്യാപകമായാൽ കേസന്വേഷണത്തിലെ 'പൊലീസ്' പ്രയോഗങ്ങളുടെ ആവശ്യം ഇല്ലാതെയാകും. ശാസ്ത്ര സാങ്കേതിക ഉപകരണങ്ങൾ വന്നതോടുകൂടി ആളുകളെ ഭീഷണിപ്പെടുത്തിയും മേധാവിത്വം അടിച്ചേൽപ്പിച്ചും സംശയത്തിന്റെ കുന്തമുനയിൽ നിർത്തിയുമുള്ള ഒരു പൊലീസ് ഘടന അപ്രസക്തമാവുകയാണ്. ഇത്തരത്തിലുള്ള സംവിധാനങ്ങളുടെ സഹായത്താൽ വളരെ സാരമായ മാറ്റങ്ങൾ നമുക്കുണ്ടായിക്കൊണ്ടിരിക്കുന്നു. എന്നാൽ ആ രീതിയിലുള്ള മാറ്റങ്ങളുണ്ടാകുന്നതിന് നാം മുൻകൈ എടുക്കണം. തൊഴിൽപരമായ മേന്മ വച്ചുപുലർത്താനായാൽ കേരളാ പൊലീസിന് ജനങ്ങൾക്കിടയിൽ വളരെ നല്ല സ്ഥാനം ലഭിക്കും എന്നത് നിശ്ചയം.

ദേശവ്യാപകമായി പൊലീസ് പരിഷ്കാരങ്ങൾ ബഹുമാനപ്പെട്ട സുപ്രീംകോടതിയുടെ മേൽനോട്ടത്തിൽ ഇപ്പോൾ നടന്നുവരുന്ന ഒരു പ്രക്രിയയാണ്. കാരണം വളരെ സസൂക്ഷ്മമായ പരിഷ്കാരം പൊലീസിന്റെ സമീപനത്തിലും പൊലീസിനെ നിയന്ത്രിക്കുന്ന അധികാരഘടനകളിലും വന്നേ തീരൂ. അധികാരത്തിന്റെ ദല്ലാൾ അല്ലെങ്കിൽ കൈയാൾ എന്ന സങ്കല്പത്തിനുപരിയായി സേവനദാതാവായി പൊലീസ് മാറണം എന്നതാണ് ഇന്നത്തെ ആവശ്യം. ജനങ്ങളുടെ സുരക്ഷ എന്നത് ജനങ്ങളുടെ ആവശ്യമാണ്. ഈ സുരക്ഷാ അവകാശങ്ങൾ സംരക്ഷിക്കുക എന്നതാണ് പൊലീസിന്റെ നയം. പൗരന്റെ സുരക്ഷ പൊലീസിന്റെ ഔദാര്യമല്ല. പൗരന്റെ അവകാശമാണ്. ആ രീതിയിലേക്ക് നാം മാറിയാൽ മാത്രമേ നമ്മുടെ സേവനവേതന വ്യവസ്ഥകൾ പോലും നമുക്ക് ഗുണകരമായി മാറുകയുള്ളൂ. കാലഘട്ടത്തിനനുസൃതമായി, ഈ നാട്ടിലെ ജനങ്ങളാൽ നിയന്ത്രിക്കുന്ന ഭരണ സംവിധാനങ്ങളും, ഈ നാട്ടിലെ ജനങ്ങൾ നിയന്ത്രിക്കുന്ന മാധ്യമങ്ങളും നമ്മുടെ ആവശ്യങ്ങളും അവശതകളും അനുകൂലമായി അംഗീകരിക്കുകയുള്ളു. നമ്മുടെ ജനങ്ങൾക്ക് നല്ലകാര്യങ്ങൾ ചെയ്തുനല്കുന്നവരാണ് നമ്മൾ; ആപത്ഘട്ടത്തിൽ സഹായിക്കുന്നവരാണ് നമ്മൾ; ജനങ്ങളുടെ സുരക്ഷയ്ക്കായി ആത്മാർപ്പണം ചെയ്യുന്നവരാണ് നമ്മൾ എന്ന ബോധം ജനങ്ങൾക്കുണ്ടായാൽ നമ്മുടെ പല ആവശ്യങ്ങളും നമ്മൾ ചോദിക്കാതെ തന്നെ സാദ്ധ്യമാകുന്ന സ്ഥിതിവിശേഷം സംജാതമാകും. ജനങ്ങളെ സേവിക്കുന്നവരാണ് നാം എന്ന പരമാർത്ഥം, ജനങ്ങൾക്ക് മനസ്സിലാകത്തക്ക രീതിയിൽ നമ്മുടെ പെരുമാറ്റവും രീതികളും നാം മാറ്റിയെടുത്താൽ നമുക്കും സമൂഹത്തിനും വളരെ വലിയ നേട്ടങ്ങളുമുണ്ടാകും.

കേരളാ പൊലീസ്: മാറ്റങ്ങളുടെയും നേട്ടങ്ങളുടെയും അൻപത് വർഷങ്ങൾ

ആയിരത്തിത്തൊള്ളായിരത്തി അമ്പത്തി ആറ്- അമ്പത്തിയേഴ് വരെ കേരളത്തിന് പൊതുവായി ഒരു പൊലീസ്സേന ഉണ്ടായിരുന്നില്ല. തിരുവിതാംകൂറിലും കൊച്ചിയിലും മലബാറിലും വ്യത്യസ്ത ഘടനകളും വ്യത്യസ്ത വ്യവസ്ഥകളും ഉള്ള പൊലീസ് സമ്പ്രദായങ്ങളാണ് നിലനിന്നിരുന്നത്. കേരളപിറവിക്ക് ശേഷം ഈ പൊലീസ് സമ്പ്രദായങ്ങൾ ഏകീകരിക്കപ്പെടുകയും കേരളത്തിന് മൊത്തമായി ഒരു പൊലീസ് സമ്പ്രദായം നിലവിൽ വരുകയും ചെയ്തു.

കേരളത്തിലെ വിവിധ പ്രദേശങ്ങളിലെ സംഘടിത പൊലീസ് സംവിധാനങ്ങൾക്ക് ഏതാണ്ട് ഇരുന്നൂറിലധികം വർഷങ്ങളുടെ പഴക്കമുണ്ട്. എന്നാൽ ഇന്നത്തെ പൊലീസ്സേന രാജഭരണത്തിന്റെ കീഴിലും, കൊളോണിയൽ സംവിധാനത്തിലും നിലനിന്നിരുന്ന പൊലീസ് സംവിധാനങ്ങളിൽ നിന്ന് തികച്ചും വിഭിന്നമാണ്. പുതിയ ഭരണരീതി നിലവിൽ വന്നപ്പോൾ നേരത്തെയുള്ള അതേ പൊലീസ് ഉദ്യോഗസ്ഥർ തന്നെയാണ് ജനാധിപത്യ സംവിധാനത്തിലെ പൊലീസായി പ്രവർത്തിക്കാനായി നിയോഗിക്കപ്പെട്ടത്. അതുകൊണ്ട് മുൻകാലങ്ങളിലുണ്ടായിരുന്ന പല ജനാധിപത്യ വിരുദ്ധമായ ഉപസംസ്കാര പാരമ്പര്യങ്ങളും പൊലീസിൽ തുടർന്നുവന്നു. എന്നാൽ അതേസമയം ജനാധിപത്യ ഭരണസംവിധാനങ്ങളുടെ പ്രവർത്തനഫലമായി വളരെ കാതലായ മാറ്റങ്ങൾ പൊലീസിൽ ഉണ്ടാകുകയും ചെയ്തു.

പണ്ട് നിയമത്തിന്റെ ഉടമസ്ഥാവകാശം ജനങ്ങളിൽ നിക്ഷിപ്തമായിരുന്നില്ല. ജനങ്ങളുടെ സമ്മതം വാങ്ങാതെ ഭരണാധികാരികൾ സ്വന്തംനിലയ്ക്ക് നിർമ്മിക്കുന്ന നിയമങ്ങൾ ജനങ്ങളെക്കൊണ്ട് നിർബ്ബന്ധിച്ച് അനുസരിപ്പിക്കുക എന്നതായിരുന്നു പഴയ കാലങ്ങളിലെ

പൊലീസ് കർത്തവ്യം. ജനങ്ങൾക്ക് ഇഷ്ടമില്ലാത്ത നിയമങ്ങൾ, ഭരണാധികാരികളുടെ ഇഷ്ടാനുസരണം, വേണ്ടിവന്നാൽ ബലം പ്രയോഗിച്ചു നടപ്പാക്കുന്നതിനുള്ള കഴിവ്, പൊലീസിന്റെ കാര്യക്ഷമതയുടെ ഒരു പ്രധാന അളവുകോലായിരുന്നു. ജനാധിപത്യത്തിൽ നിയമങ്ങൾ ജനങ്ങളുടേതാണ്. ജനങ്ങളുടെ സമ്മതത്തോടുകൂടിയാണ് നിയമങ്ങൾ സൃഷ്ടിക്കപ്പെടുന്നത്. അങ്ങനെയുള്ള നിയമങ്ങൾ നിയമം അനുശാസിക്കുന്ന രീതിയിൽ നടപ്പാക്കുകയാണ് ഇന്നു പൊലീസിന്റെ ജോലി. ഈ നിയമവ്യവസ്ഥിതിയിൽ ജനങ്ങൾ പൗരസ്വാതന്ത്ര്യങ്ങളും മൗലികാവകാശങ്ങളും അനുഭവിക്കുന്നു. മൗലികാവകാശങ്ങളില്ലാതാക്കാൻ ഭരണകൂടത്തിനോ, പൊലീസിനോ യാതൊരവകാശവും ഇല്ല. ഭരണാധികാരിയുടെ ഇംഗിതമല്ല, മറിച്ച് നിയമ നിഷ്കർഷതയും നിയമപരമായ നടപടിക്രമവുമാണ് ജനാധിപത്യത്തിലെ പൊലീസിന്റെ കാര്യക്ഷമതയുടെ മാനദണ്ഡം.

ഭരണാധികാരിയുടെ ഇംഗിതപൂർത്തീകരണം എന്ന ധർമ്മത്തിൽ നിന്ന് നിയമവ്യസ്ഥകളിലൂടെയുള്ള ജനാഭിലാഷപൂർത്തീകരണ പ്രവർത്തനപ്രക്രിയയിലേക്കുള്ള മാറ്റം ക്രമാനുഗതമായി കേരള പൊലീസിൽ സംഭവിച്ചുകൊണ്ടിരിക്കുന്നു. പഴയതിൽനിന്ന് പുതിയതിലേക്കുള്ള മാറ്റം ഒരു തുടർപ്രക്രിയയാണ്. ഇത്തരം മാറ്റങ്ങൾ പെട്ടെന്നു സംഭവിക്കുന്നില്ല. ഈ മാറ്റങ്ങൾക്ക് പ്രധാനമായ രണ്ടു മുഖമാണുള്ളത്- ഒന്ന്, പൊലീസിനെപ്പറ്റി ജനങ്ങൾക്കുള്ള കാഴ്ചപ്പാട്; രണ്ട്, പൊലീസുകാർക്ക് ജനങ്ങളെപ്പറ്റിയുള്ള കാഴ്ചപ്പാട്. ഈ രണ്ടു കാഴ്ചപ്പാടുകളും ഒരുമിച്ച് പരസ്പരപൂരകങ്ങളായി മാറിക്കൊണ്ടിരുന്നാലേ നിയമസംരക്ഷണമെന്ന സുപ്രധാന കർത്തവ്യം സമൂഹത്തിൽ കാര്യക്ഷമമായി നിർവ്വഹിക്കപ്പെടുകയുള്ളൂ.

കൂടുതൽ സ്വാതന്ത്ര്യങ്ങൾ ജനങ്ങൾക്ക് ലഭിക്കുമ്പോൾ ഭരണകൂടത്തിന്റെ അനിയന്ത്രിത അധികാരം കുറഞ്ഞുവരും. അങ്ങനെ പൊലീസിന്റെ അധികാരങ്ങൾ നിയമപരമായ നിയന്ത്രണങ്ങൾക്ക് വർദ്ധിച്ചരീതിയിൽ വിധേയമാകുമ്പോൾ നിയമപാലനത്തിന് കാര്യക്ഷമത കുറഞ്ഞുവരുന്നതായി ചിലപ്പോഴെങ്കിലും തോന്നും. എന്നാൽ കേരളത്തിലെ നിയമസമാധാന പരിപാലനനിലവാരം ഇന്ത്യയിലെ മറ്റു സംസ്ഥാനങ്ങളുമായി താരതമ്യപ്പെടുത്തുമ്പോൾ വളരെ മെച്ചപ്പെട്ട നിലയിലുള്ളതാണ്. പല മാധ്യമങ്ങളും ദേശവ്യാപകമായി പൊതുജനങ്ങളുടെ ഇടയിൽ നടത്തിയിട്ടുള്ള സർവ്വേകളിൽ ഇക്കാര്യം വ്യക്തമായി തെളിയിക്കപ്പെട്ടിട്ടുണ്ട്. ഗുരുതരമായ കുറ്റകൃത്യങ്ങൾ കേരളത്തിൽ പൊതുവേ കുറവാണ്. കുറ്റകൃത്യങ്ങൾ ഉണ്ടായാൽ അവ രജിസ്റ്റർ ചെയ്യാനും അന്വേഷിക്കാനും മറ്റു സംസ്ഥാന പൊലീസ് സംവിധാനങ്ങളിലുള്ളതിനേക്കാൾ കൂടുതൽ താല്പര്യം കേരളാ പൊലീസ് പ്രകടിപ്പിക്കുന്നുണ്ട്. ചെറിയ ചെറിയ കുറ്റകൃത്യങ്ങൾപോലും ഇവിടെ രജിസ്റ്റർ ചെയ്യപ്പെടുന്നു. സാധാരണക്കാർ കുറ്റകൃത്യങ്ങൾക്ക് വിധേയരായാൽ അവരുടെ പരാതികൾ സ്വീകരിക്കാൻ ഉതകുന്ന സംവിധാനം ഇവിടെ നിലനില്ക്കുന്നു. കുറ്റകൃത്യങ്ങൾ തടയാൻ ഉപകരിക്കുന്ന പെറ്റീഷൻ അന്വേഷണരീതി വളരെ

നാളുകളായി സ്വീകരിച്ചിരിക്കുന്ന ഒരു സംസ്ഥാനമാണ് കേരളം. മിക്ക സംസ്ഥാനങ്ങളിലും ഈ രീതിയിലുള്ള ഒരു സംവിധാനം നിലവിലില്ല.

തൃപ്തികരമായ ക്രമസമാധാനം നിലനില്ക്കുന്നില്ലെങ്കിൽ ഒരുരംഗത്തും ഒരു പുരോഗതിയും ഉണ്ടാവുകയില്ല. വ്യവസായങ്ങളോ പ്രകൃതിവിഭവങ്ങളോ ഉണ്ടായതുകൊണ്ടു മാത്രം സാധാരണക്കാരുടെ ജീവിതനിലവാരം മെച്ചപ്പെടുകയില്ല. അതു സാധിക്കണമെന്നുണ്ടെങ്കിൽ, സമ്പദ്‌വ്യവസ്ഥ സമ്പുഷ്ടമാക്കുന്ന പ്രവർത്തനങ്ങൾ സുരക്ഷിതമായി നടത്താവുന്ന ഒരു അന്തരീക്ഷം സമൂഹത്തിൽ നിലനില്ക്കണം. കഴിഞ്ഞ അൻപത് വർഷക്കാലം കൊണ്ട് എല്ലാ രംഗങ്ങളിലും കേരളം അഭൂതപൂർവ്വമായ വളർച്ച നേടിയിട്ടുണ്ട്. കേരളത്തിലെ വീടുകളുടെയും വാഹനങ്ങളുടെയും വ്യാപാരസ്ഥാപനങ്ങളുടെയും എണ്ണം, വിവിധ മതവിഭാഗങ്ങളുടെ പെരുന്നാളുകളും ഉത്സവങ്ങളുടെയും തീർത്ഥാടനകേന്ദ്രങ്ങളുടെയും എണ്ണം, വിദ്യാഭ്യാസ, ആരോഗ്യ, ടൂറിസം മേഖലകളിൽ ഉണ്ടായ കുതിച്ചുചാട്ടം മുതലായവ പരിശോധിക്കുമ്പോൾ പലപ്പോഴും വിസ്മരിക്കപ്പെടുന്ന ഒരു കാര്യം; ഇവയെല്ലാം സാദ്ധ്യമാകുന്നതിനുതകുന്ന ഒരു സമാധാന അന്തരീക്ഷം നിലനിർത്തുന്നതിൽ കേരളാ പൊലീസ് വഹിച്ച സ്തുത്യർഹമായ പങ്കാണ്. ഇത്തരം ഒരന്തരീക്ഷം നിലനിർത്തുന്നതിനു കേരള സമൂഹത്തിന് കേരളാ പൊലീസ് വിലപ്പെട്ട സംഭാവനകൾ നല്കിയിട്ടുണ്ടെന്നു നിസ്സംശയം പറയാം. കേരളത്തിലുണ്ടായിട്ടുള്ള ക്രമസമാധാനപ്രശ്നങ്ങൾ ഒന്നും തന്നെ രൂക്ഷമായ പ്രതിസന്ധികളായി മാറിയിട്ടില്ലെന്നുള്ളതു കേരളാപൊലീസിനു അഭിമാനിക്കാവുന്ന വസ്തുതയാണ്.

കേരളത്തിലെ സമ്പദ്‌വ്യവസ്ഥയിൽ ഏറ്റവും നിർണ്ണായകമായ സംഭാവന ചെയ്യുന്നത് സേവനമേഖലയാണ്. സേവനമേഖലയുടെ വളർച്ച എപ്പോഴും നല്ല പൊലീസിങ് രീതികളെ ആശ്രയിച്ചിരിക്കും. ഗതാഗതമാണെങ്കിലും ഹോട്ടൽ വ്യവസായമാണെങ്കിലും ടൂറിസമാണെങ്കിലും ഇവയെല്ലാം തന്നെ കാര്യക്ഷമമായ ക്രമസമാധാനപാലനം ഉണ്ടെങ്കിൽ മാത്രമേ പുഷ്ടിപ്പെടുകയുള്ളൂ. മറുനാടൻ മലയാളികളും കേരള പുരോഗതിക്ക് കാര്യമായ സംഭാവനകൾ നല്കിവരുന്നു. ലക്ഷക്കണക്കിനാളുകൾ കേരളം വിട്ട് അന്യനാടുകളിൽ തുടർച്ചയായി ജോലി ചെയ്യാൻ സാധിക്കുന്നുണ്ട്. അവർ ഇവിടം വിട്ടു പോയാലും അവർക്കിവിടെയുള്ള വസ്തുവകകളെയും ബന്ധുമിത്രാദികളേയും സംരക്ഷിക്കാൻ പ്രാപ്തമായ ഒരു പൊലീസ്സംവിധാനം ഇവിടെ നിലനില്ക്കുന്നു. അങ്ങനെയുള്ള ഒരു പൊതുവിശ്വാസം അവർക്ക് ഇല്ലായിരുന്നെങ്കിൽ ഒരുപക്ഷേ, ഇന്നു കേരളത്തിന്റെ സമ്പദ്‌വ്യവസ്ഥയെ നിലനിർത്തുന്ന ഒരു പ്രധാനഘടകമായ വിദേശമലയാളികളുടെ എണ്ണം വളരെ വളരെ കുറഞ്ഞു വരുമായിരുന്നു. കാരണം വിദേശമലയാളിക്കു സ്വന്തം നാട്ടിലെ സുരക്ഷിതത്വ അന്തരീക്ഷം വളരെ പ്രധാനമാണ്: ആ സുരക്ഷ പ്രദാനം ചെയ്യുന്നതിൽ കേരളാപൊലീസ് വളരെയധികം വിജയിച്ചിട്ടുണ്ട്.

പൊലീസ് സ്റ്റേഷനിൽ കടന്നുചെന്ന് സഹായം അഭ്യർത്ഥിക്കുവാനുള്ള അവസരം ഒരിക്കൽ പൊലീസിന്റെ ഔദാര്യമായിരുന്നു. ഇന്നത്,

ജനങ്ങളുടെ അവകാശമായി പരിഗണിക്കപ്പെടുന്നു. പണ്ട് പൊലീസ് സ്റ്റേഷനിൽ സ്വീകരണം ലഭിക്കണമെന്ന് ആരെങ്കിലും പറഞ്ഞാൽ അതൊരു തമാശയായി മാത്രമേ ആളുകൾ കരുതുമായിരുന്നുള്ളൂ. പൊലീസ് സ്റ്റേഷനിലെ സ്വീകരണം വിശിഷ്ട വ്യക്തികൾക്കും, മേലധികാരികൾക്കും മാത്രമുള്ള അവകാശമായിട്ടാണ് ജനങ്ങൾ ഒരിക്കൽ കരുതിയിരുന്നത്. ഇന്ന് ആ സ്ഥിതി മാറി, കേരളത്തിലെ എല്ലാ പൊലീസ് സ്റ്റേഷനുകളിലും സ്വീകരണമുറികൾ സർക്കാർച്ചെലവിൽ തന്നെ ഏർപ്പെടുത്തിക്കൊണ്ടിരിക്കുകയാണ്. പൊലീസ് സ്റ്റേഷനിൽ സാധാരണ പൗരന്മാർപോലും സ്വീകരിക്കപ്പെടണമെന്ന കാഴ്ചപ്പാട് സർക്കാരുകൾക്കും വകുപ്പിനും ജീവനക്കാർക്കും ജനങ്ങൾക്കും ഉണ്ടായി എന്നതാണ് ഇതു കാണിക്കുന്നത്.

പൊലീസ് ജനങ്ങളുടെ സേവകരാണ്. ഒരർത്ഥത്തിൽ ദാസന്മാരാണ് എന്ന ഒരു ചിന്താരീതി, പൂർണ്ണമായി പ്രാവർത്തികമാക്കപ്പെട്ടിട്ടില്ലെങ്കിലും ഇന്ന് വകുപ്പിലും ജനങ്ങളുടെ ഇടയിലും വളരെ പ്രചാരം നേടിയിരിക്കുന്നു. ഇന്നു പൊലീസിന്റെ സേവനം ഒരു ഫോൺ വിളിയിലൂടെ ലഭിക്കും എന്നത് ജനങ്ങൾ പ്രതീക്ഷിക്കുന്നു. എവിടെ എന്തെങ്കിലും ഒരു പ്രശ്നമുണ്ടായാൽ അവിടെ നിന്നു ഫോൺ ചെയ്താൽ പൊലീസ് വരുമെന്നു ജനങ്ങൾ വിശ്വസിക്കുകയും ആഗ്രഹിക്കുകയും ചെയ്യുന്നു. അങ്ങനെ സാധാരണക്കാരായ ജനങ്ങൾ പ്രയാസങ്ങളിൽ അകപ്പെടുമ്പോൾ എവിടെനിന്ന് വിളിച്ചാലും അടിയന്തരമായി ചെല്ലേണ്ടത് പൊലീസിന്റെ കടമയായി പൊലീസ് കരുതുകയും ചെയ്യുന്നു. എന്നാൽ പത്തമ്പത് വർഷങ്ങൾക്കു മുൻപ് ഈ രീതിയിൽ പൊലീസ് സ്റ്റേഷനിലേക്കു വിളിച്ച് ഒരു സേവനം ആവശ്യപ്പെടാൻ ധൈര്യമുണ്ടായിരുന്ന ആളുകൾ ഈ നാട്ടിൽ വിരളമായിരുന്നു. അങ്ങനെ ആവശ്യപ്പെട്ടാൽ തന്നെ അത് സാമാന്യമര്യാദയുടെ ധിക്കാരമായി അന്നത്തെ പൊലീസുകാരൻ കരുതുമായിരുന്നു. സുരക്ഷ എന്നത് ജനങ്ങളുടെ അവകാശമായി മാറിക്കൊണ്ടിരിക്കുന്നു; അതിനനുസരിച്ച് പൊലീസും പ്രതികരിക്കുന്നു എന്ന രീതിയിലുള്ള ഒരു മാറ്റമാണ് ഇക്കാര്യത്തിൽ സംഭവിച്ചുകൊണ്ടിരിക്കുന്നത്.

സബ്ഇൻസ്പെക്ടറെ 'ഏമാൻ' എന്നും, ഹെഡ്കോൺസ്റ്റബിളിനെ 'അങ്ങത്തേ' എന്നുമൊക്കെ വിളിച്ചിരിക്കുന്ന കാലം ഇന്ന് സർവ്വീസിലുള്ള പലർക്കും ഓർമ്മയുണ്ട്. ജനാധിപത്യചിന്തയുടെ കുത്തൊഴിക്കിൽ അങ്ങനെയുള്ള ഫ്യൂഡൽ അഭിസംബോധനരീതികളൊക്കെ അപ്രത്യക്ഷമായിക്കഴിഞ്ഞു. ഇത് വെറും ഒരു സംസാരഭാഷാ വ്യത്യാസം മാത്രമല്ല; മറിച്ച് പൊലീസിനെക്കുറിച്ചു സമൂഹത്തിന്റെയും, പൊലീസിന്റെയും കാഴ്ചപ്പാടിൽ സംഭവിച്ച ഒരു പ്രധാനമാറ്റത്തിന്റെ പ്രകടലക്ഷണമാണ്. "നിയമം എനിക്ക് തോന്നിയതുപോലെ നടപ്പാക്കും" എന്നു പറയുന്ന, നിയമത്തിന്റെ ഉടമയായി അഭിനയിക്കുന്ന, ചോദ്യം ചെയ്യാൻ പാടില്ലാത്ത അധികാരത്തിന്റെ ആൾരൂപമായി പ്രത്യക്ഷപ്പെടുന്ന സബ്ഇൻസ്പെക്ടറെ "ഏമാൻ" എന്നു സാധാരണക്കാർ അഭിസംബോധന ചെയ്തിരുന്നത് അത്ഭുതമല്ല. ഇന്ന് സബ്ഇൻസ്പെക്ടർ ഒരു ഉദ്യോഗസ്ഥനാണെന്നും,

എല്ലാ ഉദ്യോഗസ്ഥർക്കും അർഹതപ്പെട്ട ബഹുമാനം മാത്രമേ അയാൾ അർഹിക്കുന്നുള്ളൂവെന്നും അയാൾ ആരുടേയും 'ഏമാന'ല്ലെന്നും ജനം തിരിച്ചറിയുന്നു. ആ തിരിച്ചറിവ് അധികാരഗർവ്വില്ലാതെ പൊലീസുകാർ അംഗീ കരിക്കുകയും ചെയ്യുന്നു. ഇത് ജനാധിപത്യബോധം പൊലീസും പൊതു ജനങ്ങളും തമ്മിലുള്ള ബന്ധങ്ങളിലേക്ക് വേരോടുന്നതിന്റെ ദൃഷ്ടാന്തമാണ്.

പൊലീസ് ഉദ്യോഗസ്ഥർ ഭരണാധികാരിയുടെയോ ഭരിക്കുന്ന കക്ഷി യുടെയോ ആജ്ഞാനുവർത്തികളല്ല; മറിച്ച് നിയമസംരക്ഷകരാണ്. സമൂ ഹത്തിൽ എല്ലാ വിഭാഗങ്ങളോടും പ്രതിബദ്ധതയുള്ളവരാണ് എന്ന സങ്കല്പം ഇന്ന് നിയമപരമായിത്തന്നെ അംഗീകരിക്കപ്പെട്ടിട്ടുണ്ട്. പൊലീ സിന്റെ നിയന്ത്രണം തന്നെ, ആഭ്യന്തരമന്ത്രിയും പ്രതിപക്ഷ നേതാവും ഉദ്യോഗ സ്ഥപ്രമുഖരും, പൗരപ്രമുഖരും ഉൾപ്പെടുന്ന ഒരു സംസ്ഥാന സെക്യൂ രിറ്റി കമ്മീഷനിൽ ക്ലിപ്തപ്പെടുത്തിയ ഒരു നിയമം തന്നെ അടുത്തകാലത്ത് അംഗീകരിക്കപ്പെട്ടു. പൊലീസിനെതിരായ പരാതികൾ കേൾക്കാനും, തീർപ്പ് കല്പിക്കാനും നിരവധി സ്വതന്ത്രഏജൻസികൾ (മനുഷ്യാവകാശ കമ്മീഷൻ, ലോകായുക്ത, വനിതാ കമ്മീഷൻ, പൊലീസ് കംപ്ലയിന്റ് അതോ റിറ്റി മുതലായവ) ഇന്ന് നിലവിൽ വന്നിട്ടുണ്ട്. പൊലീസ് അതിക്രമങ്ങൾ തടയാനും പൊലീസിന്റെ അക്രമങ്ങളും പൊലീസിന്റെ താന്തോന്നിത്ത രങ്ങളും ഇല്ലാതാക്കാനും സർക്കാരും, ജനങ്ങളും, പൊലീസ് വകുപ്പും ഒരുമിച്ച് പരിശ്രമിക്കുന്നതിന്റെ ഫലമായാണ് ഇങ്ങനെയുള്ള ഏജൻസി കൾ നിലവിൽ വന്നത്. ഇതൊക്കെ പൊലീസിന്റെ പ്രവർത്തനമേഖല യിൽ ജനാധിപത്യവല്ക്കരണപ്രക്രിയ സൃഷ്ടിച്ച മാറ്റങ്ങളാണ്.

പൊലീസിന്റെ ആന്തരികഘടനകളിൽ വളരെ വലിയ മാറ്റങ്ങളാണ് കഴിഞ്ഞ അറുപതു വർഷങ്ങളിൽ സംഭവിച്ചത്. ഇതിൽ ഏറ്റവും പ്രധാന പ്പെട്ടത് കേരളത്തിലെ പൊലീസുകാർക്ക് സംഘടനാ സ്വാതന്ത്ര്യം 1979 ൽ അനുവദിക്കപ്പെട്ടതാണ്. ബ്രിട്ടൻ മുതലായ രാജ്യങ്ങളിൽ വളരെക്കാലം മുമ്പു തന്നെ പൊലീസുകാർക്കു സംഘടനാ സ്വാതന്ത്ര്യം നിലനിന്നിരുന്നു. കേരളത്തിലെ പൊലീസുകാർക്ക് സംഘടനാ സ്വാതന്ത്ര്യം അനുവദിച്ചതിനു ശേഷം പൊലീസിന്റെ ജോലിയെക്കുറിച്ചും പൊലീസുകാരുടെ സാമൂ ഹ്യപ്രതിബദ്ധതയെക്കുറിച്ചും വളരെ മെച്ചപ്പെട്ട രീതിയിലുള്ള ചർച്ചകളും നടപടിക്രമങ്ങളും അവബോധവും ഉണ്ടായിട്ടുണ്ട്. ഒരിക്കൽപ്പോലും അച്ച ടക്കലംഘനത്തിന് ഇത് വഴി തെളിച്ചില്ലായെന്ന കാര്യവും പ്രത്യേകം അനുസ് മരിക്കേണ്ടതാണ്. പൊലീസുകാരിൽ തങ്ങൾ ചെയ്യുന്ന ജോലിയെക്കുറി ച്ചുള്ള അഭിമാനം വർദ്ധിപ്പിക്കുന്നതിനും തൊഴിൽപരമായ മേന്മയ്ക്ക് ഉപ യുക്തമായ രീതിയിൽ സേവന വേതനവ്യവസ്ഥകൾ രൂപപ്പെടുത്തിയെ ടുക്കുന്നതിനും അസോസിയേഷന്റെ പ്രവർത്തനംമൂലം സാധിച്ചിട്ടുണ്ട്.

കേരളത്തിലെ പൊലീസുകാരിൽ ഗുണപരമായ പല വലിയ മാറ്റ ങ്ങളും ഉണ്ടാകുന്നതിൽ ജനാധിപത്യപ്രക്രിയ സഹായിച്ചു. വിദ്യാഭ്യാ സമില്ലാത്ത പൊലീസുകാരാണ് ഏറ്റവും നല്ല പൊലീസുകാർ എന്ന ധാരണ പണ്ട് നിലവിലുണ്ടായിരുന്നു. ഇന്ന് ആ നില മാറി. വിദ്യാഭ്യാസ പരമായി വളരെ ഉന്നതനിലവാരം പുലർത്തുന്ന വ്യക്തികളാണ് ഇന്ന്

പൊലീസ്സേനയിൽ അംഗങ്ങളായിക്കൊണ്ടിരിക്കുന്നത്. സേനയിലേക്കുള്ള റിക്രൂട്ട്മെന്റ് പബ്ളിക് സർവ്വീസ് കമ്മീഷൻ വഴി നടത്തുന്ന ഏക സംസ്ഥാനം കേരളമാണ്. ആ വിധത്തിൽ വളരെ മെച്ചപ്പെട്ട ആളുകളെ പരീക്ഷാ യോഗ്യതയുടേയും കായികക്ഷമതയുടേയും മത്സരപരീക്ഷയുടേയും അടിസ്ഥാനത്തിൽ സേനയിലേക്ക് തെരഞ്ഞെടുക്കുന്നതിന് സാധിച്ചു.

പഴയകാല പരിശീലനരീതികളിൽനിന്ന് വ്യത്യസ്തമായി വളരെ ബൃഹത്തായ ഒരു പാഠ്യപദ്ധതി തന്നെ പൊലീസ് പരിശീലനത്തിന്റെ ഭാഗമാക്കുന്നതിനു നമുക്ക് കഴിഞ്ഞിട്ടുണ്ട്. ഇതിലും ഇന്ത്യയിലെ മറ്റു സംസ്ഥാനങ്ങളുടെ മുൻപിലാണ് കേരളം.

പൊലീസുകാരുടെ പരിശീലനത്തിനുവേണ്ടി ലോകത്തിലെ തന്നെ മറ്റ് ഏത് പൊലീസ് പരിശീലന കേന്ദ്രത്തിനോടും കിടപിടിക്കുന്ന ഒരു കേരള പൊലീസ് അക്കാഡമി കഴിഞ്ഞ് കുറേ വർഷങ്ങളായി പ്രവർത്തിച്ചു വരുന്നു. ഇത് കേരള പൊലീസിന്റെ പരിശീലനപ്രക്രിയയിൽ വളരെ വലിയ മാറ്റങ്ങൾക്കു വഴി തെളിച്ചിട്ടുണ്ട്. കേരളാ പൊലീസിന്റെ പ്രവർത്തനം വിലയിരുത്തുന്നതിന് നിയോഗിക്കപ്പെട്ട ജസ്റ്റിസ് കെ ടി തോമസ്, അക്കാഡമിയെ കേരളാ പൊലീസിന്റെ ഭാവിപ്രതീക്ഷയെന്നാണ് പരാമർശിച്ചത്.

പൊലീസിൽ ഉണ്ടായ ഗുണപരമായ മാറ്റങ്ങൾക്ക് സഹായകരമായ രീതിയിൽ പൊലീസിന്റെ സേവന വേതനവ്യവസ്ഥകൾ കേരളത്തിൽ പരിഷ്കരിക്കപ്പെട്ടുകൊണ്ടേയിരിക്കുന്നു. ഒരു ജനാധിപത്യവ്യവസ്ഥയിലെ പൊലീസിന് അനുയോജ്യമായ രീതിയിൽ നല്ല നിലയിലുള്ള ശമ്പളവും എട്ടു മണിക്കൂർ ജോലിസൗകര്യങ്ങളും മെച്ചപ്പെട്ട പ്രൊമോഷൻ സാദ്ധ്യതകളും അവധിജോലിക്ക് അധികവേതനവും മറ്റ് സംസ്ഥാനങ്ങളിൽ നൽകി വരുന്നതിനേക്കാൾ ഉയർന്ന രീതിയിൽ കേരളത്തിലെ പൊലീസുകാർക്ക് ലഭിക്കുന്നുണ്ടെന്നത് പ്രത്യേകം പ്രസ്താവ്യമാണ്.

കഴിഞ്ഞ അൻപതു വർഷങ്ങളിലെ പുരോഗതിയും ശുഭോദർക്കമാണ്. എന്നിരുന്നാലും പല പോരായ്മകളും ഇനിയും പരിഹരിക്കപ്പെടേണ്ടതായിട്ടുണ്ട്. പൊലീസിന്റെ പ്രവർത്തനങ്ങളിൽ നിരവധി ന്യൂനതകൾ ഇപ്പോഴും നിലനില്ക്കുന്നു. ജനങ്ങളുടെ പ്രതീക്ഷയ്ക്കൊത്ത് ഉയരുവാൻ പലപ്പോഴും പൊലീസിന് സാധിക്കുന്നില്ല. ഈ കുറവുകൾ പരിഹരിച്ച്, ജനങ്ങളുടെ ജീവനും സ്വത്തും അന്തസ്സും സംരക്ഷിക്കുന്ന, തികച്ചും ജനാധിപത്യപരമായരീതിയിൽ പ്രവർത്തിക്കുന്ന, ജനസുഹൃത്തുകളായ ഒരു പൊലീസ് സേനയായി കേരളാപൊലീസ് പൂർണ്ണമായി മാറും എന്നതിൽ സംശയമില്ല. കഴിഞ്ഞ അൻപതു വർഷങ്ങളിൽ ഉണ്ടായ അവിശ്വസനീയമായ മാറ്റങ്ങളുടെ പിൻബലത്തിൽ ഒരു ജനാധിപത്യരാഷ്ട്രത്തിന് അനുയോജ്യമായ പൊലീസ് സേനയായി പൂർണ്ണമായി പരിണമിക്കുവാൻ കേരളാ പൊലീസിന് സമീപഭാവിയിൽത്തന്നെ കഴിയുമെന്ന് നമുക്ക് വിശ്വസിക്കാം.

പൊലീസ് സേനയിലെ മാറ്റങ്ങളും പൊലീസ് അസോസിയേഷനും

കേരളാ പൊലീസ് അസോസിയേഷന്റെ പ്രവർത്തനംമൂലം വന്നിട്ടുള്ള മാറ്റങ്ങൾ വളരെ വലുതാണ്. ഞാൻ കഴിഞ്ഞ മുപ്പതു വർഷത്തോളമായി പൊലീസ് അസോസിയേഷന്റെ പ്രവർത്തനം ശ്രദ്ധിച്ചു വീക്ഷിക്കുന്ന ഒരാളാണ്. 1979 ശേഷം കേരളാ പൊലീസിൽ വന്നിട്ടുള്ള എല്ലാ മാറ്റങ്ങൾക്കും ഞാൻ ദൃക്സാക്ഷിയാണ്, പങ്കാളിയാണ്. ഇവിടെ പുതിയതായിട്ട് പൊലീസിൽ ചേരുന്ന വ്യക്തികൾക്ക് അതിനെക്കുറിച്ച് എന്തെങ്കിലും അറിയാമോ എന്നെനിക്ക് അറിഞ്ഞുകൂടാ. പൊലീസുകാർക്ക് ശമ്പളത്തിൽ വന്ന മാറ്റം വളരെ പ്രധാനമാണ്, പണ്ട് കിട്ടിയിരുന്ന ശമ്പളത്തിനേക്കാൾ മൂന്നോ നാലോ ഇരട്ടി ശമ്പളമാണ് ഇപ്പോൾ ലഭിക്കുന്നത്. പൊലീസുകാരുടെ വേഷത്തിൽ വന്ന മാറ്റം ശ്രദ്ധേയമാണ്. പൊലീസുകാർക്ക് വീട് എന്ന സങ്കൽപ്പം സംഘടനാ രൂപീകരണത്തിനുമുമ്പ് വലിയ ഒരു പ്രശ്നമായിരുന്നു. ഞാൻ തിരുവനന്തപുരത്ത് ഒരു പൊലീസ്സ്റ്റേഷനിൽ പോയപ്പോൾ ആ പൊലീസ് ആ പൊലീസ് സ്റ്റേഷനിലെ റിട്ടയർ ചെയ്യുന്ന പതിനഞ്ചുപേരുടെ കാര്യം പരിശോധിച്ചപ്പോൾ അവരെല്ലാവരും റിട്ടയർ ചെയ്യുമ്പോൾ സ്വന്തമായി വീടില്ലാത്തവരായിരുന്നു. 1986 ലെ കാര്യമാണീ പറയുന്നത്. ഇന്ന് ആ സ്ഥിതിയൊക്കെ മാറി. ഇന്ന് ഒരു വലിയ ഹൗസിങ് പൊലീസ് സഹകരണ സംഘം പ്രവർത്തിക്കുന്നുണ്ട്. ഇപ്പോൾ ഈ സംഘം ആറായിരത്തിലധികം വീടുകൾ നിർമ്മിച്ചു കഴിഞ്ഞു. നിങ്ങളുടെ ജോലിസമയത്തെക്കുറിച്ചുള്ള മാറ്റം, നിങ്ങളുടെ പ്രൊമോഷൻ സാദ്ധ്യതയിൽ വന്നിട്ടുള്ള മാറ്റം ഇതെല്ലാം അത്ഭുതാവഹമാണ്. ഇന്ന് സർവ്വീസിൽ ചേരുന്ന എല്ലാവർക്കും ഒരു സബ്ഇൻസ്പെക്ടർ ആയി റിട്ടയർ ചെയ്യാനുള്ള അവസരം ഇപ്പോൾ ഉണ്ടായിരിക്കുകയാണ്. ഹൗസിങ് സഹകരണസംഘം ആവിഷ്കരിച്ചിട്ടുള്ള ഇൻഷ്വറൻസ് പദ്ധതി

കേരളത്തിലെന്നല്ല മറ്റൊരിടത്തും ഇല്ല. ഇത്ര ചെലവുകുറഞ്ഞൊരു ഇൻഷ്വറൻസ് സമ്പ്രദായം ഒരു പൊലീസ് സേനയ്ക്കോ സമൂഹത്തിലേതെങ്കിലും വ്യക്തിക്കോ നിലവിലില്ല. ആറായിരം രൂപ ഒരിക്കൽ കൊടുത്താൽ മൂന്നു ലക്ഷം രൂപ ഇൻഷ്വറൻസ് കിട്ടുന്ന ഒരു സ്കീമും ലോകത്തൊരിടത്തും നിലവിലില്ല.

അതുപോലെ പരിശീലനത്തിൽ വന്നിട്ടുള്ള മാറ്റങ്ങൾ വളരെ വലുതാണ്. ഡ്രൈവിങ്ങും സ്വിമ്മിങ്ങും കമ്പ്യൂട്ടറും എല്ലാം റിക്രൂട്ട്സിനേയും പഠിപ്പിക്കുന്ന സംവിധാനം ലോകത്തിലെ ഒരു പൊലീസ് സേനയ്ക്കും ഇന്നില്ല. ഇത്ര നല്ല രീതിയിൽ പ്രവർത്തിക്കുന്ന ഒരു സംസ്ഥാനപൊലീസ് അക്കാഡമി ഇപ്പോൾ മറ്റൊരിടത്തുമില്ല. പൊലീസുകാരുടെ സേവന വേതനവ്യവസ്ഥകളിൽ വന്നിട്ടുള്ള മാറ്റങ്ങൾ വളരെ വലുതാണ്. ഇതിൽ കേരളാ പൊലീസ് അസോസിയേഷന് വളരെയധികം അഭിമാനിക്കാവുന്നതാണ്.

അസോസിയേഷന്റെ പ്രവർത്തനത്തിന്റെ ഫലമായി സമൂഹത്തിലും നേതാക്കന്മാരുടെ ചിന്തയിലും, മേലധികാരികളുടെ ചിന്തയിലും മാധ്യമങ്ങളുടെ ചിന്തയിലുമൊക്കെ വന്നിട്ടുള്ള മാറ്റങ്ങളുടെ പ്രതിഫലനമായിട്ടാണ് ഇത്ര സമഗ്രമായ മാറ്റങ്ങൾ ഉണ്ടായത്. ഈ മാറ്റങ്ങളൊക്കെ നമ്മുടെ കൺമുമ്പിൽ സംഭവിച്ചപ്പോഴും നമ്മളീ മാറ്റങ്ങൾ സംഭവിക്കുന്നത് തിരിച്ചറിഞ്ഞില്ല. കാരണം അത്ര ക്രമമായിട്ടും അത്ര ചിട്ടയോടുകൂടിയുമാണ് ഈ മാറ്റങ്ങളെല്ലാം ഉണ്ടായത്. ഏതെങ്കിലും കൊടിപിടിച്ചോ പ്രക്ഷോഭം നടത്തിയോ ഒന്നും അല്ല ഈ മാറ്റങ്ങൾ ഉണ്ടായത്. ഇത്രയധികം മാറ്റങ്ങൾ കേരളത്തിലെ ഒരു വകുപ്പിലും ഉണ്ടായിട്ടില്ല എന്നുള്ളത് പ്രസ്താവ്യമാണ്. ബാക്കിയുള്ള സംഘടനകളെല്ലാം വളരെ തീക്ഷ്ണമായ സമരപാതയിൽ പോയിട്ടുണ്ട്. എങ്കിലും ഇത്ര വലിയ മാറ്റങ്ങൾ അവരവരുടെ പ്രവർത്തനമേഖലയിൽ സാധിച്ചെടുക്കാൻ അവർക്ക് സാധിച്ചില്ല. കാരണം ഡിപ്പാർട്ടുമെന്റിലെ എല്ലാ ഘടകങ്ങളെയും സംയോജിപ്പിച്ച് , മേലധികാരികളെയും സർക്കാരിനെയും വിശ്വാസത്തിലെടുത്ത് പ്രശ്നങ്ങൾ ഭംഗിയായി വിശകലനം ചെയ്ത് അവതരിപ്പിച്ച് സർക്കാരിനെയും ജനങ്ങളേയും മാധ്യമങ്ങളെയും മേലധികാരികളെയും ബോദ്ധ്യപ്പെടുത്തി മാറ്റങ്ങൾ സാദ്ധ്യമാക്കാമെന്നു കേരളാ പൊലീസ് അസോസിയേഷൻ തെളിയിച്ചു. ഇതെല്ലാം സാധിച്ചെടുത്തത് അച്ചടക്കത്തിലൂന്നിനിന്നുകൊണ്ടുള്ള പ്രവർത്തനംകൊണ്ടാണ്.

1979 ൽ അസോസിയേഷന്റെ പ്രവർത്തനം ആരംഭിക്കുമ്പോൾ ഞാൻ കോഴിക്കോട് പൊലീസ് കമ്മീഷണർ ആയിരുന്നു. അന്നുതന്നെ പല നല്ലയാളുകളും പറഞ്ഞത് 'ഇതപകടമാണ്, അപകടമുണ്ടായിരിക്കുന്നു, അപകടം സംഭവിച്ചിരിക്കുന്നു'. അന്നു റിട്ടയർ ചെയ്യുന്ന ഒരു സീനിയർ ഉദ്യോഗസ്ഥൻ എന്നോട് പറഞ്ഞത്, "ഇന്ന് ഞാൻ റിട്ടയർ ചെയ്യുന്നത് എന്റെ ഭാഗ്യം. ഇനി നിങ്ങൾ റിട്ടയർ ചെയ്യുമ്പോളത്തെ സ്ഥിതിയെന്താവും?" അദ്ദേഹം ഒരിക്കലും കേരളാ പൊലീസിനെക്കുറിച്ച് മോശം

അഭിപ്രായമുള്ള ഒരാളായിരുന്നില്ല. പൊലീസുകാരോട് മനസ്സുനിറയെ സ്നേഹമുള്ള ഒരാളായിരുന്നു. പൊലീസിന്റെ ഉന്നമനത്തിലും ഉയർച്ചയിലും അഭിമാനത്തിലും ഊറ്റം കൊണ്ട ഒരു വ്യക്തിയാണിത് പറഞ്ഞത്. ഈ അസോസിയേഷൻ വരുന്നതോടുകൂടി കേരളാ പൊലീസിന്റെ യശസ്സ് ഇല്ലാതാകും. ആത്മാർത്ഥതയുള്ള നിരവധി ആളുകൾ അന്ന് സംശയിച്ചിരുന്ന കാര്യമാണത്. പക്ഷേ, സംഭവിച്ചതെന്താണ്? ഈ ആശങ്കകളെയെല്ലാം അസ്ഥാനത്താക്കിക്കൊണ്ട്, കഴിഞ്ഞ മുപ്പത് വർഷങ്ങളായി അച്ചടക്കത്തിന്റെ പാതയിൽനിന്ന് അല്പംപോലും വ്യതിചലിക്കാതെ കേരളാ പൊലീസ് അസോസിയേഷൻ പ്രവർത്തനം നടത്തി. പൊലീസുകാരുടെ സേവനവേതന വ്യവസ്ഥകളിൽ മറ്റൊരു സംസ്ഥാനത്തും ഉണ്ടാകാത്ത, മാറ്റങ്ങൾക്ക് ഭാഗഭാക്കാകാൻ അസോസിയേഷൻ പ്രവർത്തനങ്ങളിൽക്കൂടി സാധിച്ചതിൽ അസോസിയേഷന്റെ എല്ലാ പ്രവർത്തകരെയും ഞാൻ അഭിനന്ദിക്കുന്നു. ഭാവിയിൽ ഇത്തരത്തിലുള്ള പ്രവർത്തനങ്ങൾ തുടരാൻ നിങ്ങൾക്ക് സാധിക്കട്ടെ എന്ന് ആശംസിക്കുന്നു.

പക്ഷേ, അതോടൊപ്പം നമ്മൾ ചോദിക്കേണ്ട ഒരു ചോദ്യം കൂടിയുണ്ട്? അസോസിയേഷന് പൊലീസുകാരുടെയും സേവന വേതന വ്യവസ്ഥകൾ മാറ്റുകയെന്നുള്ള ദൗത്യം മാത്രമാണോ കരണീയമായിട്ടുള്ളത്? ഇവിടെ മറ്റു ചിലതു കൂടി മാറേണ്ടതായിട്ടില്ലേ? പൊലീസ് അസോസിയേഷന്റെ പ്രവർത്തനംമൂലം പൊലീസുകാർക്ക് ഗുണമുണ്ടായോ എന്നുള്ള ചോദ്യം മാത്രമല്ല നമ്മൾ ചോദിക്കേണ്ടത്. മറിച്ച് കേരളാ പൊലീസിന്റെ പ്രവർത്തനംകൊണ്ട് കേരളത്തിലെ ജനങ്ങൾക്ക് വർദ്ധിച്ച രീതിയിൽ അതുമൂലം ഗുണം ലഭിച്ചിട്ടുണ്ടോ എന്നുള്ളതാണ്.

സുഹൃത്തുക്കളെ, നിങ്ങൾക്ക് കേസ് രജിസ്റ്റർ ചെയ്യുന്നതിനെക്കുറിച്ച് എല്ലാ കാര്യങ്ങളുമറിയാം. ഒതുക്കാൻ പറ്റാത്ത, രജിസ്റ്റർ ചെയ്യുന്നത് ഒരുകാരണത്താലും ഒഴിവാക്കാൻ പറ്റാത്ത ഒറ്റ കേസേ ഉള്ളൂ. അത് കൊലപാതകക്കേസാണ്. അതുകൊണ്ട് കൊലപാതകക്കേസിന്റെ കണക്ക് മാത്രമാണ് ഞാൻ പറയുന്നത്. ബാക്കിയുള്ള കേസുകളൊക്കെ വേണമെങ്കിൽ സെക്ഷൻ മാറ്റാം. രജിസ്റ്റർ ചെയ്യാതിരിക്കാം. പല സംസ്ഥാനങ്ങളിലും അങ്ങനെ ചെയ്തിരുന്നു. നമ്മളിൽ ചിലരും ചിലപ്പോൾ അതു ചെയ്യാറുണ്ട്.

1977 ൽ കേരളത്തിലുണ്ടായ കൊലപാതകങ്ങളുടെ എണ്ണം 556 ആണ്. കഴിഞ്ഞവർഷം (2007) കേരളത്തിലുണ്ടായ കൊലപാതകങ്ങളുടെ എണ്ണം 375 ആണ്. ഇതു പറഞ്ഞാൽ ആരും വിശ്വസിക്കുകയില്ല മാത്രമല്ല കള്ളക്കണക്കാണെന്നുപോലും പറയും. 1977 ലെ ഭരണറിപ്പോർട്ടിന്റെ അടിസ്ഥാനത്തിലാണ് ഞാൻ ഈ പറയുന്നത്. ഇത് കേരള സമൂഹത്തിലൂണ്ടായ ഒരു വലിയ മാറ്റത്തിന്റെ ദൃഷ്ടാന്തമാണ്. കേരളത്തിലെ ജനസംഖ്യ മൂന്നു പതിറ്റാണ്ടിൽ ഏതാണ്ട് 50% വർദ്ധിച്ചു. എന്നിട്ടും ഒരു വർഷത്തിൽ കേരളത്തിലുണ്ടാകുന്ന കൊലപാതകങ്ങൾ ഏതാണ്ട് 40%

കണ്ട് കുറയുകയാണ്. മുപ്പത് വർഷം കൊണ്ടാണ് ഇത് ഉണ്ടായിട്ടുള്ളത്. ഇത് ഒരുദിവസം കൊണ്ടുണ്ടായിട്ടുള്ള കുറവല്ല. പത്തുമുപ്പത് വർഷങ്ങളായിട്ട് ക്രമേണ കേരളത്തിലെ കൊലപാതകങ്ങൾ കുറഞ്ഞു വരികയാണ്. പൊലീസ് അസോസിയേഷൻ പ്രവർത്തനങ്ങൾമൂലം പൊലീസ് വകുപ്പിന്റെ അച്ചടക്കവും കാര്യക്ഷമതയും കർമ്മശേഷിയും നഷ്ടപ്പെട്ടിട്ടുണ്ടായിരുന്നെങ്കിൽ, സുഹൃത്തുക്കളെ, ഒരിക്കലും ഇത് സംഭവിക്കുമായിരുന്നില്ല.

കേരളത്തിലെ പൊലീസ് കൂടുതൽ സങ്കീർണ്ണമായ പ്രശ്നങ്ങളിൽ കൂടുതൽ കാര്യക്ഷമമായി ഇടപെടുന്ന സാഹചര്യം ഉണ്ടായി. വ്യക്തികൾ തമ്മിലുണ്ടാകുന്ന പ്രശ്നങ്ങളും ഗ്രൂപ്പുകൾ തമ്മിലുണ്ടാകുന്ന പ്രശ്നങ്ങളും വഷളാകുന്നത് തടയുന്നത് പ്രധാനം. വളരെ കണിശമായ രീതിയിൽ നിയമം നടപ്പാക്കുന്നതുകൊണ്ടാണ് കൊലപാതക സാഹചര്യങ്ങൾ ഒഴിവാക്കപ്പെടുന്നത്. അങ്ങനെയാണ് കൊലപാതകങ്ങൾ ഇല്ലാതാവുന്നത്. നൂറുനൂറു പ്രവൃത്തികൾ പുതുതായി കുറ്റകൃത്യങ്ങളായി നിർവ്വചിക്കപ്പെടുന്നതുകൊണ്ടാണ് കുറ്റകൃത്യങ്ങൾ കൂടുന്ന അവസ്ഥ ഉണ്ടായിരിക്കുന്നത്. കാര്യക്ഷമതയുടെ തോത് നമ്മൾ പരിശോധിക്കുമ്പോൾ പണ്ട് ഉണ്ടായ തരത്തിലുള്ള കുറ്റകൃത്യങ്ങൾ കൂടുതലായി ഉണ്ടാകുന്നുണ്ടോ എന്നാണ് നോക്കേണ്ടത്. അങ്ങനെയുള്ള ഒരു കുറ്റകൃത്യമാണ് കൊലപാതകം. പണ്ടു ഉണ്ടായിട്ടുള്ള രീതിയിലുള്ള മോഷണങ്ങൾ, പണ്ട് ഉണ്ടായ രീതിയിലുള്ള കവർച്ചകൾ, പണ്ട് ഉണ്ടായിരുന്ന രീതിയിലുള്ള കലഹങ്ങൾ ഇവയെല്ലാം തന്നെ കേരള സമൂഹത്തിൽ കുറഞ്ഞുവന്നിട്ടുണ്ട്. അത് കേരളാ പൊലീസിന്റെ കാര്യക്ഷമതയുടെ ഫലം കൊണ്ടുകൂടിയാണ് ഉണ്ടായിട്ടുള്ളതെന്ന് നാം മനസ്സിലാക്കുന്നു. ഇന്ന് കുറ്റകൃത്യങ്ങൾ മൊത്തത്തിൽ കുറവാണെന്നല്ല ഇതിനർത്ഥം; പുതിയരീതിയിലുള്ള ധാരാളം കുറ്റകൃത്യങ്ങൾ ഇപ്പോൾ ഉണ്ടാകുന്നുണ്ട്.

1977 ൽ കുറ്റകൃത്യങ്ങളല്ലായിരുന്ന പല സംഗതികളും ഇന്ന് കുറ്റകൃത്യങ്ങളാണ്. 1995 ൽ എവിടെയും പോയി ചാരായം കുടിക്കാമായിരുന്നു. ചാരായം കുടിക്കുന്നത് കുറ്റം അല്ലായിരുന്നു. ഇന്ന് ഒരുതുള്ളി ചാരായം എവിടെവച്ച് കുടിച്ചാലും കുറ്റമാണ്. പൊതുസ്ഥലങ്ങളിൽ പുകവലിക്കുന്നത് കുറ്റം അല്ലായിരുന്നു. ഇന്ന് പുകവലിക്കുന്നത് കുറ്റമാണ്. ഭാരതപ്പുഴയിൽനിന്ന് മണൽവാരുന്നത് കുറ്റകൃത്യമാണ്. ഭാര്യയോട് ചായ കൊണ്ടുവാ എന്നുറക്കെ പറഞ്ഞാൽ അന്ന് കുറ്റകൃത്യമല്ലായിരുന്നു. ഇന്ന് അത് കുറ്റകൃത്യമായേക്കാം. ഭാര്യയോട് അകാരണമായി ദേഷ്യപ്പെടുന്നത് കുറ്റകൃത്യമല്ലായിരുന്നു. ഇന്ന് അത് കുറ്റകൃത്യമാണ്. റാഗിങ് അന്ന് കുറ്റകൃത്യമല്ലായിരുന്നു. ഇന്ന് അതും കുറ്റകൃത്യമാകാം. ട്രാഫിക് രംഗത്ത് അന്ന് കേരളത്തിൽ ഒരുലക്ഷം വാഹനങ്ങളേ ഉണ്ടായിരുന്നുള്ളൂ. ഇന്നത് 44 ലക്ഷമാണ്. അതുമൂലം ട്രാഫിക്കപകടങ്ങൾ വർദ്ധിക്കുന്ന സാഹചര്യം ഉണ്ടായി.

ലോകത്തിലെ തന്നെ ഏറ്റവും അധികം വിദ്യാഭ്യാസയോഗ്യതയുള്ള ഒരു പൊലീസ് സേനയാണ് ഇന്ന് കേരളത്തിൽ പ്രവർത്തിക്കുന്നത്. അക്കാഡമിയിൽ പരിശീലനം പൂർത്തിയാക്കിയ വനിതാ പൊലീസുകാരിൽ ഏതാണ്ട് 50% ആളുകൾ ഗ്രാജ്വേറ്റ് ആയിരുന്നു. ഏതാണ്ട് ഇരുന്നൂറ്റി അൻപത്തിഅഞ്ചോളം ആളുകൾ പോസ്റ്റ് ഗ്രാജ്വേറ്റ്സ് ആയിരുന്നു. വളരെയധികം വിദ്യാഭ്യാസയോഗ്യതയും കാര്യക്ഷമതയും ഉള്ള ആളുകൾ പൊലീസ് പ്രവർത്തനരംഗത്തേക്ക് കടന്നുവരുന്നു എന്നുള്ളതുതന്നെ ഈ വകുപ്പിന്റെ ഘടനയിലും പ്രവർത്തനത്തിലും ഉണ്ടായ മാറ്റങ്ങളുടെ പ്രതിഫലനമാണ്. പഴയ പൊലീസായിരുന്നെങ്കിൽ ഇത്രയും വിദ്യാഭ്യാസയോഗ്യതയുള്ളവർ ഇങ്ങോട്ട് കടന്നുവരികയില്ല. അതുകൊണ്ട് അസോസിയേഷന്റെ എല്ലാ പ്രവർത്തനമേഖലകളിലും അച്ചടക്കമുള്ള പ്രവർത്തനംകൊണ്ട് പൊലീസിന്റെ പ്രതിച്ഛായയെപ്പറ്റി വളരെ വിലപ്പെട്ട നേട്ടങ്ങൾ ഉണ്ടാക്കുവാൻ അസോസിയേഷനു സാധിച്ചിട്ടുണ്ട്.

എന്നാൽ ചില പുഴുക്കുത്തുകൾ ഇപ്പോഴുമുണ്ട്. പൊലീസുകാരനെ പാട്ടിലാക്കാൻ എന്തും ചെയ്യാൻ മടിക്കാത്ത ആളുകളുടെ മോഹന വാഗ്ദാനങ്ങളും ലഭിക്കാനും ആതിഥ്യവും സ്വീകരിക്കാനും അവരുടെ കൂടെ അന്തിയുറങ്ങാനും ഒക്കെ തയ്യാറുള്ള പൊലീസുകാരും ധാരാളമായിട്ടുണ്ട്. ആ പൊലീസുകാരെ തിരുത്താനും ഒറ്റപ്പെടുത്താനും നമുക്ക് കഴിയുമോ? അങ്ങനെ തെറ്റായ വഴിയിൽപോകുന്ന പൊലീസുകാർ തെറ്റാണ് ചെയ്യുന്നത് എന്ന് മേലുദ്യോഗസ്ഥൻ പറയുന്നതിന് മുമ്പുതന്നെ സഹപ്രവർത്തകൻ ചൂണ്ടിക്കാണിക്കുന്ന ഒരു തൊഴിൽ സംസ്കാരം ഉടലെടുത്തേ തീരൂ. അത്തരം അഴിമതി കാണിക്കുന്ന പൊലീസുകാരൻ കളങ്കം വരുത്തുന്നത് 'അവന്റെ പേരിന് മാത്രമല്ല എന്റെ പേരിനുകൂടിയാണ്' എന്ന് ഓരോരുത്തരും മനസ്സിലാക്കണം. ഞങ്ങൾ ധരിക്കുന്നത് ഒരേ നിറമുള്ള കാക്കിയാണ്. ഈ കാക്കിക്കുപ്പായം കുറ്റവാളികളുടെയും കള്ളന്മാരുടെ വീടുകളിൽ ഉപേക്ഷിച്ചുപോകുമ്പോൾ നഷ്ടപ്പെടുന്നത് അവന്റെ മാന്യത മാത്രമല്ല എന്റെ മാന്യത കൂടിയാണ് എന്നുള്ള തിരിച്ചറിവ് നമുക്കുണ്ടാകണം. ആ തിരിച്ചറിവിലൂടെ മാത്രമേ അസോസിയേഷന്റെ പ്രവർത്തനം ശരിയായ പാതയിൽ പോകൂ.

നിയമവിരുദ്ധമായ സമീപനങ്ങൾ ഉണ്ടാകരുത്

പൊലീസ് സ്റ്റേഷനുകളിൽ വരുന്ന വ്യക്തികൾക്ക് പൊലീസ് സ്റ്റേഷനിൽ ഉണ്ടാകുന്ന അനുഭവം എന്താണെന്നറിയുന്നതിന് കേരളാ പൊലീസ് അസോസിയേഷൻ ശാസ്ത്രീയമായ ഒരു പഠനത്തിന് മുതിർന്നത് അങ്ങേയറ്റം അഭിനന്ദനീയമാണ്. 'ജനങ്ങൾക്ക് ഞങ്ങളോടും ഞങ്ങളുടെ പ്രവൃത്തികളോടും ഉള്ള പ്രതികരണം എന്താണ്?' എന്നറിയാനുള്ള ആകാംക്ഷ പൊലീസ് ഉദ്യോഗസ്ഥർക്ക് ഉണ്ടായി എന്നതുതന്നെ വളരെ ശുഭോദർക്കമാണ്. കൊളോണിയൽ പാരമ്പര്യത്തിൽ 'ജനങ്ങൾ എന്ത് വിചാരിച്ചാലും ഞങ്ങൾക്ക് ഒരു ചുക്കുമില്ല.' എന്ന് പറയുകയും അതിൽ

ഊറ്റം കൊള്ളുകയും ചെയ്തവരുടെ പിന്തുടർച്ചക്കാരാണ് ഇന്നത്തെ പൊലീസുകാർ. അറുപത് വർഷത്തെ ജനാധിപത്യ ഇടപെടൽകൊണ്ട് കൊളോണിയൽ മൂല്യങ്ങളിൽനിന്ന് ജനാധിപത്യ മൂല്യങ്ങളിലേക്ക് പൊലീസ് ഉദ്യോഗസ്ഥരും പൊലീസ് സംവിധാനവും മാറിക്കൊണ്ടിരിക്കുന്നു എന്നതിന്റെ സൂചനയാണ് ഈ പഠനം നടത്താനുള്ള അസോസിയേഷന്റെ തീരുമാനം. ആ തീരുമാനത്തെ വ്യക്തികൾ എന്ന നിലയ്ക്ക് ജനങ്ങളും പൊലീസും സ്വാഗതം ചെയ്തു എന്നാണ് ഈ സർവ്വേക്ക് ലഭിച്ച വലിയ പ്രതികരണം വ്യക്തമാക്കുന്നത്.

പൊലീസിനെക്കുറിച്ച് മിക്ക ആളുകളുടെയും അഭിപ്രായം രൂപപ്പെടുന്നത് നേരിട്ടുള്ള അനുഭവങ്ങളിലൂടെയല്ല എന്നാണ് ഇന്ത്യയിൽ എല്ലായിടത്തും ഇതുവരെ നടന്നിട്ടുള്ള പഠനങ്ങളിൽനിന്നും വ്യക്തമായിരുന്നത്. സാധാരണ ആളുകൾ പൊലീസിനെക്കുറിച്ച് അഭിപ്രായം രൂപീകരിക്കുന്നത് മാധ്യമങ്ങളിലൂടെയോ കേട്ടറിവിലൂടെയോ ആണ്. ചിലർ സിനിമ കണ്ടും സീരിയൽ കണ്ടും ഉണ്ടായ ധാരണകളാണ് പൊലീസിനെപ്പറ്റി വച്ചുപുലർത്തുന്നത്. ഇക്കാര്യത്തിൽ സ്വന്തം അനുഭവങ്ങളുടെ വെളിച്ചത്തിൽ - നല്ലതോ ചീത്തയോ- പറയുന്നവർ വളരെ കുറവാണ്. അതുകൊണ്ടുതന്നെ പൊലീസ് സ്റ്റേഷനിലെ യഥാർത്ഥ അനുഭവം എന്താണെന്ന് പൊലീസ് സ്റ്റേഷനിൽ വന്നു പോകുന്നവരുടെ തത്സമയ പ്രതികരണ വിശകലനത്തിലൂടെ കണ്ടെത്തേണ്ടത് വളരെ പ്രധാനപ്പെട്ട കാര്യമാണ്. അങ്ങനെയുള്ള പഠനങ്ങളുടെ പ്രസിദ്ധീകരണം സ്റ്റേഷനിലെ നടപടിക്രമങ്ങളെക്കുറിച്ചുള്ള അവബോധം വർദ്ധിപ്പിക്കുന്നതിനും ജനങ്ങൾക്ക് പൊലീസിന് സംബന്ധിച്ചിട്ടുള്ളതും പൊലീസിന് സ്വയം ഉള്ളതുമായ തെറ്റായ ധാരണകൾ ഇല്ലാതാക്കുവാനും സഹായിക്കും.

വളരെ വിലപ്പെട്ട വിവരങ്ങളാണ് ഈ സർവ്വേയിലൂടെ ഇപ്പോൾ പുറത്തുവന്നിരിക്കുന്നത്. അതിൽ ഏറ്റവും ശ്രദ്ധിക്കപ്പെടേണ്ടത് പൊലീസുകാരുടെ സമീപനത്തെക്കുറിച്ച് സന്ദർശകർ പറഞ്ഞതാണ്. ആകെ ഉത്തരം നല്കിയ 86 ശതമാനത്തിലധികം പേരും അവരെ സ്പർശിച്ച പ്രശ്നത്തിൽ പൊലീസ് എടുത്ത സമീപനത്തിൽ തൃപ്തരായിരുന്നുവെന്ന് കാണാവുന്നതാണ് (8327 ൽ 7228 പേർ). അതുപോലെ തന്നെ പൊലീസ് സ്റ്റേഷനുകളിൽ ഏർപ്പെടുത്തിയ സ്വീകരണ സംവിധാനവും ജനങ്ങൾക്ക് വളരെ ഇഷ്ടപ്പെട്ടു എന്നാണ് 90 ശതമാനം ആളുകളുടെയും പ്രതികരണത്തിൽനിന്നും മനസ്സിലാവുന്നത്.

പൊലീസിനെ സംബന്ധിച്ച ചില തെറ്റിദ്ധാരണകൾ ഈ സർവ്വേയിലൂടെ തിരുത്തപ്പെട്ടു. പൊലീസ് സ്റ്റേഷനിൽ വരുന്നവരിൽ വളരെ വലിയ ശതമാനം ആളുകൾ പ്രതിമാസം 2000 രൂപയിൽ താഴെ വരുമാനമുള്ളവരാണ് എന്നു കാണാം. ഇതിന്റെ അർത്ഥം പൊലീസ് സ്റ്റേഷനിൽ ചെന്നാൽ മോശമായ പ്രതികരണമാണ് ലഭിക്കാൻ പോകുന്നത് എന്ന് ഭയന്ന് പാവങ്ങൾ കേരളത്തിലെ പൊലീസ് സ്റ്റേഷനുകളിലേക്ക് പോകുന്നില്ല എന്ന പൊതുധാരണ ശരിയല്ല എന്നതാണ്. പൊലീസ്

സ്റ്റേഷനുകളിൽ ചെന്നെത്തുന്ന ഏതാണ്ട് 44 ശതമാനം ആളുകളും 2000 രൂപയിൽ താഴെ പ്രതിമാസവരുമാനം ഉള്ളവരാണ്.

അതുപോലതന്നെ ഒരു ശരാശരി പൊലീസുകാരന്റെ വരുമാനത്തേക്കാൾ കൂടുതൽ വരുമാനമുള്ള ആളുകൾ വളരെ ചുരുക്കമായേ പൊലീസ് സ്റ്റേഷനിൽ ചെല്ലാറുള്ളൂ എന്നതും വ്യക്തമാണ്. അത്തരത്തിലുള്ള 444 പേർ മാത്രമാണ് 8327 പേരിലുള്ളത്. ഏതാണ്ട് അഞ്ചു ശതമാനം. യഥാർത്ഥത്തിൽ പൊലീസ് സ്റ്റേഷനുകൾ പണക്കാർ ചുരുക്കമായി ചെല്ലുന്നതും പാവപ്പെട്ടവർ ധാരാളമായി ചെല്ലുന്നതുമായ ഒരു സേവന കേന്ദ്രമാണ് എന്ന് ഇന്നു ശാസ്ത്രീയമായി സ്ഥിരീകരിക്കപ്പെട്ടിരിക്കുകയാണ്.

പൊലീസ് സ്റ്റേഷനിൽ പോകുന്നവരെല്ലാം കുറ്റവാളികളും കുഴപ്പക്കാരുമാണെന്നുള്ള പരമ്പരാഗതധാരണ തിരുത്തിക്കുറിക്കേണ്ട സമയം അതിക്രമിച്ചിരിക്കുന്നുവെന്നും ഈ സർവ്വേ വെളിവാക്കുന്നു. ആകെ വന്ന 1327 ൽ പ്രതികൾ എന്നുള്ള നിലയിൽ വന്നത് വെറും 348 പേരാണ്. അതായത് ഏതാണ്ട് നാലു ശതമാനം. അഞ്ചു ശതമാനം ആളുകൾ സാക്ഷികളായും ആറു ശതമാനം ആളുകൾ വാദികളായും 28 ശതമാനം ആളുകൾ പരാതിക്കാരായുമാണ് വന്നത്. പരാതി പറയുവാൻ സാധാരണക്കാർ ധാരാളമായി പൊലീസ് സ്റ്റേഷനുകളിൽ ചെന്നു എന്ന കാര്യം ഇതിൽ നിന്നു വ്യക്തമാണ്. വേറൊരു രീതിയിൽ പറഞ്ഞാൽ മറ്റെല്ലാ പ്രതീക്ഷകളും ഇല്ലാതായപ്പോഴും പൊലീസിൽനിന്ന് നീതിയും പരിഹാരവും ഉണ്ടാവും എന്ന പ്രതീക്ഷ വർദ്ധിച്ചതോതിൽ നമ്മുടെ നാട്ടിലെ സാധാരണക്കാർക്ക് ഉണ്ടായിവരുന്നു എന്നുള്ളതു വ്യക്തം.

അതേസമയം ഈ പഠനത്തിലെ രണ്ടു തരം മറുപടികൾ നമ്മുടെ സവിശേഷ ശ്രദ്ധയെ ആകർഷിക്കുന്നു. പൊലീസ് സ്റ്റേഷനിലേക്ക് ആരെക്കൊണ്ടെങ്കിലും ശുപാർശ ചെയ്തിട്ട് വന്നവർ 15 ശതമാനമാണ്. പൊലീസ് സ്റ്റേഷനിൽ ശുപാർശക്കാരുമായി വന്നത് മൂന്നു ശതമാനമാണ്. അതുകൊണ്ട് പൊലീസ് സ്റ്റേഷനിൽ വരുന്ന പരാതിക്കാരിൽ നാലിലൊന്ന് ആളുകൾ അവിടെ വരുന്നതിനുമുമ്പ് അവിടെ സംഭവിക്കാൻ പോകുന്ന സംഗതികളെക്കുറിച്ച് കലശലായ ആശങ്കയുള്ളവരാണ് എന്നത് വ്യക്തമാണ്. അതുപോലെതന്നെ ഏതാണ്ട് മൂന്നിലൊന്ന് ആളുകൾ സഹായികളുമായിട്ടാണ് പൊലീസ് സ്റ്റേഷനിൽ വരുന്നത്. ഇതിൽ നിന്നെല്ലാം വ്യക്തമാവുന്നത് ഒരു നല്ല ശതമാനം ആൾക്കാർ ഇന്നു പൊലീസ് സ്റ്റേഷനിലേക്ക് പോകുന്നതിനുമുമ്പ് ഭയാശങ്കകൾമൂലം ആരെക്കൊണ്ടെങ്കിലും ശുപാർശ പറഞ്ഞിട്ടോ ശുപാർശക്കായോ സഹായിയായോ ആരെയെങ്കിലും കൂട്ടിക്കൊണ്ടു പോകുന്നു എന്നതാണ്. എന്നാൽ ബഹുഭൂരിപക്ഷം വ്യക്തികളുടെ കാര്യത്തിലും ഈ ആശങ്ക അടിസ്ഥാനരഹിതമാണെന്ന് എൺപത്തിയാറുശതമാനം പേരും പൊലീസ് സ്റ്റേഷൻ സന്ദർശിച്ച ശേഷം പൊതുവേ തൃപ്തരാണ് എന്ന വസ്തുതയിൽനിന്നും മനസ്സിലാകുന്നു. എന്നാൽ മറ്റു ചില മറുപടികൾ പരിശോധിക്കുമ്പോൾ പൊലീസ് സ്റ്റേഷനിൽ വരുന്നതിനുമുമ്പ് വളരെയധികം

ആളുകൾ ഇത്തരം ആശങ്കകൾ വെച്ചുപുലർത്തുന്നു എന്നത് അതിശയകരമല്ല എന്നും വ്യക്തം. കാരണം പൊലീസ് സ്റ്റേഷനിൽ വരുന്നവരിൽ നാല്പതു ശതമാനവും ആളുകൾ ജീവിതത്തിൽ ആദ്യമായി പൊലീസ് സ്റ്റേഷനിൽ വരുന്നവരാണ്. കേട്ടറിവിന്റെ അടിസ്ഥാനത്തിലാണ് അവർ പൊലീസ് സ്റ്റേഷനിലെ പ്രതികരണത്തെപ്പറ്റി സങ്കൽപ്പിക്കുന്നത്. ജനങ്ങളും പൊലീസും പൊലീസ് സ്റ്റേഷനിൽ വച്ച് ഇടപഴകുന്നത് വളരെ അപൂർവ്വമായിട്ടാണ് എന്ന് ഈ കണക്ക് സൂചിപ്പിക്കുന്നു.

സമൂഹത്തിലെ ഒരു വലിയ വിഭാഗം ആൾക്കാർ ഒരാവശ്യത്തിന് വേണ്ടിയും ഒരിക്കലും പൊലീസ് സ്റ്റേഷനിൽ പോയിട്ടില്ലാത്തവരാണ്. പൊലീസ് നടപടിയിൽ 86 ശതമാനം ആളുകളും തൃപ്തരാണെങ്കിലും അധികം ആളുകൾ പൊലീസ് സ്റ്റേഷനിൽ പോകാത്തതുകൊണ്ട് പൊലീസ് സ്റ്റേഷനിൽ ചെന്നാൽ കുഴപ്പമാണ് എന്ന പൊതുധാരണ നിലനില്ക്കുന്നു. അതുകൊണ്ടുതന്നെയാണ് ഇത്രയധികം ആളുകൾ പൊലീസ് സ്റ്റേഷനിൽ പോകുമ്പോൾ സഹായികളെ കണ്ടുപിടിക്കുന്നതും കൊണ്ടുപോകുന്നതും ശുപാർശ ചെയ്യിക്കുന്നതും. പഴയകാലത്ത് പൊലീസ് സ്റ്റേഷനിൽ സ്ഥിരമായി ഉണ്ടായിരുന്ന ഭീതിജനകമായ പെരുമാറ്റം ആണ് സമൂഹത്തിൽ പൊലീസിനെക്കുറിച്ച് ഇങ്ങനെയൊരു മുൻധാരണ സൃഷ്ടിക്കാൻ കാരണമായത്. ആ മുൻധാരണവച്ചാണ് ബഹുഭൂരിപക്ഷം ആളുകളും ഇന്ന് പൊലീസിനെ കാണുന്നത്.

എന്നാൽ മുൻകാലങ്ങളിലെ പെരുമാറ്റം അല്പ സ്വല്പമായെങ്കിലും അവശേഷിക്കുന്നു എന്നതാണ് മറ്റു ചില ചോദ്യങ്ങളുടെ ഉത്തരങ്ങളിൽ നിന്നും മനസ്സിലാകുന്നത്. പൊലീസ് സ്റ്റേഷനിൽ ചെല്ലുന്നവരിൽ 3.5% ആളുകൾ അഴിമതിക്കും 1.5% ആളുകൾ ശാരീരിക പീഡനത്തിനും 4.5% ആളുകൾ മാനസികപീഡനത്തിനും വിധേയരാക്കപ്പെടുന്നു. യഥാർത്ഥത്തിൽ ഇങ്ങനെയുള്ള അനുഭവങ്ങൾ ഉണ്ടായിട്ടും പകുതി ആളുകൾ മാത്രമേ പ്രതികരണത്തിൽ സത്യസന്ധമായി ഇങ്ങനെ എഴുതുവാൻ തയ്യാറായിക്കാണുകയുള്ളൂ എന്നു കൂടി നാം അനുമാനിക്കണം. ആ വസ്തുത കൂടി കണക്കിലെടുക്കുമ്പോൾ ഏതാണ്ട് പത്തുപതിനഞ്ച് ശതമാനം ആളുകൾക്ക് ഇത്തരത്തിലുള്ള അനുഭവങ്ങൾ ഉണ്ടായി എന്നു നമുക്ക് കണക്കാക്കേണ്ടി വരുന്നു. ജനാധിപത്യത്തിന്റെ 60-ാം വർഷത്തിൽ ഇത്രയധികം ആളുകൾ ഇത്തരം ബുദ്ധിമുട്ടുകൾ അനുഭവിക്കുന്നു എന്നത് ഒട്ടും ശുഭകരമല്ല. അഭിമാനമല്ല. നമ്മുടെ പൊലീസ് സ്റ്റേഷനുകളുടെ പ്രവർത്തനങ്ങളിൽ നിയമപരമായും ഭരണപരമായും വളരെ വലിയ മാറ്റങ്ങൾ വീണ്ടും വരുത്തേണ്ടതിന്റെ സൂചനയാണ് ഇക്കാര്യം നല്കുന്നത്.

നിയമവിരുദ്ധമായ ഒരു സമീപനവും പൊലീസ് സ്റ്റേഷനിൽനിന്ന് ആർക്കും ഒരിക്കലും നേരിടേണ്ടിവരില്ല എന്ന ഒരു ഉറപ്പ് സമൂഹത്തിന് കൊടുക്കാൻ നമുക്ക് സാധിക്കണം. ആ ലക്ഷ്യം നേടുന്നതിനുള്ള മുന്നോട്ടുള്ള പ്രയാണത്തിൽ വളരെ പ്രധാനമായ ഒരു കാൽവെയ്പ്പാണ് കേരള

ത്തിലെ 34 പൊലീസ് സ്റ്റേഷനുകളിൽ നടത്തിയ ഈ സർവ്വെയും അതിൽ നിന്നു വെളിപ്പെട്ട സത്യങ്ങളും. ഈ ഫലങ്ങൾ വളരെ ഗൗരവ പൂർണ്ണമായ പഠനങ്ങൾക്കും ചർച്ചകൾക്കും വഴി തെളിയിക്കും എന്ന് പ്രതീക്ഷിക്കുന്നു.

ഈ വസ്തുതകളുടെ അടിസ്ഥാനത്തിൽ സേനാംഗങ്ങളിൽ തിരു ത്തലുകൾ വരുത്തുവാൻ അസോസിയേഷൻ മുൻകൈയെടുക്കണം. ഈ സർവ്വേയിൽക്കൂടി വെളിപ്പെട്ട കാര്യമാണ് മൂന്നരശതമാനം ആളുകൾ മാത്രമേ അഴിമതിക്ക് വിധേയരാകുന്നുള്ളൂ എന്നത്. 96 $^1/2$ ശതമാനം അങ്ങനെയല്ല എന്നത് വളരെ അഭിമാനകരമായ കാര്യമാണ്. പക്ഷേ, മറ്റേ മൂന്നരശതമാനവുമുണ്ടായിക്കൂടാ. ഒരു പൊലീസ് സ്റ്റേഷനിൽ നൂറു പേർ പോയാൽ 'ഞാൻ അഴിമതിക്ക് വശംവദനായില്ല" എന്ന ഉറപ്പോടു കൂടി നൂറുപേർക്കും തിരിച്ചുവരാൻ സാധിക്കണം. 'ഞാൻ ശാരീരിക പീഡ നത്തിന് വിധേയനായില്ല' എന്നുറക്കെ പ്രസ്താവിക്കാൻ അവർക്ക് കഴി യണം. എന്നാൽ മാത്രമേ നമ്മുടെ പൊലീസിന് പൂർണ്ണവിശ്വാസം നേടി യെടുക്കാൻ സാധിക്കുകയുള്ളൂ. നിങ്ങൾ ഒന്നു മനസ്സിലാക്കേണ്ടത്, "ഒന്നു കിൽ വിശ്വാസം ഉണ്ട്; അല്ലെങ്കിൽ വിശ്വാസം ഇല്ല' എന്നാണ്. എനിക്ക് ദൈവത്തിൽ 100 ശതമാനം വിശ്വാസം ഉണ്ടെങ്കിലേ എനിക്ക് വിശ്വാസ മുള്ളൂ; ദൈവത്തിലാർക്കെങ്കിലും 90 ശതമാനം വിശ്വാസമുണ്ടോ? ഇല്ല. അതുപോലെ തന്നെയാണ് പൊലീസും. പൊലീസിൽ വിശ്വാസം വര ണമെന്നുണ്ടെങ്കിൽ പൊലീസിൽ നൂറു ശതമാനവും വിശ്വാസം വേണം. ഈ മൂന്നരശതമാനം ഉള്ളിടത്തോളംകാലം പൂർണ്ണവിശ്വാസം സാദ്ധ്യമല്ല.

ജനങ്ങൾക്ക് പൊലീസിൽ വിശ്വാസം വരണമെന്നുണ്ടെങ്കിൽ പൊലീസ് സ്റ്റേഷനിലേക്ക് പോകുന്ന വ്യക്തി പൂർണ്ണമായും സംരക്ഷി ക്കപ്പെടും, പൂർണ്ണമായി അവന്റെ അവകാശങ്ങൾ അവിടെ പാലിക്കപ്പെടും എന്ന ഉറപ്പ് സമൂഹത്തിലെ ഓരോ വ്യക്തിക്കും ഉണ്ടാകണം. മകൻ പൊലീസ് സ്റ്റേഷനിലേക്ക് പോകുന്നു എന്ന് കേൾക്കുമ്പോൾ മയങ്ങിവീഴുന്ന അമ്മ ശ്രീനന്ദൻമേനോന്റെ ഒരു ചിത്രത്തിൽ ഞാൻ കണ്ട താണ്. 'പൊലീസ് സ്റ്റേഷനിലേക്ക് പോകുന്നു' എന്ന കേൾക്കുമ്പോൾ തന്നെ അമ്മയ്ക്ക് ഭയമാണ്. ആ സ്ഥിതി ഉണ്ടാകരുത്. ആ സ്ഥിതി ഇല്ലാ താക്കുന്നതിനുവേണ്ടി വളരെ ദൂരം നമ്മൾ മുമ്പോട്ട് പോയിക്കഴിഞ്ഞു. ഇന്ന് പൊലീസ് സ്റ്റേഷനിൽ പോകുന്നു എന്നു പറയുന്ന 86 ശതമാനമാളു കളും പൊലീസ് സമീപനത്തിൽ തൃപ്തരാണ്. ആ സ്ഥിതി നമുക്ക് കൈവരിക്കാൻ സാധിച്ചത് അഭിമാനാർഹം തന്നെയാണ്. പക്ഷേ, 100 ശതമാനംപേരും തൃപ്തരാകുന്നൊരു സ്ഥിതി അസോസിയേഷന്റെ പ്രവർത്തനഫലമായി ഉണ്ടാകണം.

പുതിയ വെല്ലുവിളികൾ നേരിടാൻ പൊലീസ്സേന സജ്ജമാകണം

പൊലീസ് അസോസിയേഷന്റെ പ്രവർത്തനം തുടങ്ങിയിട്ട് മുപ്പതാണ്ട് പൂർത്തീകരിക്കുകയാണ്. മുപ്പത് വർഷം മുൻപ് പൊലീസ് സ്റ്റേഷനുകളിൽ പൊലീസ് അസോസിയേഷൻ പ്രവർത്തനം ആരംഭിച്ച പ്പോൾ ചങ്ങലയ്ക്ക് ഭ്രാന്ത് പിടച്ചാൽ എന്തായിരിക്കും അവസ്ഥ എന്ന് ചിന്തിച്ചവരുണ്ട്. പറഞ്ഞവരുണ്ട്. എഴുതിയവരുണ്ട്. അസോസിയേഷൻ ഇല്ലാത്ത സംസ്ഥാനങ്ങളുണ്ട്. അവിടെ പൊലീസിന് എന്ത് പുരോഗതി യാണ് ഉണ്ടായത്? കേരളത്തിൽ എന്ത് പുരോഗതിയാണ് ഉണ്ടായത്? ഇത് പരിശോധിക്കണം. കേരള സംസ്ഥാനത്തിലെ ക്രമസമാധാനം, മറ്റുള്ള സംസ്ഥാനങ്ങളിലെ ക്രമസമാധാനവുമായി താരതമ്യം ചെയ്താൽ ഇതിന്റെ ഉത്തരം വളരെ വ്യക്തമാണ്. അസോസിയേഷൻ ഇല്ലാത്ത പല സംസ്ഥാനങ്ങളിലും പൊലീസുകാർക്ക് അക്രമം ഭയന്ന് വെളിയിലിറങ്ങി നടക്കാൻ പറ്റാത്ത സ്ഥിതിയാണ്. പൊലീസ് അസോസിയേഷൻ രൂപീ കരിച്ചാൽ അതുമൂലം ക്രമസമാധാനം നിലനിർത്തുന്നതിനുള്ള വ്യഗ്രത പൊലീസ് സേനയ്ക്ക് നഷ്ടപ്പെടും എന്ന വ്യാകുലചിന്ത അസ്ഥാന ത്താണ് എന്ന് അനുഭവം തെളിയിച്ചിരിക്കുകയാണ്.

അതേ സമയം പൊലീസ് അസോസിയേഷൻ രൂപീകരിച്ചതുകൊണ്ട് കേരളീയ സമൂഹത്തിലാകെ പൊലീസിനെപ്പറ്റിയുള്ള സമീപനങ്ങളിൽ വ്യാപകമായ മാറ്റങ്ങൾ ഉണ്ടായി. പൊലീസ് അസോസിയേഷൻ രൂപീക രിക്കുന്നതിന് മുൻപ് പൊലീസുകാരെ ബാധിക്കുന്ന അടിയന്തര പ്രശ്ന ങ്ങൾ, നാട്ടിലെ ക്രമസമാധാനത്തെ ബാധിക്കുന്ന അടിയന്തരപ്രശ്നങ്ങൾ മുതലായവ ഒരിക്കലും തത്ത്വാധിഷ്ഠിത പൊതുജന ചർച്ചയ്ക്കോ, മാധ്യമ ചർച്ചയ്ക്കോ വിധേയമായിട്ടില്ല. എന്റെ വിദ്യാഭ്യാസകാലഘട്ടത്തിനിടയിൽ പൊലീസിനെ ബാധിക്കുന്ന ഒരു ലേഖനമോ, ചർച്ചയോ, ഡിപ്പാർട്ടുമെന്റ്

ഡിബേറ്റോ, കേരളത്തിലെ ഏതെങ്കിലും പത്രങ്ങളിലോ മാധ്യമങ്ങളിലോ നടന്നതായി യാതൊരു അറിവും ഇല്ല. എപ്പോഴും എല്ലാവരും പൊലീസിനെ വിമർശിക്കുന്നു. അവരൊന്നും എങ്ങനെയാണ് പൊലീസ് പ്രവർത്തിക്കുന്നതെന്നോ പൊലീസിന്റെ വൈഷമ്യങ്ങളെന്തൊക്കെയെന്നോ ഓർക്കുകയേയില്ല. പക്ഷേ, കഴിഞ്ഞ മുപ്പത് സംവത്സരങ്ങളിലെ കേരളീയ മാധ്യമങ്ങൾ പരിശോധിച്ചാൽ മാസത്തിലൊരിക്കലെങ്കിലും പൊലീസിനെ സംബന്ധിച്ച് സാമൂഹിക മാറ്റത്തെക്കുറിച്ചുള്ള ചർച്ച മാധ്യമങ്ങളിൽ സ്ഥാനം പിടിച്ചിട്ടുണ്ട്. പൊതുജനനേതാക്കളും പൊതുചിന്താധാരയെ നിയന്ത്രിക്കുന്നവരുമൊക്കെ പൊലീസ് വിഷയങ്ങളെ സംബന്ധിച്ചും പൊലീസ് അഭിമുഖീകരിക്കുന്ന പ്രശ്നങ്ങളെക്കുറിച്ചും ചർച്ച ചെയ്തിട്ടുണ്ട്. അതിന്റെ ഗുണഭോക്താക്കളായി തീർന്നത് കേരള പൊലീസും, പൊതുജനങ്ങളുമാണ്. ഇന്ന് ഇന്ത്യയിൽ ക്രമസമാധാനരംഗത്ത് കേരളത്തിനു ഒന്നാംസ്ഥാനം കിട്ടിയതിൽ മുഖ്യപങ്ക് വഹിച്ചത് കേരളസമൂഹത്തിൽ ക്രമസമാധാനത്തെക്കുറിച്ചും നിഷ്പക്ഷമായ നീതിനിർവ്വഹണത്തെക്കുറിച്ചും മൂന്ന് പതിറ്റാണ്ടായി അസോസിയേഷനുമായും ഡിപ്പാർട്ടുമെന്റുമായും ബന്ധപ്പെട്ടു നടന്ന ചർച്ചകളാണ്.

ഇടതുപക്ഷതീവ്രവാദം എഴുപതുകളിൽ കേരളത്തിൽ വളരെ ശക്തിപ്പെട്ടിരുന്നതാണ്. ഇന്നതിന് നൂറിലൊന്നു ശക്തിപോലുമില്ല. മറ്റ് സംസ്ഥാനങ്ങൾ അഭിമുഖീകരിക്കാൻ മടിക്കുകയും അഭിമുഖീകരിച്ചപ്പോഴൊക്കെ പരാജയപ്പെട്ടതുമായ പല കാര്യങ്ങളും കേരളത്തിൽ ഉന്മൂലനം ചെയ്യാൻ കേരളത്തിനു സാധിച്ചിട്ടുണ്ട്. 1980 ൽ കേരള പൊലീസ് അസോസിയേഷൻ സമർപ്പിച്ച മുപ്പതിന അവകാശരേഖകളിൽ ഇരുപത്തിരണ്ട് എണ്ണം പൂർണ്ണമായും സാധിച്ചു. അന്ന് സ്വപ്നതുല്യമെന്ന് വിചാരിച്ച് അസോസിയേഷൻ എഴുതിയുണ്ടാക്കിയ അവകാശരേഖ ഇപ്പോഴും ചർച്ച ചെയ്ത് വരികയാണ്. ഏതാണ്ട് ഈ മുപ്പതാവശ്യങ്ങളുടെയും പ്രസക്തി സമൂഹവും കേരള പൊലീസ് വകുപ്പും അംഗീകരിച്ചിട്ടുണ്ട്. ഭൂരിഭാഗവും നടപ്പിലാക്കിയിട്ടുണ്ട്. കേരളാ പൊലീസിന്റെ മുന്നോട്ടുള്ള പ്രയാണത്തിൽ, കേരളസമൂഹത്തിൽ ക്രമസമാധാനം പരിപാലിക്കുന്നതിൽ അസോസിയേഷൻ വിലയ പങ്കാണ് വഹിക്കുന്നത്.

ഇതോടൊപ്പം സമൂഹത്തോടുള്ള കടപ്പാട്, വിസ്മരിക്കാൻ പാടുള്ളതല്ല. വളരെ തീവ്രമായ വെല്ലുവിളികളാണ് ഇന്ന് നമ്മുടെ മുന്നിലുള്ളത്. മുപ്പതു കൊല്ലംമുമ്പ് നമ്മൾ അഭിമുഖീകരിച്ച് പല വെല്ലുവിളികളും ഇന്നില്ല. അതേ സമയം ഇന്ന് നാം വളരെ കടുത്ത പുതിയ വെല്ലുവിളികൾ അഭിമുഖീകരിച്ചുകൊണ്ടിരിക്കുകയാണ്. ഇക്കഴിഞ്ഞ പത്തിരുപത് വർഷങ്ങളിലായി പുതിയ നിയമനിർമ്മാണങ്ങളിലൂടെ പുതിയ സാമൂഹിക പ്രശ്നങ്ങൾ ക്രിമിനൽക്കുറ്റങ്ങളായി മാറിക്കൊണ്ടിരിക്കുന്നത് കാണാൻ കഴിയും. നാട്ടിൽ പത്ത് കൊല്ലം മുമ്പ് ചെയ്തിരുന്ന കാര്യങ്ങൾ ഇന്ന് സമൂഹത്തിൽ കുറ്റകൃത്യങ്ങളാണ്. പണ്ട് ചാരായക്കടയിൽ നിന്നു ചാരായം വാങ്ങി കഴിച്ചാൽ കുറ്റകരമല്ലായിരുന്നു. അതുപോലെ ആറ്റിൽ

നിന്നും മണൽ വാരൽ, മുൻപ് അത് കുറ്റമായിരുന്നില്ല. ഇന്ന് സ്ത്രീകൾക്കു എതിരായുള്ള കുറ്റകൃത്യങ്ങൾ എന്ന് നാം പറയുകയും പ്രത്യേകം അപഗ്രഥിക്കുകയും അന്വേഷണം നടത്തുകയും ചെയ്യുന്ന മിക്കവാറും എല്ലാ സംഗതികളും അന്ന് കുറ്റകൃത്യങ്ങളല്ലായിരുന്നു. ആധുനിക സമൂഹം ചില മൂല്യങ്ങൾ സ്വീകരിക്കുകയും ആ മൂല്യങ്ങൾക്ക് അനുസൃതമായി നിയമവ്യവസ്ഥ പരിഷ്കരിക്കുകയും ചെയ്തപ്പോൾ പുതിയ പുതിയ കുറ്റകൃത്യങ്ങൾ ഉണ്ടായിരിക്കുകയാണ്. ഇവ നിർവ്വചിക്കുമ്പോൾ പൊലീസിന്റെ അദ്ധ്വാനഭാരവും, ഒപ്പം സാമൂഹിക പ്രസക്തിയും വർദ്ധിക്കുകയാണ്. അതോടൊപ്പം സമൂഹപുരോഗതിക്കുള്ള പൊലീസ് സേനയുടെ പങ്കും വർദ്ധിക്കുകയാണ്. SC, ST Atrocities Act 1988 പ്രകാരമുള്ള കുറ്റകൃത്യങ്ങൾ മുൻപ് കുറ്റകരമല്ലായിരുന്നു. 1957 ൽ 10000 വാഹനങ്ങളുടെ സ്ഥാനത്ത് ഇന്ന് 48 ലക്ഷം വാഹനങ്ങൾ ഉണ്ട്. ഇവ നിയന്ത്രിക്കുന്ന രംഗത്ത് വലിയ വെല്ലുവിളികളാണ് ഇന്ന് ഉയർന്നുവരുന്നത്.

പത്ത് കൊല്ലം മുമ്പ് മൊബൈൽ ഫോൺ വിരളമായ വസ്തുവായിരുന്നു. ഇന്ന് മൊബൈൽ ഫോൺ മുഖാന്തിരമുള്ള കുറ്റകൃത്യങ്ങൾ വർദ്ധിച്ചിരിക്കുന്നു. ഇതിനെല്ലാം പുറമേയാണ് തീരദേശസുരക്ഷ, സെക്യൂരിറ്റി സംബന്ധിച്ചുള്ള ആകമാനവേവലാതി. കാലത്തിന്റെ പുതിയ വെല്ലുവിളികളാണ്, ഭീകരപ്രവർത്തനങ്ങൾ, സംഘടിത കുറ്റകൃത്യങ്ങൾ എന്നിവ. എവിടെയെല്ലാം നിയമവിരുദ്ധമായ പ്രവർത്തനത്തിലൂടെ ജനങ്ങളുടെ ചില സ്വകാര്യ ആവശ്യങ്ങൾ സാധിച്ചുകൊടുത്താൽ ധനസമ്പാദനം സാധിക്കുമോ, ആ മേഖലകളിലെല്ലാം സംഘടിത കുറ്റകൃത്യങ്ങളും അവ പ്രോത്സാഹിക്കുന്ന ഗുണ്ടാസംഘങ്ങളും പ്രവർത്തിക്കുകയാണ്. ഇവയെല്ലാം തന്നെ കേരള സമൂഹത്തിനും കേരളാപൊലീസിനും വളരെ വലിയ വെല്ലുവിളിയാണ് ഉയർത്തിക്കൊണ്ടിരിക്കുന്നത്. ഇതിൽ അംഗസംഖ്യയുടെ അപര്യാപ്തതയുണ്ട് എന്ന വസ്തുത അംഗീകരിക്കപ്പെടുമ്പോൾ തന്നെ അത് ഒരു കാരണമായെടുക്കാൻ നമുക്ക് കഴിയില്ല. അംഗസംഖ്യ വർദ്ധിപ്പിക്കുന്നതിനും ജനങ്ങളുടെ മെച്ചപ്പെട്ട സഹകരണം ലഭിക്കുന്നതിനുമുള്ള പ്രവർത്തനം നടത്താൻ നമുക്ക് സാധിക്കണം. നമ്മുടെ നടപടിക്രമങ്ങൾ വളരെ അധികം മെച്ചപ്പെടുത്തേണ്ടതുണ്ട്.

ഗവൺമെന്റ് ആവശ്യപ്പെട്ടത് പ്രകാരം ഒരു നവീകരണ കമ്മിറ്റി രൂപീകരിച്ചിട്ടുണ്ട്. നാല് അസോസിയേഷൻ പ്രതിനിധികളേയും ഒരു എസ് പിയേയും ഉൾപ്പെടുത്തി പൊലീസ് സ്റ്റേഷനുകളുടെ ആധുനികവല്ക്കരണം എന്തായിരിക്കണം എന്ന് പറയാൻ ഒരു കമ്മിറ്റിയെ ഞാൻ ചുമതലപ്പെടുത്തിയിരുന്നു. ബഹുമാനപ്പെട്ട ആഭ്യന്തരമന്ത്രി പറഞ്ഞത് പൊലീസ് സ്റ്റേഷനാണ് നവീകരണങ്ങളുടെ കേന്ദ്രബിന്ദു എന്നാണ്. അവിടെ ആളുകളെ സ്വീകരിക്കുന്നരീതി, പെരുമാറുന്ന രീതി, പരാതി സ്വീകരിക്കുന്ന വിധം, നടപടിക്രമങ്ങൾ, ഇരിക്കാനുള്ള ഇരിപ്പിടം ഇതൊക്കെയാണ് ആധുനികവല്ക്കരണത്തിന് വിധേയമാകേണ്ടത്. നാം

ആധുനികവല്ക്കരണം എന്ന് പലപ്പോഴും പറയുന്നത് ധാരാളം ആധുനിക ഉപകരണങ്ങൾ വാങ്ങിക്കൂട്ടുന്ന രീതി മാത്രമാണ്. അതോടൊപ്പം നമ്മുടെ മനസ്സുകളിലെ ആധുനികവൽക്കരണം നടപടിക്രമങ്ങളിലൂടെ പ്രതിഫലിക്കണം. ഇതിന്റെ ഗുണഭോക്താക്കൾ പൊതുജനങ്ങളാണ്. അത് അവർ അനുഭവിക്കുമ്പോഴാണ് യാഥാർത്ഥ്യമാകുന്നത്. ഇതിന് സഹായകമായ രീതിയിൽ ചേർന്ന് പൊലീസ് സ്റ്റേഷനിലെ പ്രവർത്തനം എങ്ങനെ ആധുനികവൽക്കരിക്കാം? എന്ന അഭിപ്രായം സർക്കാരും വകുപ്പും ആവശ്യപ്പട്ട പ്രകാരം നിങ്ങൾക്ക് നൽകാം. റിപ്പോർട്ട് കിട്ടിയാൽ മെച്ചപ്പെട്ട ആധുനിക സാങ്കേതിക വിദ്യ ആധുനികമായ രീതിയിൽ താമസിയാതെ നടപ്പാക്കാൻ നമുക്ക് സാധിക്കും.

പൊലീസ്തലത്തിലുള്ള അഴിമതി മാറിയാൽ മാത്രമേ സമൂഹത്തിലെ പൊതുവായ അഴിമതി നിർമ്മാർജ്ജന പ്രവർത്തനങ്ങൾക്കും സർക്കാരിന്റെ നേതൃത്വത്തിൽ നടക്കുന്ന അഴിമതിരഹിത പ്രവർത്തനങ്ങൾക്കും, വിശ്വാസമാർജ്ജിക്കാൻ കഴിയുള്ളൂ. പൊലീസിൽ അഴിമതി നിലനില്ക്കുമ്പോൾ മറ്റു വകുപ്പുകളിൽ അഴിമതിനിർമ്മാർജ്ജനം ചെയ്യാൻ കഴിയില്ല. പൊലീസ് 2% പേർ അഴിമതിക്കാരുണ്ടെന്നത് പോലും നമുക്ക് സ്വീകാര്യമല്ല. വരുന്ന 100 പേരിൽ 2 പേർ അഴിമതിക്ക് വിധേയരായാൽ ബാക്കി 98 പേരുടെ സത്യസന്ധമായ പ്രവൃത്തിയുടെ ഗുണം നമുക്ക് ലഭിക്കുകയില്ല. ഈ രണ്ടുപേർ നാം ചെയ്ത എല്ലാ പ്രവർത്തനങ്ങളുടെയും ഗുണഫലം ഇല്ലാതാക്കും. പൊലീസ് സ്റ്റേഷനിൽനിന്നും അഴിമതി പൂർണ്ണമായും തുടച്ചുനീക്കാൻ നമുക്ക് സാധിക്കണം. നമ്മുടെ സുഹൃത്ത് അഴിമതി കാണിച്ചാൽ നീ കാണിച്ചത് അഴിമതിയാണെന്നു ചൂണ്ടിക്കാണിക്കാനുള്ള ധൈര്യം നമുക്കുണ്ടായാൽ മാത്രമേ അഴിമതി നിർമ്മാർജ്ജനം ചെയ്യാൻ കഴിയൂ. തെറ്റു ചെയ്യുന്നവരെ സംരക്ഷിക്കണം എന്ന തെറ്റിദ്ധാരണ ഉണ്ടെങ്കിൽ അഴിമതി വളർന്നുകൊണ്ടേയിരിക്കും. അഴിമതിമൂലം പൊലീസിനെ പ്രലോഭിപ്പിക്കുവാൻ വരുന്ന ശക്തികൾ വളരെ വലുതാണ്. ഈ ശക്തിയെ ചെറുക്കാൻ നിയമവും കൂട്ടായ്മയും മാത്രം പോരാ. തിന്മയ്ക്ക് എതിരായി പോരാടാനുള്ള കഴിവ് ഓരോ പൊലീസ് സേനാംഗവും വ്യക്തി എന്ന നിലയിൽ കരസ്ഥമാക്കണം. അങ്ങനെ അഴിമതിക്കെതിരായി പോരാടുന്നവരെ സംരക്ഷിക്കാനുള്ള ബാദ്ധ്യത പൊലീസുകാരുടെ കൂട്ടായ്മ ഏറ്റെടുക്കണം. നിസ്സഹകരിക്കുന്നവരെ ഒറ്റപ്പെടുത്തുന്നതിനുള്ള നിശ്ചയദാർഢ്യവും ഉണ്ടാകണം. പൊലീസിൽ അഴിമതിയുണ്ടായാൽ തുല്യനീതി എന്ന ജനാധിപത്യസങ്കല്പം പ്രാവർത്തികമാകില്ല. അഴിമതി ഇല്ലാതായാൽ മാത്രമേ ഒരു ജനാധിപത്യ നീതിനിർവ്വഹണ സമ്പ്രദായം പൗരധർമ്മത്തിലും പൗരാവകാശത്തിലും അധിഷ്ഠിതമായി ഒരു സമൂഹത്തിൽ നടപ്പാകുകയുള്ളൂ.

ഇതോടൊപ്പം രണ്ടു കാര്യങ്ങളിൽ പൊലീസ് അസോസിയേഷൻ പ്രവർത്തകർ കൂടുതൽ സഹകരിക്കണം. നമ്മുടെ നാട്ടിൽ ഉയർന്നുവരുന്ന

രണ്ട് പ്രശ്നങ്ങളുണ്ട്. നമ്മുടെ നാട്ടിൽ കള്ളന്മാരെക്കുറിച്ചുള്ള വ്യാകുല ത വളരെ വലുതാണ്. നമ്മളെക്കുറിച്ചുള്ള വലിയ ഒരു പരാതി നമ്മൾ വേണ്ടത്രരീതിയിൽ കള്ളന്മാരെ പിടിക്കുന്നില്ല എന്നതാണ്. എനിക്ക് നിങ്ങളോട് ആവശ്യപ്പെടാനുള്ള ഒരു കാര്യം ലോക്കൽ പൊലീസിൽ ജോലിചെയ്യുന്ന ഒരാൾ ഒരു വർഷത്തിലൊരിക്കൽ ഒരു കള്ളനെയെങ്കിലും പിടിക്കണം എന്നാണ്. അങ്ങനെ നമ്മൾ കള്ളന്മാരെ പിടിച്ചാൽ കള്ളന്മാ രില്ലാത്ത കേരളം എന്ന സങ്കല്പം യാഥാർത്ഥ്യമാകും. ഈ അടുത്തകാ ലത്ത് ഒരു എ എസ് ഐ റിട്ടയർ ആയപ്പോൾ കള്ളനും പൊലീസും കളിച്ച കൊച്ചുമകൻ ചോദിച്ചു. മുത്തച്ഛൻ പൊലീസായിരുന്നപ്പോൾ എത്ര കള്ളന്മാരെ പിടിച്ചു? അപ്പോഴാണ് ഈ എ എസ് ഐ പറഞ്ഞത് "മകനേ എന്റെ സർവ്വീസിൽ ഇതുവരെയും കള്ളനെ പിടിക്കാൻ എനിക്ക് കഴി ഞ്ഞിട്ടില്ല" എന്ന്. ആ ദുര്യോഗം നമുക്ക് ഉണ്ടാകരുത്. കള്ളനെ പിടി ക്കുക എന്നത് പൊലീസിന്റെ പണിയാണ്. അത് നമ്മൾ കുട്ടികളായി കളിച്ചിട്ടുള്ള കളിയാണ്. പൊലീസിൽ ചേർന്നു കഴിഞ്ഞാൽ നമ്മൾ ഈ കളി വിസ്മരിക്കരുത്. കള്ളനെ പിടിക്കണം. കള്ളനെ പിടിക്കുന്നതിൽ എല്ലാ പൊതുപ്രവർത്തകരും മാധ്യമങ്ങളും നമ്മളോടു സഹകരിക്കും. അതിന് നമ്മളും സഹകരിക്കണം. രണ്ടാമത് സംഘടിത കുറ്റകൃത്യങ്ങ ളുടെ പ്രതിപുരുഷന്മാരായി കടന്നുവന്നിട്ടുള്ള ഗുണ്ടകളെ നിയമാനുസൃ തമായി നേരിടണം. ഗുണ്ടകൾ അടുത്തകാലത്ത് ഉണ്ടായതല്ല. ദീർഘ കാലമായി കേരളസമൂഹത്തിൽ നിലനിന്ന തെറ്റായ സാമ്പത്തികപ്രക്രി യയുടെ പ്രതിഫലനങ്ങളാണ്. നിയമവിരുദ്ധമായ ധനസമ്പാദനമാർഗ്ഗ ത്തിന്റെ പ്രതിഫലനമാണ് ഈ ഗുണ്ടാ പ്രതിഭാസം. ഈ രാജ്യത്ത് നിന്നും ഗുണ്ടാപ്രവർത്തനം പരിപൂർണ്ണമായി ഉന്മൂലനം ചെയ്യാനും നമുക്ക് സാധി ക്കണം.

പൊലീസ് നിയമം പരിഷ്കരിച്ചത് ആർക്ക് വേണ്ടി?

ഒരു പൊലീസ് ആക്ട് സൃഷ്ടിക്കപ്പെടുന്നത് പൊലീസുകാർക്ക് വേണ്ടിയല്ല. അത് ജനങ്ങൾക്ക് വേണ്ടിയാണ്. ജനങ്ങളുടെ സ്വത്തും ജീവ നും അന്തസ്സും അവകാശങ്ങളും എങ്ങനെ സംരക്ഷിക്കപ്പെടണം എന്ന് പ്രായോഗികമായി തീരുമാനിക്കപ്പെടുന്നത് പൊലീസിന്റെ പ്രവർത്തന ത്തിലൂടെയാണ്. നിയമങ്ങൾ എന്ത് അനുശാസിച്ചാലും കാര്യക്ഷമമായ പൊലീസ് പ്രവർത്തനത്തിലൂടെ മാത്രമേ ജീവനും സ്വത്തും അന്തസ്സും മനുഷ്യാവകാശങ്ങളും പ്രായോഗികമായി സംരക്ഷിക്കപ്പെടുകയുള്ളൂ. ശക്തമായ, കാര്യക്ഷമമല്ലാത്ത പൊലീസിങ് അരാജകത്വത്തിലേക്ക് വഴി തെളിക്കും. അരാജകത്വം എന്നു പറഞ്ഞാൽ ഒരു പൗരന്റെ അവകാശ ങ്ങൾക്ക് സംരക്ഷണമില്ലാത്ത അവസ്ഥയാണ്. അതുകൊണ്ട് യഥാർത്ഥ ത്തിൽ ഒരു പൊലീസ് ആക്ടിന്റെ ആവശ്യം പൊലീസിനല്ല മറിച്ച് ജന ങ്ങൾക്കാണ്. ആ തിരിച്ചറിവിൽ നിന്നാണ് പൊലീസ് ആക്ട് പരിഷ്കരി ച്ചത്.

പുതിയ പൊലീസ് നിയമം ഉണ്ടാക്കിയതിനെക്കുറിച്ച് ചിന്തിക്കു മ്പോൾ മുൻപുണ്ടായിരുന്ന പൊലീസ് ആക്ട് എങ്ങനെയുണ്ടായി എന്ന് പരിശോധിക്കപ്പെടേണ്ടതാണ്. ഇന്ത്യയിൽ നിലനിന്നിരുന്ന പൊലീസ് നിയമം ജനങ്ങൾക്ക് വേണ്ടി സൃഷ്ടിക്കപ്പെട്ട ഒരു പൊലീസ് നിയമമല്ല. ഭാരതത്തിന് സ്വാതന്ത്ര്യംകിട്ടിയശേഷം പത്ത് അറുപത് വർഷങ്ങളായി ഇന്ത്യയിലെ പൊലീസ് സംവിധാനത്തെക്കുറിച്ച് പഠിച്ചിട്ടുള്ള തദ്ദേശീയ രായാലും വിദേശീയരായാലും നിയമവിദഗ്ദ്ധരായാലും പൊലീസ് മേധാ വികളായാലും സാമൂഹിക പരിഷ്കർത്താക്കളായാലും അവരൊക്കെ ഐക്യകണ്ഠേന അഭിപ്രായപ്പെട്ടിട്ടുള്ളത് പൊലീസ് നിയമം പരിഷ്കരി ക്കണമെന്നാണ്.

ഇന്ത്യയിൽ ഒരു പൊലീസ് നിയമം വന്നത് 1861 ലാണ്. സംസ്ഥാന പുനഃസംഘടനയ്ക്ക് ശേഷം എല്ലാ സംസ്ഥാനങ്ങളും പുതിയ പൊലീസ് നിയമം കൊണ്ടുവന്നെങ്കിലും അതെല്ലാം തന്നെ 1861 ലെ പൊലീസ് നിയമത്തിലെ ചില വാക്കുകൾ മാത്രം മാറ്റി പരിഷ്കരിച്ചതാണ്. 2011 വരെ പഴയ പൊലീസ് ആക്ട് ആണ് നിലവിലുണ്ടായിരുന്നത്. 1861 ലെ പൊലീസ് ആക്ട് ഉണ്ടായത് അതിനുമുൻപ് ബ്രിട്ടീഷുകാർ ഏർപ്പെടുത്തിയ പൊലീസ് സംവിധാനം പരിഷ്കരിക്കുന്നതിലൂടെയാണ്. 1757 നും 1858 നും ഇടയ്ക്ക് ബ്രിട്ടീഷ് ഈസ്റ്റ്ഇന്ത്യാ കമ്പനി ബ്രിട്ടീഷ് ഭരണ പ്രദേശങ്ങളിൽ നടപ്പാക്കിയ പൊലീസ് സംവിധാനമായിരുന്നു നിലവിൽ ഉണ്ടായിരുന്നത്. യഥാർത്ഥത്തിൽ ഇവിടത്തെ പൊലീസ് സംവിധാനം രൂപപ്പെടുത്തിയത് ഏതെങ്കിലും തരത്തിലുള്ള ഒരു ദേശീയ ഭരണകൂടം അല്ല; ഒരു കമ്പനിയുടെ ഡയറക്ടർ ബോർഡാണ് ഇന്ത്യയിലെ പൊലീസ് സംവിധാനം ഉണ്ടാക്കിയത്. ഈസ്റ്റ്-ഇന്ത്യാ കമ്പനിയെന്ന ഒരു ട്രേഡിങ് കമ്പനിയുടെ ഡയറക്ടർ ബോർഡാണ് 1757 മുതൽ 1858 വരെ ഇന്ത്യയിലെ മഹാഭൂരിപക്ഷം പ്രദേശത്തും കേരളത്തിലെ മലബാറിലും പൊലീസിന്റെ നടപടി ക്രമങ്ങൾ നടപ്പിലാക്കിയത്. അതിൽനിന്ന് ഒരു മാറ്റം ഉണ്ടാക്കി എടുക്കുന്നതിനാണ് 1861 ൽ ഒരു പൊലീസ്ആക്ട് കൊണ്ടുവന്നത്. ബ്രിട്ടീഷ് കമ്പനി നിർവ്വഹിച്ചുകൊണ്ടിരുന്ന ജോലി ബ്രിട്ടീഷ്‌രാജ്ഞി ഏറ്റെടുത്തപ്പോൾ ബ്രിട്ടീഷ് രാജ്ഞിയുടെ കീഴിലുള്ള വൈസ്രോയി അത് എങ്ങനെ നടത്തണം എന്നുള്ള തീരുമാനമായിരുന്നു. 1861 ലെ പൊലീസ് ആക്ട്. പ്ലാസിയുദ്ധത്തിൽ ചതിയിലൂടെ ജയിച്ചശേഷം ബംഗാളിലെ രണ്ട് പ്രവിശ്യകളിലെ ഭരണഭാരം, എന്നു പറഞ്ഞാൽ നികുതിപിരിക്കാനുള്ള അധികാരം, ഇംഗ്ലീഷ് ഈസ്റ്റ് ഇന്ത്യാക്കമ്പനിക്ക് കിട്ടിയപ്പോഴാണ് അവർ പൊലീസിങ്ങിനെക്കുറിച്ച് ചിന്തിച്ചത്. എങ്ങനെ നാട്ടുകാരുടെ എതിർപ്പുകളെ അവഗണിച്ച് നികുതി പിരിക്കാം എന്നുള്ളതായിരുന്നു അവരുടെ മുൻപിലുള്ള പ്രധാനപ്രശ്നം. അതിന് ഏത് സംവിധാനമാണ് വേണ്ടതെന്ന് ആലോചിച്ച് തീരുമാനിച്ചു. ആ രണ്ട് ജില്ലകൾക്കു വേണ്ടിയാണ് പൊലീസ് സംവിധാനം ഉണ്ടാക്കിയത്. കമ്പനിപട്ടാളം തന്നെയായിരുന്നു പൊലീസിന്റെ ജോലികളും നോക്കിയിരുന്നത്. അതുകൊണ്ട് ബ്രിട്ടീഷ്‌രാജ്ഞി ഇന്ത്യൻ പൊലീസ്കമ്മീഷൻ എന്ന ഒരു കമ്മീഷനെ 1860 ൽ നിയമിച്ചു. ആ കമ്മീഷന്റെ മുൻപിലുണ്ടായിരുന്ന പ്രധാനപ്പെട്ട ചോദ്യം എങ്ങനെ കമ്പനിപ്പട്ടാളം നിർവ്വഹിച്ചിരുന്ന ജോലി വലിയ ചെലവില്ലാതെ തുടർന്ന് നടത്തിയെടുക്കാം എന്നുള്ളതിനെക്കുറിച്ചായിരുന്നു. ആദ്യത്തെ പൊലീസ് കമ്മീഷൻ റിപ്പോർട്ട് വായിക്കുമ്പോൾ അത് ഇന്ത്യയിലെ ജനങ്ങളുടെ സാമൂഹിക പ്രശ്നങ്ങളുടെ അപഗ്രഥനമല്ല, മറിച്ച് വരവുചെലവു കണക്കുകളുടെ അപഗ്രഥനമാണ് അതിൽ നടത്തിയിരിക്കുന്നത് എന്ന് കാണാം.

ഇങ്ങനെ ആയാൽ ഇത്ര ചെലവ്, ഏതാണ് ലാഭം എന്നുള്ള രീതിയിലുള്ള ഒരു വിശകലനമാണ് 1860 ലെ പൊലീസ് കമ്മീഷൻ നടത്തി

യത്. അവർ നൽകിയ നിർദ്ദേശങ്ങളുടെ അടിസ്ഥാനത്തിലാണ് ഇന്ത്യയിൽ ഒരു പൊലീസ് സംവിധാനം 1861 ലെ ഇന്ത്യൻ പൊലീസ്ആക്ട് പ്രകാരം നടപ്പിലാക്കിയത്.

1861 ലെ പൊലീസ് ആക്ട് ഇന്ത്യയിൽ നടപ്പിലാക്കുന്ന സമയത്ത് ബ്രിട്ടീഷുകാർക്ക് വളരെ നല്ല വേറൊരു പൊലീസ് സംവിധാനം ഉണ്ടായിരുന്നു എന്നും നാം മനസ്സിലാക്കേണ്ടതുണ്ട്. 1829 ലെ ലണ്ടൻ മൊട്രോ പൊലീസ്ബിൽ അനുസരിച്ച് 1930 ൽ സർ റോബർട്ട്പീൽ എന്ന ഹോം സെക്രട്ടറി മെട്രോപൊലീസ് സംവിധാനം ലണ്ടനിൽ ഏർപ്പെടുത്തിയിരുന്നു. അത് ആ കാലഘട്ടത്തിൽ മനുഷ്യസംസ്കാരം അതുവരെ കണ്ടുപിടിച്ച ഏറ്റവും ഉന്നതമായ പൊലീസ് ശൈലിയിലാണ് സംഘടിപ്പിക്കപ്പെട്ടത്. അത് ഇന്നും തുടരുകയാണ്. ലണ്ടൻ മെട്രോപൊലീസ് ആണ് ലോകത്തിലെ ഏറ്റുവും മികച്ച പൊലീസായി ഇന്നും പരിഗണിക്കപ്പെടുന്നത്. പൊതുജനങ്ങളുടെ നല്ല അഭിപ്രായത്തിന് ഊന്നൽ നൽകിക്കൊണ്ട് പൊതുജനസേവനത്തിലും പൊതുജനങ്ങളോടുള്ള പെരുമാറ്റത്തിലും, പൊതുജനങ്ങളോടുള്ള പങ്കാളിത്തത്തിലും, പൊതുജനങ്ങളിൽ നല്ല അഭിപ്രായം ഉണ്ടാക്കുന്നതിലും ഊന്നൽനൽകിക്കൊണ്ട് രൂപപ്പെടുത്തിയ പൊലീസ് സംവിധാനമായിരുന്നു. ലണ്ടൻ മെട്രൊപൊലീസിന്റെ മോഡൽ മനഃപൂർവ്വം സ്വീകരിക്കാതെ (അന്ന് നാഷണൽ പൊലീസ് കമ്മീഷനിൽ ഉണ്ടായിരുന്ന എല്ലാവരും ലണ്ടനിൽ ജീവിച്ചവരാണ്. ലണ്ടനിലെ പൊലീസ് സംവിധാനത്തെക്കുറിച്ച് അറിയാവുന്നവരുമായിരുന്നു.) അതിൽ നിന്നു തികച്ചും വ്യത്യസ്തമായ ഒരു പൊലീസ് സംവിധാനം അവർ ഇന്ത്യയിൽ ഏർപ്പെടുത്തി. ഇവിടെ നടപ്പിലാക്കിയ പൊലീസ് സംവിധാനം ലണ്ടനിലെ പൊലീസ് സംവിധാനത്തിന്റെ പകർപ്പായിരുന്നില്ല. സ്വാതന്ത്ര്യം അനുഭവിക്കുന്ന, പൗരാവകാശമുള്ള, ജനാധിപത്യത്തിൽ ജീവിക്കുന്ന ഒരു ജനസമൂഹത്തിന് യുക്തമായ പൊലീസ് സേനയാണ് അവർ ഇംഗ്ലണ്ടിൽ ഉണ്ടാക്കിയത്. അതേസമയം അവർ അടിച്ചമർത്തി ഭരിച്ചിരുന്ന അയർലണ്ടിൽ ഒരു പൊലീസ് സംവിധാനം ഏർപ്പെടുത്തിയിരുന്നു. ഐറീഷ് ആംഡ്കോൺസ്റ്റാബുലറി നിയമം ആയിരുന്നു അത്.

1860 ൽ ഇന്ത്യയിൽ ഒരു പൊലീസ് സംവിധാനം ഉണ്ടാക്കുന്നതിനെക്കുറിച്ച് ആലോചിച്ചപ്പോൾ അവർക്ക് രണ്ട് മോഡലുകളുണ്ടായിരുന്നു. ഒന്ന് ലണ്ടൻ മെട്രോപൊലീസ്. മറ്റേത് ഐറീഷ് ആംഡ് കോൺസ്റ്റാബുലറി. ഇന്ത്യക്കാരെ നിയന്ത്രിക്കുന്നതിലും ബ്രിട്ടീഷുകാരുടെ അധികാരം ഇന്ത്യയിൽ നിലനിർത്തുന്നതിനും അതിന് അവർക്ക് നികുതി പിരിവ് തടസ്സമില്ലാതെ നടത്തുന്നതിനും അത്യാവശ്യം ക്രമസമാധാനം പാലിക്കുന്നതിനുമായി ഐറീഷ് ആംഡ് കോൺസ്റ്റാബുലറി മോഡലിൽ ഒരു പൊലീസ് സംവിധാനം അവർ ഏർപ്പെടുത്തി. അതാണ് 1861 ലെ പൊലീസ് ആക്ട്. അത് കാര്യക്ഷമമല്ല എന്ന അഭിപ്രായം നമുക്കാർക്കുമില്ല. എന്ത് ഉദ്ദേശ്യത്തിന് വേണ്ടിയാണോ, അവർ ഈ നിയമം ഉണ്ടാക്കിയത് അത് ഭംഗിയായി നിർവ്വഹിക്കപ്പെട്ടു. ഇന്ത്യയിലെ ജനങ്ങളുടെ

സ്വാതന്ത്ര്യം അടിച്ചമർത്തുന്നതിൽ; ക്രമസമാധാന പ്രശ്നങ്ങളിൽ ഇട പെടുത്തുന്നതിൽ; ഇന്ത്യൻ ജനതയെ നിയന്ത്രിക്കുന്നതിൽ, ലഹളകൾ നിയന്ത്രിക്കുന്നതിൽ അവർ ഇന്ത്യൻ പൊലീസിനെ കാര്യക്ഷമമായി, വിജയകരമായി ഉപയോഗിച്ചു. അതുകൊണ്ട് തന്നെയാണ് ബ്രിട്ടീഷ് പൊലീസിന്റെ മഹത്വം ഇപ്പോഴും ചില ആളുകൾ പറയുന്നത്. "അന്നത്തെകാലം അങ്ങനെയായിരുന്നു! പൊലീസിനെ കണ്ടാൽ എല്ലാവരും എഴുന്നേല്ക്കുമായിരുന്നു! എന്തൊരു ബഹുമാനമായിരുന്നു" എന്നൊക്കെ പറയുന്നത് ബ്രിട്ടീഷുകാർ പൊലീസിനെ എന്ത് കാര്യത്തിന് നിയോഗിച്ചോ ആ കാര്യം ആ പൊലീസ് ആ ആക്ട് പ്രകാരം ഭംഗിയായി നിർവ്വഹിച്ചു എന്നുള്ളതുകൊണ്ടാണ്.

1861 മുതൽ 1947 വരെ പൊലീസുകാർക്ക് ജനങ്ങൾക്ക് സെക്യൂരിറ്റി കൊടുത്താൽ മതിയായിരുന്നു. Protection of Life, Protection of Property എന്നിവയായിരുന്നു പൊലീസിന്റെ ജോലി. Protection of Freedom ഉണ്ടായിരുന്നില്ല. പൊലീസിന്റെ ജോലി "സ്വാതന്ത്ര്യസംരക്ഷണം" എന്നുള്ളതായിരുന്നില്ല. മറിച്ച് സ്വാതന്ത്ര്യം ഇല്ലാതാക്കുക എന്നുള്ളതായിരുന്നു. സംരക്ഷിക്കുക എന്നതിന്റെ അന്നത്തെ അർത്ഥം "ഞാൻ പറയുന്നത് കേട്ട് അതുപോലെ ജീവിച്ചാൽ ഞാൻ നിന്നെ സംരക്ഷിക്കാം" എന്നുള്ളതാണ്. ഇതായിരുന്നു 1861 മുതൽ 1947 വരെയുള്ള കാഴ്ചപ്പാട്. സ്വാതന്ത്ര്യമില്ലാത്ത അവസ്ഥ എന്ന് പറയുന്നത് ജയിലിൽ കിടക്കുന്ന ഒരു മനുഷ്യന്റെ സംരക്ഷണം പോലെയാണ്. അതാണ് അന്നു വരെയുണ്ടായത്. 1947 ന് ശേഷം സ്വതന്ത്രമായ രാഷ്ട്രീയകക്ഷികൾ, സ്വതന്ത്രമായ കോടതികൾ, പൗരാവകാശം നല്കുന്ന നിരവധി അവകാശങ്ങൾ എന്നിവ പൗരന് ലഭിച്ചു. തിരഞ്ഞെടുപ്പ് വന്നു, സർക്കാരുകൾ മാറി മാറി വന്നു. നിരവധി ജനാധിപത്യമൂല്യങ്ങളും ജനാധിപത്യപ്രസ്ഥാനങ്ങളും സംവിധാനങ്ങളും നിലവിൽ വന്നു. 1861 മുതൽ 1947 വരെ നിലവിലുണ്ടായിരുന്ന പൊലീസ് ഘടനകൾക്ക് അത്തരം സംവിധാനങ്ങളുമായി പൊരുത്തപ്പെടേണ്ട കാര്യമുണ്ടായിരുന്നില്ല.

1947 ന് ശേഷം നമുക്ക് വന്നു ചേർന്ന പ്രധാന ചുമതല 'സെക്യൂരിറ്റി വിത്ത് ഫ്രീഡം' എന്നത് പ്രദാനം ചെയ്യുക എന്നതാണ്. എന്നാൽ അതിന് അനുസൃതമായി 1861 ലെ ആക്ട് ഒരിക്കലും പരിഷ്കരിക്കപ്പെട്ടില്ല. ഇത് രണ്ടും വിഭിന്നങ്ങളായ സങ്കൽപ്പങ്ങളാണെന്നത് പകൽ പോലെ വ്യക്തമാണ്. എന്നാലും അക്കാര്യം അറിഞ്ഞില്ല എന്ന് നമ്മൾ പലപ്പോഴും നടിച്ചു. അതിന്റെ ഫലമായി സമൂഹത്തിൽ സ്വാതന്ത്ര്യം അടിച്ചമർത്താനുദ്ദേശിച്ച് വാർത്തെടുത്ത ഒരു ജോലി സംവിധാനത്തെ സ്വാതന്ത്ര്യത്തിന്റെ പരിരക്ഷയ്ക്കുവേണ്ടി ഉപയോഗിക്കുമ്പോൾ ഉണ്ടാകുന്ന സ്വാഭാവിക വൈരുദ്ധ്യങ്ങൾ പൊലീസിന് എതിരായുള്ള വിമർശനങ്ങളായി; പൊലീസിന്റെ അപര്യാപ്തതയായി; കൊള്ളരുതായ്മയായി; ഭരണസംവിധാനത്തിന്റെ കഴിവുകേടായി; ഭരണസംവിധാനത്തിന്റെ ജനവിരുദ്ധതയായി ഒക്കെ ചിത്രീകരിക്കപ്പെട്ടു. ഇതാണ് ഇന്ത്യയിൽ ഇപ്പോൾ

നടന്നുകൊണ്ടിരിക്കുന്നത്.

ഒരു ജനതയുടെ സാമൂഹ്യ ജീവിതത്തെ അടിസ്ഥാനപരമായി സ്വാധീനിക്കുന്ന ഒരു വിഭാഗമാണ് പൊലീസ്. ഒരു ഭരണകൂടം അതിന്റെ കീഴിൽ അധിവസിക്കുന്ന പൗരജനങ്ങൾക്ക് നൽകുന്ന പ്രധാനപ്പെട്ട സംരക്ഷണമാണ് പൊലീസ് സംരക്ഷണം. ആ പ്രാഥമിക ദൗത്യം നിർവ്വഹിക്കുന്ന പൊലീസിന്റെ അടിസ്ഥാനഘടനയിൽ ഉണ്ടായിരുന്ന വൈരുദ്ധ്യം പലപ്പോഴും രൂക്ഷമായ വിമർശനങ്ങളായി പരിണമിച്ചു. അതുകൊണ്ട് തന്നെയാണ് ഇന്ത്യയിൽ ഒരു പുതിയ പൊലീസ് ആക്ട് ഉണ്ടാകേണ്ടത്. ഈ മാറിയ രാഷ്ട്രീയ-സാമൂഹിക സാഹചര്യങ്ങളിൽ സ്വാതന്ത്ര്യത്തെക്കുറിച്ചുള്ള പുതിയ കാഴ്പ്പാടിൽ എങ്ങനെ ഒരു പൊലീസ് സേന പ്രവർത്തിക്കണം എന്ന് ജനങ്ങളും രാഷ്ട്രീയ നേതാക്കന്മാരും പണ്ഡിതന്മാരും, പത്രങ്ങളും എല്ലാവരും ചർച്ച ചെയ്ത് തീരുമാനിച്ചായിരിക്കണം ആ പുതിയ പൊലീസ് നിയമം വാർത്തെടുക്കേണ്ടതും നടപ്പാക്കേണ്ടതും.

സൈബർ ഹൈവേയിലെ
കള്ളനും പൊലീസും

പട്ടാളക്കാരായ മക്കളെഴുതിയ കത്തുമായി നാട്ടുകാരിൽ ചിലർ എന്റെ അച്ഛനെ കാണാൻ വരുമായിരുന്നു "പുന്നൂച്ചാ ഇതൊന്നു വായിച്ചുതരണം."

അച്ഛൻ താൽപ്പര്യത്തോടെ കത്തു പൊട്ടിച്ച് വായിച്ചു കേൾപ്പിക്കും. ചിലപ്പോൾ മറുപടിയും എഴുതിക്കൊടുക്കും. ആ സമയത്ത് അവരുടെ മുഖത്ത് പരക്കുന്ന സന്തോഷം ഇന്നും എന്റെ മനസ്സിൽ തെളിയുന്നു.

വർഷങ്ങൾക്കുമുമ്പ് ഇവരെ നിരക്ഷരർ എന്നു വിളിച്ചിരുന്നു. ഇന്നു പക്ഷേ, ഇത്തരം നിരക്ഷരർ ഇല്ല. എന്നാൽ എത്ര ഉയർന്ന ബിരുദമുള്ള യാളായാലും കമ്പ്യൂട്ടറിൽ ഒരു കത്തെഴുതാനോ അത് ഇ-മെയിൽ പെട്ടി യിലിടാനോ കിട്ടിയ ഇ-മെയിൽ തുറന്നുവായിക്കാനോ അറിയാത്ത ആൾ ഇന്ന് നിരക്ഷരനാണ്. സാങ്കേതികവിദ്യയുടെ പുരോഗതിയിൽ വിദ്യാഭ്യാ സമുള്ളവനും അങ്ങനെ നിരക്ഷരനായി!

ഞാനും നാൽപ്പത്തിരണ്ടു വയസ്സുവരെ ആ അർത്ഥത്തിൽ നിരക്ഷ രനായിരുന്നു. പക്ഷേ, പതിറ്റാണ്ടിലേറെയായി ഞാൻ കമ്പ്യൂട്ടറിന്റെ സഹ ചാരിയാണ്. ജോലിയുമായി ബന്ധപ്പെട്ട് ഞാൻ എഴുതിയ എല്ലാ റിപ്പോർട്ടുകളും എന്റെ ലാപ്ടോപ്പിലുണ്ട്. ഒരു ക്ലിക്കിൽ എനിക്ക് റഫർ ചെയ്യാം. ഫയൽ മറിക്കാനും പൊടിതുടയ്ക്കാനും ഒന്നും പോകേണ്ട.

അങ്ങനെ കമ്പ്യൂട്ടർ നിത്യജീവിതത്തിന്റെ ഭാഗമായി അതിവേഗം മാറുമ്പോൾ തന്നെ കമ്പ്യൂട്ടർ ഉപയോഗിച്ചുള്ള കുറ്റകൃത്യങ്ങളും പൊതു സമൂഹത്തിൽ വളരുന്നു. ഇവയെ പൊതുവെ 'സൈബർ ക്രൈം' എന്നു വിശേഷിപ്പിച്ചുകാണാറുണ്ട്. എന്നാൽ, കമ്പ്യൂട്ടർ കുറ്റം നടത്താനുള്ള ഉപ കരണം (ടൂൾ) മാത്രമാകുമ്പോൾ അതിനെ പൂർണ്ണമായി സൈബർ കുറ്റ കൃത്യം എന്നു വിളിക്കാനാവില്ല. ഉദാഹരണം ഇ-മെയിൽ ഭീഷണി.

ഒരു ഭീഷണി ഇ-മെയിൽ വഴി അയക്കുക മാത്രമാണിവിടെ ഉണ്ടായിരിക്കുന്നത്. പണ്ടൊക്കെ ഭീഷണി മുഖാമുഖവും പിന്നീട് ആളെ വിട്ടുമൊക്കെയായിരുന്നു. അതു കഴിഞ്ഞ് കത്തായും ഫോണായുമൊക്കെ വേഷം മാറി. ഇവിടെ ഇ-മെയിൽ അല്ല വിഷയം, ഭീഷണിയാണ്. ഭീഷണി എന്ന ആശയം ആരുടെയോ തലയിൽ ഉദിച്ചതാണ്. അത് കമ്പ്യൂട്ടർ 'കണ്ടന്റ്' അല്ല. അതുകൊണ്ടുതന്നെ ഇ-മെയിൽ ഭീഷണി എന്നത് സൈബർ ക്രൈം എന്ന വിവക്ഷയിൽ പൂർണ്ണമായി വരുന്നില്ല. ഒരാൾ ലാപ്ടോപ്പ് മോഷ്ടിച്ചാൽ, അത് കമ്പ്യൂട്ടർ ക്രൈം ആകില്ലല്ലോ? കാറിൽ പോയി അക്രമം നടത്തിയാൽ 'കാർ ക്രൈം' എന്നും വിശേഷിപ്പിക്കാനാവുമോ?

കുറ്റവാളിക്ക് കമ്പ്യൂട്ടർ ഒരു 'ടാർഗറ്റ്' ആകുമ്പോഴാണ് യഥാർത്ഥത്തിൽ സൈബർ ക്രൈം ആയി മാറുന്നത്. ലക്ഷ്യത്തിലുള്ള ഒരു കമ്പ്യൂട്ടറോ ശൃംഖലയോ മറ്റൊരു കമ്പ്യൂട്ടർ ഉപയോഗിച്ച് തകർക്കുന്നതാണ് ഈ അവസ്ഥ. തകർക്കുക എന്നു പറയുമ്പോൾ പ്രവർത്തനരഹിതമാക്കുക എന്നു മാത്രമല്ല അർത്ഥം. യഥാർത്ഥ ഉടമ അറിയാതെ ആ കമ്പ്യൂട്ടറിന്റെ ഇടപാടു മുഴുവൻ മറ്റൊരാൾ ഒളിഞ്ഞിരുന്ന് അട്ടിമറി നടത്തുക എന്ന അർത്ഥവുമുണ്ട്.

ഈ രീതിയിൽ സൈബർക്രൈം ഇന്ത്യയിൽ ആരംഭിച്ചിട്ടില്ല. അത്തരം സാഹചര്യമുണ്ടാകണമെങ്കിൽ ആദ്യം സൈബർ സമൂഹം ഉണ്ടാകണം. അതായത് വളരെയധികം ജനങ്ങൾ സകലകാര്യങ്ങളും കമ്പ്യൂട്ടറിലൂടെ നിർവ്വഹിക്കുന്ന അവസ്ഥ ഉണ്ടാകണം അത്തരമൊരു സമൂഹം വളർന്നു വരാൻ അധികകാലമൊന്നും വേണ്ട. പ്രത്യേകിച്ച് കേരളത്തിൽ. ഇന്ത്യയുടെ സൈബർസിറ്റി ബാംഗ്ലൂരും ഹൈദരാബാദും ഒക്കെയാണെങ്കിലും കർണ്ണാടകയിലോ ആന്ധ്രയിലോ ഒന്നും സാധാരണ ജനങ്ങളിലേക്ക് കമ്പ്യൂട്ടർ എത്തിയിട്ടില്ല. കേരളത്തിലാകട്ടെ കൊച്ചുമകന് ഇ-മെയിൽ അയക്കാൻ പഠിപ്പിക്കുന്ന മുത്തച്ഛന്മാരെ കാണം. ശബരിമലയുടെ അടിവാരത്ത് ചാലക്കയത്തെ വനമേഖലയിലെ വീട്ടിലും കാണും കമ്പ്യൂട്ടർ!

ഇത്തരമൊരു സൈബർ സമൂഹത്തിൽ ഉണ്ടാവുന്ന കുറ്റകൃത്യങ്ങളെപ്പറ്റി ഇനി പറയാം. 1. ഇ-മെയിൽ ബോംബിങ് 2. സലാമി അറ്റാക്ക് 3. ലോജിക്ക് ബോംബ് 4. ഡാറ്റ ഡിഡ്ലിങ് 5. ഇന്റർനെറ്റ് ടൈം തെഫ്റ്റ് 6. വൈറസ്സ് അറ്റാക്ക് 7. ട്രോജൻ അറ്റാക്ക് 8. ഇ-മെയിൽ സ്പൂഫിങ്.

ഇപ്പറഞ്ഞ കുറ്റകൃത്യങ്ങൾ വികസിതസമൂഹത്തിൽ വ്യാപകമായിക്കൊണ്ടിരിക്കുന്നവയാണ്. ഇവയിൽ ഏറ്റവും വലിയ ഭീഷണികളിലൊന്നാണ് സലാമി അറ്റാക്ക്. സാമ്പത്തിക കുറ്റകൃത്യമാണിത്. ബാങ്കിങ് മേഖലയാണ് ഇത്തരം കുറ്റവാളികളുടെ പ്രധാന താവളം. ഒരാൾ ബാങ്കിൽ പത്തുലക്ഷം രൂപ 7% പലിശയ്ക്ക് നിക്ഷേപിച്ചു എന്നിരിക്കട്ടെ. ഓരോ മാസവും പലിശയിനത്തിൽ ഒരു വലിയ തുക കിട്ടുന്നു. പലിശത്തുകയുടെ അവസാനത്തെ ഫിഗർ രണ്ട് രൂപ പതിമൂന്നു പൈസയാണെന്നിരിക്കട്ടെ. ആ രൂപയും പൈസയുമൊന്നും ആരും ശ്രദ്ധിക്കില്ല.

അഥവാ പതിമൂന്നു പൈസനീട്ടിയാൽ വേണ്ടെന്നുതന്നെപറയും. സാധാരണയായി കമ്പ്യൂട്ടറിൽ തുകയൊക്കെ 'റൗണ്ട് ഫിഗറാ'ക്കുന്ന ഇടപാടുമുണ്ട്. അപ്പോൾ പലിശയിലെ പതിമൂന്നു പൈസ ഇല്ലാതാകും. ഇവിടെയാണ് സലാമി ആക്രമണകാരികൾ ബുദ്ധിപൂർവ്വം ഇടപെടുന്നത്. ഈ പതിമൂന്നു പൈസ ഒരു പ്രത്യേക അക്കൗണ്ടിൽ നിക്ഷേപിക്കാൻ കമ്പ്യൂട്ടറിനോട് നിർദ്ദേശിക്കുന്ന ഒരു പ്രോഗ്രാം ഉണ്ടാക്കുന്നു. ബാങ്കിലെ കമ്പ്യൂട്ടറിന് അറിയില്ലല്ലോ പതിമൂന്നു പൈസ എവിടെ മാറി നിക്ഷേപിക്കണമെന്ന്. ബാങ്കിലെതന്നെ ഒരു ജീവനക്കാരനാകും പ്രോഗ്രാമിലൂടെ ഈ നിർദ്ദേശം നൽകുന്നത്. നിർദ്ദേശിക്കപ്പെട്ട അക്കൗണ്ടിലേക്ക് പലിശയിനത്തിലെ പതിമൂന്നു പൈസ വീണുകൊണ്ടിരിക്കും. പതിമൂന്നു പൈസ വലിയകാര്യമാണോ എന്ന് ചോദിക്കാം. ഒരുലക്ഷം അക്കൗണ്ടിൽനിന്ന് ഒരു പൈസ വീതം വീണുകിട്ടിയാലും ഒരു ലക്ഷം പൈസയായി. അതായത്, ആയിരം രൂപ! വർഷമാകുമ്പോൾ 12,000 രൂപ. പത്തുകൊല്ലമാകുമ്പോൾ തുക എത്രയായി എന്ന് കണക്കുക്കൂട്ടി നോക്കുക. ഇതാണ് സലാമി അറ്റാക്ക്. നിർദ്ദോഷമായ ഇടപാടാണെന്ന് തോന്നാം. എന്നാൽ ഏറ്റവും വലിയ സാമ്പത്തിക കുറ്റകൃത്യമായി ഇത് വികസിതസമൂഹത്തിൽ വളരുകയാണ്.

ബാങ്കിൽ മാത്രമല്ല, വലിയ വ്യാപാരസ്ഥാപനങ്ങളിലും സംഭവിക്കാം. 3.134 രൂപ 70 പൈസയുടെ പർച്ചേസ് ബിൽ റൗണ്ട് ഫിഗറാക്കി 3135 രൂപയാക്കുന്നു. നമ്മൾ അധികം കൊടുത്ത മുപ്പതുപൈസ ആർക്കാണ് കിട്ടുക? കടയുടമയ്ക്കോ കമ്പ്യൂട്ടറിനു മുന്നിലിരിക്കുന്ന ക്ലാർക്കിനോ?

സലാമി അറ്റാക്കിലൂടെ ലക്ഷാധിപതിയായ ഒരാളുടെ കഥ ഈയിടെ പുറത്തുവന്നിരുന്നു. ആ അക്കൗണ്ട് ഉടമയെ ബാങ്ക് മാനേജർ കണ്ടതായി ഓർക്കുന്നില്ല. അയാൾ പണം ഡെപ്പോസിറ്റ് ചെയ്തതായും രേഖകളില്ല. പക്ഷേ, സ്വന്തം അക്കൗണ്ടിൽ തുക കൂടിക്കൊണ്ടേയിരുന്നു....

ഇന്ത്യയിൽ ഇത്തരമൊരു സ്ഥിതിവിശേഷം ഉണ്ടായതായി റിപ്പോർട്ടില്ല. എന്നാൽ വൈകാതെ സലാമി ആക്രമണം വാർത്തയാകും.

ഇനി ഭീഷണിയായി വളരുന്ന മറ്റൊരു സൈബർ ക്രൈം ട്രോജൻ അറ്റാക്ക് ആണ്. നമ്മുടെ കമ്പ്യൂട്ടറിലെ പ്രോഗാമിനുള്ളിൽ മറ്റൊരു പ്രോഗ്രാം ഒളിഞ്ഞിരിക്കുന്ന അവസ്ഥയാണിത്. നാം കമ്പ്യൂട്ടർ തുറന്നാലുടൻ നാമറിയാതെ ആ പ്രോഗ്രാം പ്രവർത്തിച്ചുതുടങ്ങും. ഒരു ചാരനായിക്കഴിയുന്ന ആ പ്രോഗ്രാം വിവരങ്ങൾ അജ്ഞാതന് കൈമാറിക്കൊണ്ടിരിക്കും.

ലോജിക്ക് ബോംബിങ്ങാണ് മറ്റൊരു വില്ലൻ. ഒക്ടോബർ 31-ന് ഇന്ദിരാഗാന്ധി കൊല്ലപ്പെട്ടു എന്ന് നിങ്ങൾ കമ്പ്യൂട്ടറിൽ എഴുതി സൂക്ഷിച്ചു എന്നിരിക്കട്ടെ. ഇതിലെ 'ഇന്ദിര' എന്ന വാക്ക് അട്ടിമറിക്കാൻ നോക്കിവയ്ക്കുന്നു. നമ്മുടെ കമ്പ്യൂട്ടറിലെ പ്രോഗ്രാം ഈ വാക്കുമായി ബന്ധപ്പെടുത്തി അയാൾ തിരുത്തുന്നു. അതായത് മറ്റ് ഏതു കമ്പ്യൂട്ടറിലും ഇന്ദിര എന്ന വാക്ക് തെളിഞ്ഞാലുടൻ ഈ കമ്പ്യൂട്ടർ തകൃതിയായി പ്രവർത്തി

ക്കും. അതോടെ സിസ്റ്റം തകരും. സംഭവങ്ങളെ ആശ്രയിച്ചുള്ള ഒരു പ്രോഗ്രാമാണ് ലോജിക്ക് ബോംബിങ്. ഇതിലെ വൈറസ് കമ്പ്യൂട്ടർ സിസ്റ്റത്തിൽ ഉറങ്ങിക്കിടക്കും. പ്രത്യേക വാക്കോ സന്ദർഭമോ വന്നാലുടൻ അത് പ്രവർത്തിച്ച് അപ്പാടെ തകരാറുകളുണ്ടാക്കും.

അതുപോലെ ഇ-മെയിൽ ബോംബിങ്ങുമുണ്ട്. തുടർച്ചയായി ഇ-മെയിൽ അയക്കുന്ന ഒരു പ്രോഗ്രാമാണിത്. ബൈറ്റ്സ് കൂടിയ ഈ-മെയിലുകൾ തുടർച്ചയായി ഒരു കമ്പ്യൂട്ടറിലേക്ക് അയച്ച് അതു തകർക്കുന്ന ഗൂഢപദ്ധതിയാണിത്. പ്രധാനപ്പെട്ട സൈറ്റുകളിൽ ഇതു സംഭവിക്കാതിരിക്കാൻ മുൻകരുതലുണ്ട്.

പാസ്‌വേഡ് കൈവശപ്പെടുത്തിയുള്ള 'അൺ ഓതറൈസ്ഡ് അക്സസ്' ആണ് വളരെയേറെ പരാതികളുണ്ടാക്കുന്ന മറ്റൊരു സൈബർ കുറ്റകൃത്യം. ക്രെഡിറ്റ് കാർഡ് വഴി വ്യാപകമായ തട്ടിപ്പുണ്ടാകുന്നത് ഇങ്ങനെയാണ്. ഇന്ത്യയിൽ ഈ കുറ്റകൃത്യം പെരുകുന്നു. നമ്മൾ നല്കുന്ന ഡാറ്റ മാറ്റിമറിക്കുന്ന 'ഡാറ്റാ ഡിഡ്‌ലിങ്' എന്ന ആക്രമണവും വ്യാപകമാകുന്നുണ്ട്. അതായത് ഇന്റർനെറ്റ് വഴി ഒരു വിമാനടിക്കറ്റ് ബുക്കു ചെയ്യുന്നു. രമേശ് മുപ്പത്തി ഒന്ന് വയസ്സ് എന്ന പേരിലാണ് ബുക്കുചെയ്തത്. പക്ഷേ, വിമാനത്താവളത്തിൽ എത്തുമ്പോൾ നമ്മുടെ ടിക്കറ്റിൽ മറ്റൊരാൾ വിമാനം കയറുകയും ചെയ്തു! ഇത്രയാണ് ഡാറ്റ ഡിഡ്‌ലിങ്ങിന്റെ കളി.

ഇന്റർനെറ്റ് സമയമോഷണമാണ് വേറൊരു ക്രൈം. ഇരുപത്തിനാലു മണിക്കൂറും ഇന്റർനെറ്റ് ഉപയോഗിച്ചുകൊണ്ടിരിക്കുന്ന സ്ഥാപനങ്ങളുടെ കണക്ഷൻ അവരറിയാതെ മോഷ്ടിച്ചുപയോഗിക്കുന്ന രീതിയാണിത്.

മുകളിൽ പറഞ്ഞ കുറ്റകൃത്യങ്ങളൊക്കെ ചെയ്യുന്നവരെ സാധാരണ ക്രിമിനിലുകളായി കണ്ടാൽ പോരാ. സമൂഹത്തിലുണ്ടാകുന്ന പരാജയത്തിൽനിന്നോ വ്യക്തിജീവിതത്തിലെ നിരാശയിൽനിന്നോ സാഹചര്യങ്ങളുടെ പ്രേരണയാലോ ഒക്കെയാകാം സാധാരണ ഒരാൾ ക്രിമിനലാകുന്നത്. അത്തരം ക്രിമിനലിന് കമ്പ്യൂട്ടർ മോഷ്ടിക്കാനേ പറ്റൂ. മോഷ്ടിച്ച കമ്പ്യൂട്ടറിൽ പ്രോഗാം ചെയ്ത് മറ്റൊരു മോഷണം നടത്താനാവില്ല. എന്നാൽ, സൈബർ ക്രിമിനൽ ഒരിക്കലും പരാജയംമൂലം നിരാശനായി ക്രിമിനലായ ആളല്ല; ഉന്നതവിദ്യാഭ്യാസവും കമ്പ്യൂട്ടറിനെപ്പറ്റി അസാധാരണജ്ഞാനവും ഒക്കെ ലഭിച്ചു വളർന്നിട്ടുള്ള ആളായിരിക്കും.

നേരത്തെ പറഞ്ഞല്ലോ മുഴുവൻ ആവശ്യങ്ങളും ജനങ്ങൾ കമ്പ്യൂട്ടറിലൂടെ ചെയ്യുന്ന കാലം വരുമെന്ന്. അക്കാലത്ത് ക്രെഡിറ്റ്കാർഡ് ഉണ്ടാവില്ല. എല്ലാം 'സൈബർ കാഷ്' ആകും. ക്രെഡിറ്റ്കാർഡിൽനിന്നും സൈബർ കാഷിലേക്കാണ് സമൂഹം സഞ്ചരിച്ചുകൊണ്ടിരിക്കുന്നത്. ബാർട്ടർ സമ്പ്രദായത്തിലാണല്ലോ നമ്മുടെ ധനവിനിയോഗം ആരംഭിച്ചത്. അതായത് രണ്ടു ചേനയ്ക്കു പകരം ഒരു മൂടു കപ്പ. അല്ലെങ്കിൽ നാലു കാച്ചിലിനു പകരം ഒരു ഏത്തക്കുല. അങ്ങനെയങ്ങനെ വളർന്ന സമൂഹം ഇന്ന് പേപ്പർ കറൻസിയിലെത്തി. ഇന്ത്യയിൽ നാണയത്തിൽ

നിന്ന് കറൻസിനോട്ടിലേക്കുള്ള പരിവർത്തനം തുഗ്ലക്കിന്റെ കാലത്താണ് ആരംഭിച്ചത്. അന്ന് തുഗ്ലക്കിനെ ആൾക്കാർ ഭ്രാന്തനെന്നു കളിയാക്കി. ഇനി 'കാഷ്‌ലെസ് സൊസൈറ്റി' വരാനിരിക്കുകയാണ്.

ആ സമൂഹത്തിലാണ് യഥാർത്ഥ സൈബർ ക്രൈം തുടങ്ങുന്നത്. ഉദാഹരണമായി നമ്മുടെ സബ് രജിസ്റ്റാർ ഓഫീസുകളെല്ലാം നെറ്റിലാകുന്നു. എന്നിരിക്കട്ടെ. www.subregistrar.com ൽ പോയി നമുക്ക് വസ്തു രജിസ്റ്റർ ചെയ്യാം. അങ്ങനെ രജിസറ്റർ ചെയ്യുമ്പോൾ വ്യാജപ്രമാണം ഹാജരാക്കാം. കേൾക്കുമ്പോൾ ഇതൊരു ഭ്രാന്താണെന്നും പറഞ്ഞേക്കും.

1996-ലെ ഒരു സംഭവം പറയാം. കോഴിക്കോട് യൂണിവേഴ്സിറ്റി കമ്പ്യൂട്ടർ ഫെസ്റ്റ് സംഘടിപ്പിക്കുന്നു. എം സി എ വിദ്യാർത്ഥികൾക്കു വേണ്ടിയുള്ള ആ ഫെസ്റ്റിവൽ ഞാനാണ് ഉദ്ഘാടനം ചെയ്തത്. യൂണിവേഴ്സിറ്റിയിലെ ഫിസിക്സ് വിഭാഗം മേധാവി ഞാൻ കൊച്ചി വാഴ്സിറ്റിയിൽ എം എസ് സി ഫിസിക്സിന് പഠിക്കുമ്പോൾ എന്റെ സീനിയർ ആയിരുന്നു. ആ പരിചയത്തിലാണ് എന്നെ വിളിച്ചത്. അന്നത്തെ പ്രസംഗത്തിൽ ഇന്റർനെറ്റിനെപ്പറ്റി ഞാൻ ദീർഘമായി സംസാരിച്ചു. ദാ ഈ പത്രം മുഴുവനായി ഒരു പൈസയ്ക്ക് നെറ്റിലൂടെ അമേരിക്കയിലേക്ക് അയക്കുന്ന കാലം വരുന്നു എന്നു ഞാൻ പറഞ്ഞു. അന്ന് ഇന്റർനെറ്റ് തിരുവനന്തപുരത്ത് ഐ എസ് ആർ ഒയിലും ഡി ജി പി ചന്ദ്രൻസാറിന്റെ ഓഫീസിലും മാത്രമേയുള്ളൂ. 1966 ൽ ടൈം മാഗസിൻ മാൻ ഓഫ് ദ ഇയറായി തെരഞ്ഞെടുത്തത് 'ഇൻർനെറ്റിനെ' ആയിരുന്നു.

ഇതെല്ലാം കണ്ട് ഞാൻ ആവേശത്തോടെയാണ് ഇന്റർനെറ്റിനെപ്പറ്റി പ്രസംഗിച്ചത്. പരിപാടി കഴിഞ്ഞപ്പോൾ ചുറ്റും കൂടിയവർ പലരും ചോദിച്ചു. ഇതൊക്കെ എന്നു നടക്കാനാ സാറേ? ഒന്നും നടക്കില്ല എന്നുമായി മറ്റു ചിലർ. ഇന്ന് പന്ത്രണ്ട് വർഷത്തെ വ്യത്യാസത്തിൽ എന്താണ് സംഭവിച്ചിരിക്കുന്നതെന്ന് നോക്കുക?

ദാ കഴിഞ്ഞ ഒരു മണിക്കൂറിൽ എന്റെ ചിന്ത എന്തായിരുന്നു എന്നു പോലും സൈബർ സ്പേസിൽ രേഖപ്പെടുത്തിയിരിക്കുന്നു. ശെൽവരാജുമായി സംസാരിച്ചുകൊണ്ടിരിക്കെ പല തവണ ഞാൻ നെറ്റിൽ 'സൈബർ ക്രൈമി' നെപ്പറ്റിയുള്ള സൈറ്റുകൾ സന്ദർശിച്ചു. അപ്പോൾ കഴിഞ്ഞ ഒരു മണിക്കൂറിലെ എന്റെ മനോവ്യാപാരം സൈബർ ക്രൈം ആയിരുന്നു എന്നു വ്യക്തം. അത് നിഷേധിക്കാനാവില്ല. അതുപോലെ താങ്കൾ ഇവിടെ വന്ന ശേഷം മൂന്നു ഫോൺകാൾ അറ്റന്റ് ചെയ്തു. അപ്പോൾ താങ്കൾക്കും എന്നെ കാണാൻ വന്നില്ല എന്നു നിഷേധിക്കാനാവില്ല. ഫോൺ വന്ന ടവറിലെ കമ്പ്യൂട്ടറിൽ എല്ലാം രേഖപ്പെടുത്തിയിട്ടുണ്ടാകും. എന്തിന് ഈ ഫോൺ കാൾ മാത്രമെടുക്കണം. താങ്കളുടെ മൊബൈൽഫോൺ നമ്പരുണ്ടെങ്കിൽ കഴിഞ്ഞ ആറു മാസം താങ്കൾ എവിടെയൊക്കെ പോയി എന്നുപോലും കണ്ടുപിടിക്കാം.

അടുത്തിടെ ഒരു വലിയ കൊലപാതകം തെളിയിച്ചത് പ്രതികളുടെ മൊബൈൽ ഫോൺ രേഖകൾ പരിശോധിച്ചായിരുന്നു. സെൻസേഷണ

ലായ കേസായതിനാൽ സ്ഥലം മാറ്റി പറയുന്നു. അഞ്ചുപ്രതികൾ എറ
ണാകുളത്ത് നാലു സ്ഥലങ്ങളിൽനിന്നും ഒരു ഹോട്ടലിൽ കേന്ദ്രീകരിക്കു
ന്നു. അവർ ഓരോരുത്തരും ഹോട്ടലിലേക്കുള്ള യാത്രയിൽ പരസ്പരം
ബന്ധപ്പെടുന്നു. ഹോട്ടലിലെത്തിയ ശേഷം ഇരയുമായും ബന്ധപ്പെടുന്നു.
തുടർന്ന് കൊലപാതകം. അവർ പിരിയുന്നു. ഇതാണ് സംഭവിച്ചത്.

കുറ്റകൃത്യം ആസൂത്രണം ചെയ്തതും നടത്തിയതും പിന്നീട് പിരി
ഞ്ഞതുമെല്ലാം ഫോൺരേഖയിൽനിന്ന് വ്യക്തമാകുന്നു. ഇതാണ് ഞാൻ
പറഞ്ഞത് സൈബർ സ്പേസിൽ എല്ലാ ചലനവും രേഖപ്പെടുത്തുന്നു എന്ന്.
രഹസ്യങ്ങളൊന്നും അവിടെയില്ല.

ചോദിച്ചതെല്ലാം കൊണ്ടുതരുന്ന ഭൂതമായി ഇന്റർനെറ്റ് നമുക്കു
മുന്നിൽ നിൽക്കുകയാണ്. അലാവുദ്ദീനും അത്ഭുതവിളക്കും പോലെ.
ഒരു വലിയ ഗുഹയാണ് നെറ്റ്. ഞാൻ എന്തുകൊണ്ടു തരണം എന്നാണ്
നെറ്റിൽ ലോഗ് ചെയ്താലുടൻ സൈറ്റ് ചോദിക്കുന്നത്. നമ്മൾ എലി
ഫന്റ് എന്നടിച്ചാൽ ആനയെക്കുറിച്ചുള്ള വിവരമായി. മാർസ് എന്നടിച്ചാൽ
ചൊവ്വയെക്കുറിച്ചുള്ള സകലകാര്യവും വരുന്നു.

ഈ അത്ഭുതങ്ങളെല്ലാം മനുഷ്യനന്മയ്ക്കുള്ളതാണെങ്കിലും നെറ്റ്
കാഞ്ചിയേക്കാൾ മാരകമാവുന്ന ചില സന്ദർഭങ്ങളുണ്ട്.

അതായത് വ്യക്തിത്വം – ഐഡന്റിറ്റി– തന്നെ ഇല്ലാതാകുന്ന
അവസ്ഥ.

ഇപ്പോൾ വ്യക്തികളുടെ പണവും വസ്തുവും ജീവിതവുമൊക്കെ
യാണ് തട്ടിയെടുക്കുന്നത്. ഭാവിയിലെ മോഷണം 'ഐഡന്റിറ്റി തെഫ്റ്റ്'
ആകും.

ഉദാഹരണമായി എന്റെ ലാപ്ടോപ്പ് തുറക്കുന്നതിന് വിരലടയാളം
കാട്ടിയാൽ മതി. പേരോ വിലാസമോ വയസ്സോ ഒന്നും വേണ്ട. പക്ഷേ,
വിരലടയാളം സുരക്ഷിതമാണെന്ന് പറയാനാകുമോ? കമ്പ്യൂട്ടറിന്റെ മെമ്മ
റിയിലുള്ള വിരലടയാളവുമായി എന്റെ വിരലടയാളം ഒത്തു നോക്കുക
മാത്രമാണ് ഇവിടെ ചെയ്യുന്നത്. മെമ്മറിയിലുള്ള വിരലടയാളം
ചോർത്തുന്ന ഒരാൾക്ക് അതുപയോഗിച്ച് എന്റെ കമ്പ്യൂട്ടറിൽ പ്രവേശി
ക്കാനാകും. അതാണ് ഐഡന്റിറ്റി ഇല്ലാതാകുന്ന അവസ്ഥ. നാട്ടിലെ
പഴയകാലം ഞാൻ വീണ്ടും ഓർക്കുകയാണ്. കാപ്പിക്കടയിൽ ചെന്നാൽ
പൈസയുണ്ടോ, പേരെന്താ എന്നൊന്നും കടക്കാരൻ അന്വേഷിക്കില്ല.
നീ ഏതു വീട്ടിലെയാ എന്നൊരു ചോദ്യമേ ഉള്ളൂ. താഴെമണ്ണിലെ,
തടത്തിൽ വടക്കേതിലെ, പ്ലാങ്കൂട്ടത്തിലെ, ആലുമ്മൂട്ടിലെ, മണ്ണിൽ പടി
ഞ്ഞാറേതിലെ, പുതുപ്പറമ്പിലെ എന്നൊക്കെ പറഞ്ഞാൽ മതി. കാപ്പികു
ടിച്ച് മടങ്ങാം. അത്ര വിശ്വാസമാണ്.

ആ പഴയ കാലത്തിലേക്കാണ് ഇന്റർനെറ്റ് കൂട്ടിക്കൊണ്ടുപോകു
ന്നത്. പക്ഷേ, അവിടവിടെ തട്ടിപ്പുകാരും ഉണ്ടാകും.

ഇന്ന് പൊലീസിന്റെ പട്രോളിങ് ഇല്ലാത്ത ഏക രാജപാത സൈബർ
ഹൈവേയാണ്. ഈ ഹൈവേയിൽ പൊലീസ് എങ്ങനെ പ്രവർത്തിക്കും

എന്ന ആശയക്കുഴപ്പവുമുണ്ട്. കാരണം, ഓരോ രാഷ്ട്രത്തിന്റെയും പര
മാധികാരം മാനിച്ചുകൊണ്ട് പ്രവർത്തിക്കുന്നതാണ് പൊലീസ്. ഇന്റർനെറ്റ്
പക്ഷേ, രാജ്യാതിരുകൾ ഇല്ലാതാക്കുന്നു.

മോസ്കോയിലിരുന്ന് ചൈനയിലെ കമ്പ്യൂട്ടർവഴി ഇന്ത്യയിൽ ഒരാൾ
കൃത്രിമം കാട്ടുന്നു എന്നിരിക്കട്ടെ, ഗുണഭോക്താവ് അമേരിക്കയിലും, ഏതു
രാജ്യത്തെ പൊലീസാണ് ഇത് അന്വേഷിക്കേണ്ടത് എന്ന ചോദ്യം വരു
ന്നു. ഇതുവരെ ഈ പ്രശ്നം അഡ്രസ് ചെയ്യപ്പെട്ടിട്ടില്ല.

അതേ സമയം സാങ്കേതികലോകത്തെ കുറ്റകൃത്യങ്ങൾ കണ്ടെ
ത്താൻ പൊലീസിന് എളുപ്പമാണ്. അതിനുള്ള പരിജ്ഞാനവും ഉണ്ടാ
കണം എന്നുമാത്രം. ഞാൻ ഈയിടെ സർക്കാരിനു സമർപ്പിച്ച ഒരു
റിപ്പോർട്ടിൽ ഇക്കാര്യം അടിവരയിട്ടു പറഞ്ഞിട്ടുണ്ട്. "പൊലീസ് ഷുഡ്
കണ്ടിന്യൂസ്ലി അപ്ഡേറ്റ് വിത്ത് ടെക്നോളജി."

അതായത് സാങ്കേതികവിദ്യയിൽനിന്നും പൊലീസ് അകലാൻ
പാടില്ല പ്രത്യേകിച്ച് കേരളം പോലൊരു സമൂഹത്തിൽ. ജയിംസ് ബോണ്ട്
മാതൃകയിൽ ഒരു പൊലീസുകാരനെ ഇന്ന് ആവശ്യമില്ല. ആൽഡ്സ്
ഹക്സലി പറഞ്ഞ 'ബ്രേവ് ന്യൂ വേൾഡി' ൽ പൊലീസിന്റെ ശാരീരിക
കരുത്തല്ല വേണ്ടത്. മാനസിക സാന്നിദ്ധ്യമാണ്. അതിന് പൊലീസുകാർ
സാങ്കേതികവിദ്യ നന്നായി മനസ്സിലാക്കണം.

ഓർക്കുക: ഭാവിയിലേ കേസന്വേഷണം മുഴുവൻ സൈബർ ക്രൈം
ആയിരിക്കും. ജാഗ്രത.

കസ്റ്റഡി കൊലക്കേസ് വിധി
പൊലീസിനൊരു പാഠം

ഉദയകുമാർ കസ്റ്റഡികൊലപാതകക്കേസുമായി ബന്ധപ്പെട്ട് കോടതി പുറപ്പെടുവിച്ചിരിക്കുന്ന വിധി കേരള പൊലീസിന് വലിയൊരു പാഠമാ ണ്. രണ്ട് ഉദ്യോഗസ്ഥർക്ക് ലഭിച്ചിരിക്കുന്ന പരമാവധി ശിക്ഷ എന്നതിൽ ഉപരിയായി കേരളപൊലീസിന് തന്നെ ലഭിച്ചിരിക്കുന്ന ശക്തമായ താക്കീ താണ് ഈ വിധി. വളരെക്കാലമായി പൊലീസിൽനിന്നും ഒഴിവാക്കാൻ ശ്രമിച്ചുകൊണ്ടിരിക്കുന്നതാണ് ഉരുട്ടൽ ഉൾപ്പെടെയുള്ള പ്രാകൃതമായ മൂന്നാംമുറകൾ. എന്നാൽ മൂന്നാംമുറ നടപ്പിലാക്കി ഞങ്ങൾ 'മിടുക്ക്' കാണിക്കുമെന്നും നിർബ്ബന്ധബുദ്ധിയുള്ള ചില പൊലീസുകാരുണ്ട്. കസ്റ്റ ഡിയിൽ കിട്ടുന്ന ആളെ സംരക്ഷിക്കേണ്ട ആവശ്യമൊന്നുമില്ല, അവനെ മർദ്ദിച്ച് തന്നെ കേസ് തെളിയിക്കണമെന്ന അധികാരചിന്തയുള്ളവരാണ് ഇവരിൽ ഭൂരിപക്ഷവും. അത്തരം ചിന്താഗതിയുള്ള ന്യൂനപക്ഷം കേരള പൊലീസിലുണ്ട്.

കേരളത്തിലെ പൊലീസിന്റെ സംസ്കാരം രൂപപ്പെട്ടത് കേരളപ്പിറ വിക്ക് ശേഷമുള്ള ഏഴുപതിറ്റാണ്ടിന് ശേഷമല്ല. കഴിഞ്ഞ ഇരുനൂറിൽപ്പരം വർഷം കൊണ്ട് രൂപപ്പെട്ട പൊലീസ് സംസ്കാരത്തെയാണ് നമ്മൾ ഇപ്പോഴും പിന്തുടരുന്നത്. ജനങ്ങൾക്ക് ജനാധിപത്യ അവകാശം ഭരണ ഘടനാപരമായി കരഗതമാകുന്നതിന് മുമ്പുള്ള കാലഘട്ടങ്ങളിൽ പൊലീസ് സ്റ്റേഷനുകളിൽ മൂന്നാംമുറ സർവ്വസാധാരണമായിരുന്നു. പൊലീസ് സ്റ്റേഷനുകളുടെ പഴയഡിസൈൻ പരിശോധിച്ചാൽ ഇത് വ്യക്ത മാകും. എണ്ണത്തിൽ കുറവുള്ള പൊലീസുകാരെക്കൊണ്ട് ജനങ്ങളെ ഭയ പ്പെടുത്തുക എന്നതായിരുന്നു അക്കാലത്തെ കാഴ്ചപ്പാട്. സ്റ്റേഷനിനു ള്ളിൽ ആളുകളെ ക്രൂരമായി മർദ്ദിച്ച് പൊലീസിനോടുള്ള ഭയം വർദ്ധി പ്പിക്കുക എന്ന ചുമതലകൂടി അക്കാലത്ത് പൊലീസ് നിർവ്വഹിച്ചിരുന്നു.

എഴുതപ്പെട്ടിട്ടില്ലെങ്കിലും പൊലീസിന്റെ ഉപസംസ്കാരമായി രൂപപ്പെട്ടത് ഈയൊരു കാഴ്ചപ്പാടും മനോഭാവവുമായിരുന്നു. ആളുകൾ കേട്ടാൽ ഞെട്ടിവിറയ്ക്കണമെന്ന ലക്ഷ്യത്തോടെയായിരുന്നു പഴയകാല പൊലീസുകാരുടെ പേരുപോലും (കു)പ്രസിദ്ധമായിരുന്നത്. എന്റെ പേര് കേട്ടാൽ ആളുകൾ ഞെട്ടിവിറയ്ക്കണം, തലവെട്ടം കണ്ടാൽ ആളുകൾ ഓടിമറയണം തുടങ്ങിയ കാഴ്ചപ്പാടുകൾ അക്കാലത്ത് പൊലീസുകാർ വച്ചുപുലർത്തിയിരുന്നു. ഇതിന്റെ അവശിഷ്ടം ഇന്നും ന്യൂനപക്ഷം പൊലീസുകാരിലെങ്കിലും പ്രതിഫലിക്കുന്നുണ്ട്.

"കസ്റ്റഡിയിൽ അകപ്പെടുന്ന ഒരാളെ ഭേദ്യം ചെയ്യാനുള്ള അവകാശം ഞങ്ങൾക്കുണ്ട്. നിങ്ങൾ ആരാണ് ചോദിക്കാൻ" എന്നൊരു സമീപനം കേരള പൊലീസിൽ എന്നല്ല ഇന്ത്യയിലെ എല്ലാ പൊലീസ് വിഭാഗങ്ങളും അല്പമായെങ്കിലും സൂക്ഷിക്കുന്നുണ്ട്. കൊളോണിയൽ ഭരണം നില നിന്നിരുന്ന ആഫ്രിക്കയിലടക്കമുള്ള രാജ്യങ്ങളിലെ പൊലീസ് സംവിധാനങ്ങളിൽ ഇത്തരം മനോഭാവം പ്രകടമാണ്. ഇതെല്ലാം പരിഗണിച്ചാണ് കോടതി വിധി കേരളത്തിലെ മൊത്തം പൊലീസ് സേനയ്ക്കുമുള്ള താക്കീതാണെന്ന് പറഞ്ഞത്. മേൽപ്പറഞ്ഞ മനോഭാവമുള്ളവർ പൊലീസ് സേനയിലുണ്ടെങ്കിൽ അവരെ സംരക്ഷിക്കുകയോ അവരുടെ കുറ്റകൃത്യങ്ങൾ മൂടിവയ്ക്കുകയോ ചെയ്താൽ അത് നിങ്ങളെ ബാധിക്കാൻ ഇടയാക്കുമെന്ന സന്ദേശം കൂടി ഈ വിധി ഇതര പൊലീസ് ഉദ്യോഗസ്ഥർക്കും സമ്മാനിക്കുന്നുണ്ട്. നിരപരാധിയായൊരു ചെറുപ്പക്കാരനെ യാതൊരു കാരണവുമില്ലാതെ ലോക്കപ്പിൽ കൊലപ്പെടുത്തിയ കേസിൽ കേരള പൊലീസിലെ ഉദ്യോഗസ്ഥർ പങ്കാളികളായല്ലോ എന്നതിൽ അങ്ങേയറ്റത്തെ ദുഃഖമുണ്ട്. ഭാവിയിൽ ഇത്തരം തെറ്റുകളിൽനിന്നും വിട്ടുനില്ക്കാൻ ഈ വിധിയുടെ പശ്ചാത്തലത്തിൽ കേരള പൊലീസ് തയ്യാറാകുമെന്ന് പ്രത്യാശിക്കുകയും ചെയ്യുന്നു.

മൂന്നാംമുറയെന്ന അനാചാരം

മൂന്നാംമുറ പ്രയോഗിക്കുന്നത് കേസ് തെളിയിക്കാനാണെന്ന വാദം വസ്തുതാപരമായി ശരിയല്ല. പരിശോധനയ്ക്ക് വിധേയമാക്കിയ പല കസ്റ്റഡിമരണക്കേസുകളിലും ഒന്നുകിൽ കേസ് തെളിഞ്ഞതിന് ശേഷമായിരിക്കും കസ്റ്റഡിമരണം നടന്നിരിക്കുക. അല്ലെങ്കിൽ ഒരു കേസുമില്ലാതിരുന്ന ആളായിരിക്കും കസ്റ്റഡിയിൽ കൊല്ലപ്പെടുക. പൊലീസിനെതിരെ ഗുരുതരമായ ആരോപണം ഉയർന്നുവന്ന കേസുകളിലെല്ലാം മരിച്ച ആളിന്റെ പേരിൽ അയാൾ മരിക്കുന്നതിന് മുമ്പൊരു കേസ് പോലും ഉണ്ടായിരുന്നില്ല. എന്നതാണ്. മരണശേഷമാണ് ഇവരുടെ പേരിൽ കേസ് എടുക്കുന്നത്. ഉദയകുമാറിന്റെ കാര്യത്തിലും അത് തന്നെയാണ് സംഭവിച്ചത്. സ്റ്റേഷനിലേക്ക് കൂട്ടിക്കൊണ്ടുവരാൻ ന്യായീകരിക്കുന്ന വിധം പാകത്തിനുപോലും ഒരു കേസ് ഉദയകുമാറിന്റെ പേരിലുണ്ടായിരുന്നില്ല. പാർക്കിലിരുന്ന ഉദയകുമാറിന്റെ കൈയിൽ 4000 രൂപ കണ്ട് സംശയം

തോന്നിയാണ് ഒരു പൊലീസുകാരൻ അയാളെ വിളിപ്പിക്കുന്നത്. ഒരു നിരപരാധിയുടെ മേൽപ്പോലും പൊലീസിന്റെ അധികാരം എത്രമാത്രം അനിയന്ത്രിതമാണെന്ന് കൂടി വെളിപ്പെടുത്തുന്നതാണ് ഈയൊരു ഇട പെടൽ. ഒരു യുവാവിന്റെ പോക്കറ്റിൽ 4000 രൂപ കാണുന്നത് പൊലീസിന് അസ്വാഭാവികമായി തോന്നിയത് അത്ഭുതകരമാണ്. 4000 രൂപ അത്രയും വലിയ തുകയൊന്നുമല്ല. സംശയത്തിന്റെ പേരിൽ ഉദയകുമാറിന്റെ കൈയിലിരുന്ന പണം പൊലീസുകാരൻ എടുക്കുകയായിരുന്നു. ഈ പണം തിരികെ ചോദിക്കുമ്പോൾ അവിടെ പ്രശ്നമുണ്ടാകുന്നു. അവനെ സ്റ്റേഷനിലേക്ക് കൊണ്ടുവരുന്നു. ഒരു കുറ്റവും നടക്കാത്ത സാഹചര്യ ത്തിലായിരുന്നു പൊലീസിന്റെ ഈ നടപടി.

അധികാരം കൈയിലുണ്ടെങ്കിലും എത്രമാത്രം ശ്രദ്ധയോടെ വേണം ഇത്തരം അധികാരംപോലും പ്രയോഗിക്കാനെന്ന് അടിവരയിടുന്നതാണ് ഇപ്പോഴത്തെ വിധി. പൊലീസിൽ നിക്ഷിപ്തമായിരിക്കുന്ന അധികാരം പ്രയോഗിക്കേണ്ട സാഹചര്യം ഏതാണെന്ന് വിലയിരുത്തിയും, നിയമ പരമായും ഔചിത്യബോധത്തോടെയും മറ്റൊരു പൗരന്റെ നിയമപരമായ അവകാശങ്ങൾ ലംഘിക്കാതെയുമാണ് പൊലീസ് തങ്ങളിൽ നിക്ഷിപ്ത മായ അധികാരം പ്രയോഗിക്കേണ്ടത്. അപ്പോൾ മാത്രമേ ഒരു പൊലീസ് ഉദ്യോഗസ്ഥൻ പ്രൊഫഷണൽ പൊലീസ് ഉദ്യോഗസ്ഥൻ ആകുകയുള്ളു.

ഇത്തരത്തിൽ പൊലീസ് സംശയത്തിന്റെ പേരിൽ പിടികൂടി സ്റ്റേഷ നിൽ മൂന്നാംമുറയ്ക്ക് വിധേയമാക്കുന്നവരിൽ ബഹുഭൂരിപക്ഷവും സമൂ ഹത്തിന്റെ അടിത്തട്ടിൽ ഉള്ളവരാണ്. ലോക്കപ്പ് മരണങ്ങളുടെ പട്ടിക പരിശോധിച്ചാൽ ഇതു മനസ്സിലാകും. കുറ്റവാളികളിൽ ഭൂരിപക്ഷവും ദാരിദ്ര്യരേഖയ്ക്ക് താഴെയുള്ളവരും. പൊലീസിന്റെ അമിതാധികാരപ്ര യോഗവും മുൻവിധിയുമൊക്കെ ഉണ്ടാകുന്നത് ഏതെങ്കിലും കേസ് തെളി യിച്ച് ഈ നാട്ടിലെ നിയമസംവിധാനത്തെ ശക്തിപ്പെടുത്തണമെന്ന് ഉദ്ദേ ശ്യത്തോടെയൊന്നുമല്ല. മറിച്ച് ഇത്തരം കേസുകളിൽ ഉൾപ്പെടുന്ന ഉദ്യോ ഗസ്ഥരുടെ 'ഈഗോ'യും 'അഹം'കാരവും പ്രകടിപ്പിക്കാൻ വേണ്ടി മാത്ര മാണ്. ഇന്നാട്ടിലെ പാവപ്പെട്ടവനോട് പുലർത്തുന്ന പുച്ഛത്തിന്റെയും അവ ഗണനയുടെയും പ്രതിഫലനം കൂടിയാണ് ഇത്തരം കേസുകളിൽ കാണാൻ സാധിക്കുന്നത്.

രണ്ടോ മൂന്നോ വ്യക്തികൾ കൂടിച്ചേർന്ന് ചെയ്തൊരു കുറ്റകൃത്യം എന്ന നിലയിലാണ് ഉദയകുമാർ വധക്കേസിനെ മനസ്സിലാക്കുന്നത്. ഇത്ത രത്തിൽ കസ്റ്റഡിയിൽ ഉള്ളവർക്കെതിരെ അമിതാധികാരപ്രയോഗം നടത്തി കൊലപ്പെടുത്തിയാൽ പോലും ഞങ്ങൾക്കൊന്നും സംഭവിക്കി ല്ലെന്ന വിശ്വാസവും ഒരുപക്ഷേ, പ്രതികളായ പൊലീസുകാരെ ഭരിച്ചിരി ക്കാം. പൊലീസ് എന്നത് നിയമവിധേയമായ നിയമപാലകസംഘമാണ്. നിയമവിരുദ്ധമായി പ്രവർത്തിക്കുന്ന നിയമപാലകസംഘമല്ല. ഒരിക്കൽ ഇത് പറഞ്ഞപ്പോൾ വലിയ വിവാദങ്ങൾ ഉണ്ടായിട്ടുണ്ട്. നിയമം അനു ശാസിക്കുന്നത് പോലെയാണ് പൊലീസ് നിയമം നടപ്പിലാക്കേണ്ടത്.

പൊലീസുകാരന്റെ കൂറ് മേലുദ്യോഗസ്ഥനോടോ ഏതെങ്കിലും അധികാരിയോടോ അല്ല, മറിച്ച് നിയമവ്യവസ്ഥയോടായിരിക്കണം. ഇന്ത്യൻ ഭരണഘടനയോട് വിധേയത്വം പുലർത്തുമെന്ന് എഴുതി ഒപ്പിട്ട് കൊടുത്താണ് പൊലീസുകാരൻ ജോലിയിൽ പ്രവേശിക്കുന്നത്. ഭരണഘടന പൗരന് കൊടുത്തിട്ടുള്ള അവകാശങ്ങൾ ഉറപ്പാക്കുക പൊലീസിന്റെ കർത്തവ്യമാണ്. ഇതിന് വിരുദ്ധമായൊരു ഇടപെടൽ ഒരു കാരണവശാലും പൊലീസുകാരന്റെ ഭാഗത്തുനിന്നും ഉണ്ടാകാൻ പാടില്ലാത്തതാണ്. നിയമവ്യവസ്ഥ ലംഘിക്കുന്നത് പൊലീസ് ഉദ്യോഗത്തിന്റെ ജോലിയുടെ ഭാഗമല്ല, അങ്ങനെ ചെയ്യുന്ന പൊലീസ് ഉദ്യോഗസ്ഥൻ പൊലീസ് ജോലിയല്ല ചെയ്യുന്നത് മറിച്ച് അവന്റെ വ്യക്തിപരമായ ഇഷ്ടാനിഷ്ടങ്ങൾക്ക് പൊലീസ് ജോലിയുടെ രൂപംകൊടുക്കുകയാണ് ചെയ്യുന്നത്. അതിന് അവനെ പ്രേരിപ്പിക്കുന്നത് വ്യത്യസ്ത കാരണങ്ങളാകും. പക്ഷേ അതെല്ലാം വ്യക്തിപരമായിരിക്കും.

പ്രവർത്തിക്കേണ്ടത് നിയമപരമായി

ജോലിയെക്കുറിച്ചുള്ള ശരിയായ കാഴ്ചപ്പാട് പൊലീസ് സേനയ്ക്കുള്ളിൽത്തന്നെ ഉണ്ടാകേണ്ടിയിരുന്നു. എന്താണിങ്ങനെ പറയുന്നതെന്ന് ഇത് വായിക്കുന്ന പൊലീസുകാർ തന്നെ ചിന്തിച്ചേക്കാം. നിയമമാണ് പൊലീസിനെ സൃഷ്ടിക്കുന്നത്. നിയമപ്രകാരമാണ് പൊലീസിന് പ്രവർത്തനസ്വാതന്ത്ര്യം നിശ്ചയിച്ചിരിക്കുന്നത്. ഇത് വളരെ പ്രധാനപ്പെട്ട കാര്യമാണ്. ഓരോ പൊലീസുകാരനും ഇത് മനസ്സിലാക്കേണ്ടതുണ്ട്. ഈ നാട്ടിലെ ഓരോ പൗരന്റെയും ജീവന്റെയും സ്വത്തിന്റെയും അന്തസ്സിന്റെയും സംരക്ഷകനാണ് ഓരോ പൊലീസുകാരനും. അവരുടെ സംരക്ഷണത്തിലേക്ക് വരുന്ന ഓരോ പൗരന്റെയും ജീവൻ അപകടത്തിലാകാൻ അവർ സമ്മതിച്ചുകൂടാ. എത്ര ഘോര കുറ്റവാളിയായാലും അയാൾ പൊലീസിന് കീഴ്പ്പെട്ടാൽ, പൊലീസ് അയാളെ സ്റ്റേഷനിൽ എത്തിച്ചാൽ, അയാളുടെ ജീവൻ സംരക്ഷിക്കാനുള്ള ഉത്തരവാദിത്വം പൊലീസിനുണ്ട്. അതാണ് പൊലീസ് ജോലി. അല്ലാതെ അവനെ കസ്റ്റഡിയിലിട്ട് കൊലപ്പെടുത്തുന്നതല്ല. ഈയൊരു തിരിച്ചറിവാണ് പൊലീസിനുണ്ടാകേണ്ടത്. ഒരു കാലത്ത് രാജാവിന്റെ സ്വകാര്യസൈന്യമായിരുന്നു പൊലീസ്. രാജ്യതാല്പര്യത്തിന് വേണ്ടി നിയമം ലംഘിച്ചാലും നിയമത്തിന്റെ സ്രോതസ്സായ രാജാവ് സംരക്ഷിച്ചുകൊള്ളുമെന്ന ധാരണയിലാണ് പണ്ടുകാലത്ത് പൊലീസ് മർദ്ദനത്തിന്റെ മൂർത്തീരൂപമായത്. എന്നാലിന്ന് ജനങ്ങൾ നിർമ്മിക്കുന്ന നിയമത്തിന്റെ പിൻബലത്തിലാണ് പൊലീസ് പ്രവർത്തിക്കുന്നത്. ഈ വിധിയിലൂടെ ഈയൊരു ഓർമ്മപ്പെടുത്തൽ കൂടിയാണ് കോടതി നടത്തിയിരിക്കുന്നത്.

ശാസ്ത്രീയ കുറ്റാന്വേഷണം

മൂന്നാംമുറയിലൂടെയേ കേസ് തെളിയിക്കാൻ സാധിക്കൂവെന്നത്

വികലമായ കാഴ്ചയാണ്. പത്ത് നിരപരാധിയെ തല്ലിച്ചതച്ചാൽ മാത്രമേ ഒരു അപരാധിയെ കണ്ടെത്താൻ സാധിക്കുകയുള്ളു. മിക്കവാറും ആദ്യം അടികിട്ടുന്ന നിരപരാധിതന്നെ തെറ്റ് ഏറ്റുപറയുമെന്നതാണ് മൂന്നാംമുറയുടെ ഏറ്റവും വലിയ അപകടം. കേസ് തെളിയുന്നില്ലെന്ന് മാത്രമല്ല ഒരു നിരപരാധികൂടി പ്രതിയായി മാറുമെന്ന അപകടവും മൂന്നാംമുറയ്ക്കുണ്ട്. മൂന്നാംമുറ ഉപയോഗിക്കുന്ന ഒരു പൊലീസ് സംവിധാനം തെളിഞ്ഞതിനേക്കാൾ കൂടുതലായി തെളിയിക്കാത്ത കേസുകളുടെ എണ്ണം വർദ്ധിപ്പിക്കുകയും കളവായി ആളുകളെ പ്രതിചേർക്കുകയുമാണ് ചെയ്യുന്നത്. മൂന്നാംമുറയെല്ലാം മാറ്റിവച്ച് ശാസ്ത്രീയമായി കേസ് അന്വേഷിക്കാനുള്ള ആർജ്ജവവും ഉത്തരവാദിത്വവുമാണ് പൊലീസ് പ്രകടിപ്പിക്കേണ്ടത്. ഡി എൻ എ, സൈബർഫോറൻസിക്, മന:ശാസ്ത്രം തുടങ്ങിയ ആധുനിക സാങ്കേതികവിദ്യകൾ ഉപയോഗിച്ച് ശാസ്ത്രീയമായി കേസന്വേഷണം നടത്താനുള്ള സംവിധാനങ്ങൾ കേരള പൊലീസിനുണ്ട്. ശാസ്ത്രീയ സംവിധാനങ്ങളിലൂടെ 99 ശതമാനം കേസുകളും തെളിയിക്കാനുള്ള ശേഷിയും കേരള പൊലീസിനുണ്ട്. മൂന്നാംമുറ ഉപയോഗിച്ചാലേ തെളിയുകയുള്ളു എന്നു പറയപ്പെടുന്ന ഒന്നോ രണ്ടോ ശതമാനം കേസുകൾ തെളിഞ്ഞില്ലെങ്കിൽ അത് തെളിയേണ്ടെന്ന് വച്ചാലും കുഴപ്പമില്ലെന്ന് വയ്ക്കുന്നതാണ് സംസ്കാരമുള്ള പൊലീസിന്റെ മുഖമുദ്ര. എല്ലാ കേസുകളും തെളിയണമെന്ന് ജനങ്ങളും പൊലീസിൽ സമ്മർദ്ദം സൃഷ്ടിക്കരുത്. ശാസ്ത്രീയ അന്വേഷണത്തിലൂടെ പ്രതികളെ പിടിക്കാൻ ശ്രമിക്കുമ്പോൾ സ്വാഭാവികമായി സംഭവിക്കുന്ന കാലതാമസം ഉൾക്കൊള്ളാതെ പൊലീസിനെ സമ്മർദ്ദത്തിലാക്കുന്ന നിലപാട് ജനങ്ങളും മാധ്യമങ്ങളുമെല്ലാം സ്വീകരിക്കാറുണ്ട്. ഏതെങ്കിലും പ്രതിയുടെ പൗരാവകാശം സംരക്ഷിക്കാൻ പൊലീസ് ശ്രമിച്ചാൽ അതിനെയും വളച്ചൊടിച്ച് വാർത്തയാക്കുന്ന രീതികളുണ്ട്. ജാമ്യം നിഷേധിക്കുന്നതാണ് ജനാഭിലാഷം. അതിനാൽ ജാമ്യം നല്കരുതെന്ന പൊതുബോധവും ചില കേസുകളിൽ സൃഷ്ടിക്കപ്പെടുന്നുണ്ട്. ഒരു കേസിൽ ഉൾപ്പെടുന്ന പ്രതിയെ പൊലീസ് ജാമ്യം നിഷേധിച്ച് പീഡിപ്പിക്കണമെന്നോ അല്ലെങ്കിൽ കസ്റ്റഡിയിൽ ക്രൂരമായി പെരുമാറണമെന്നോ ഒക്കെയുള്ള പൊതുതാൽപ്പര്യങ്ങളും ചിലർ ഉയർത്തിക്കൊണ്ടുവരാൻ ശ്രമിക്കാറുണ്ട്. ഇത്തരം ഇടപെടലുകൾ ചില പൊലീസുകാരെയെങ്കിലും തെറ്റായ ധാരണകളിലേക്ക് നയിക്കാറുണ്ട്. ജനങ്ങൾ തങ്ങളിൽനിന്നും പ്രതീക്ഷിക്കുന്നത് കർശനനടപടികളാണെന്നും ക്രൂരമായ കേസുകളിൽ അകപ്പെടുന്ന പ്രതികളെ തങ്ങൾ തന്നെ ശിക്ഷിക്കുമെന്ന് ജനങ്ങൾ പ്രതീക്ഷിക്കുന്നതായും ഇക്കൂട്ടർ ധരിച്ചുവയ്ക്കും. കുറ്റകൃത്യങ്ങൾക്കെതിരായ ജനരോഷ പ്രകടനങ്ങൾ ഇത്തരം തെറ്റിദ്ധാരണകൾ സൃഷ്ടിക്കാൻ കാരണമാകുന്നുണ്ട്.

മൂല്യബോധം പാലിക്കപ്പെടണം

കസ്റ്റഡി മരണം പോലുള്ള നിയമവിരുദ്ധ പ്രവർത്തനങ്ങളിൽ

നിന്നും രക്ഷനേടാനായി പൊലീസുകാർതന്നെ കള്ള റിപ്പോർട്ടുകളും കള്ളത്തെളിവുകളും സൃഷ്ടിക്കാറുണ്ട്. ഈ സംഭവത്തെക്കുറിച്ച് ഒരു ധാരണയുമില്ലാത്ത മേലുദ്യോഗസ്ഥന്മാർ പോലും ചിലപ്പോൾ അറിയാതെ ഇത്തരം കുറ്റകൃത്യങ്ങളിൽ പങ്കാളികളായേക്കാം. പൊലീസ് സ്റ്റേഷനു കളിലെ തിരക്കെല്ലാം പരിഗണിക്കുമ്പോൾ നേരിട്ട് ബോദ്ധ്യമില്ലാത്ത കാര്യ ങ്ങളിൽപ്പോലും ഒപ്പിട്ട് കൊടുക്കാൻ മേലുദ്യോഗസ്ഥർ നിർബ്ബന്ധിതരാ കുന്ന സാഹചര്യമുണ്ട്. ഇത്തരം കുറ്റകൃത്യത്തിൽ ഏർപ്പെടുന്നവർ ബോധപൂർവ്വം അവരുടെ മേലുദ്യോഗസ്ഥരെ വരെ കുഴപ്പത്തിൽ ചാടി ക്കാറുണ്ട്. കസ്റ്റഡിയിലുള്ള ആളുടെ ജീവൻ സംരക്ഷിക്കേണ്ട കാര്യ ത്തിൽ മേലുദ്യോഗസ്ഥർക്കും ഉത്തരവാദിത്വമുണ്ട്. ഒരു കസ്റ്റഡി മരണം ഉണ്ടായാൽ അതെങ്ങനെയാണ് സംഭവിച്ചതെന്ന സത്യസന്ധമായ വിവരം തിരക്കി സത്യസന്ധമായി തുടർനടപടികൾ സ്വീകരിക്കാനുള്ള ഉത്തര വാദിത്വം മേലുദ്യോഗസ്ഥർക്കുണ്ട്. അത്തരത്തിൽ ഉത്തരവാദിത്വബോധം പ്രകടിപ്പിക്കാത്ത മേലുദ്യോഗസ്ഥരേയും ഉദയകുമാർ കേസിൽ ശിക്ഷ ലഭിച്ചതായി മനസ്സിലാക്കുന്നു. കുറ്റകൃത്യത്തിൽ നേരിട്ട് പങ്കാളികളല്ലെന്ന് വ്യക്തമാക്കിയാണ് കോടതി ഇവരെ ശിക്ഷിച്ചിരിക്കുന്നത്.

2011 ലെ പൊലീസ് ആക്ട് പരിഷ്കരിച്ചപ്പോൾ ഈയൊരു വിഷയം പരിഹരിക്കാനുള്ള നിയമഭേദഗതി നടപ്പിലാക്കിയിരുന്നു. ഇന്ത്യയിൽ തന്നെ ആദ്യമായാണ് ഇത്തരമൊരു നിയമപരമായ ഇടപെടൽ നടത്തുന്നത്. ഒരു പൊലീസ് ഉദ്യോഗസ്ഥൻ, ജോലിസ്ഥലത്ത് അയാളുടെ സഹപ്രവർത്ത കനോ, മേലുദ്യോഗസ്ഥനോ എന്തെങ്കിലും അഴിമതിക്കോ, കുറ്റസമ്മത ത്തിനായി പ്രതിയെ ശാരീരികമായി ഉപദ്രവിക്കുന്നതിനോ ദൃക്സാക്ഷി യായാൽ ഉയർന്ന ഉദ്യോഗസ്ഥരെ അറിയിക്കാനുള്ള ഉത്തരവാദിത്വം അയാൾക്കുണ്ട്. ഇത്തരം പ്രവൃത്തികൾ അറിയിക്കാതെ മൂടിവയ്ക്കുന്നത് അച്ചടക്കലംഘനമാണെന്നും കേരള പൊലീസ് ആക്ടിൽ വ്യവസ്ഥയു ണ്ട്. പൊലീസിന്റെ മൂല്യബോധം വ്യക്തമാക്കുന്ന വ്യവസ്ഥയാണിത്. ക്രമസമാധാനപാലനത്തിനായി പൗരന്റെ ജീവൻ സംരക്ഷിക്കുന്നതിനായി നിയമപരമായി പൊലീസിന് നല്കിയിരിക്കുന്ന ബലപ്രയോഗത്തിനുള്ള അവകാശങ്ങളെയെല്ലാം സംരക്ഷിച്ചുകൊണ്ടാണ് ഈ വ്യവസ്ഥ രൂപപ്പെ ടുത്തിയിരിക്കുന്നത്.

ജനരക്ഷയ്ക്ക് വേണ്ടിയാണ് പൊലീസിന് തോക്കും ലാത്തിയു മെല്ലാം നൽകിയിരിക്കുന്നത്. പൊലീസിന്റെ പൂർണ്ണവിധേയത്വത്തിലുള്ള പ്രതിയെ അല്ലെങ്കിൽ കുറ്റാരോപിതനെ അമിതാധികാരപ്രയോഗത്തി ന്റെയും 'അഹങ്കാരത്തിന്റെയും' ഭാഗമായി കസ്റ്റഡി മർദ്ദനത്തിനോ പീഡ നത്തിനോ ഇരയാക്കുന്നത് അപരിഷ്കൃതമാണ്. നിയമവിരുദ്ധമാണ്. ജനാ ധിപത്യ സമൂഹത്തിന് അംഗീകരിക്കാൻ കഴിയാത്തതാണ് എന്നുകൂടി യാണ് കോടതിവിധി പൊലീസ് സേനയെ ഓർമ്മപ്പെടുത്തുന്നത്.

കേരളാ പൊലീസ്
ഇന്നലെ, ഇന്ന്, നാളെ ....

വളരെ സന്തോഷകരമായ ഒരു അനുഭവമായിരുന്നു എന്റെ പൊലീസ് ജീവിതം. പല കാര്യങ്ങളിലും കേരളത്തിനു പ്രത്യേകതകൾ ഉണ്ട്. ആ പശ്ചാത്തലംമൂലം ഇന്ത്യയിലെ മറ്റ് സംസ്ഥാനങ്ങളിലെ സംവിധാനങ്ങളിൽനിന്നും വ്യത്യസ്തമായി മുമ്പോട്ട് പോകാൻ കഴിഞ്ഞ ഒരു പൊലീസ് സേനയാണ് കേരളത്തിലുള്ളത്. ഇതിന്റെ ഭാഗമാകാൻ കഴിഞ്ഞതിൽ എനിക്ക് ചാരിതാർത്ഥ്യമാണുള്ളത്.

1970 കളിൽ കേരളം യഥാർത്ഥത്തിൽ ക്രമസമാധാനപാലനത്തെ കുറിച്ച് വളരെ ആശങ്കയുള്ള ഒരു സമൂഹമായിരുന്നു. കൊലപാതകത്തിന്റെ നിരക്കാണെങ്കിൽ ഇന്നുള്ളതിനേക്കാൾ ഏതാണ്ട് രണ്ടിരട്ടിയിലധികം കൂടുതലായിരുന്നു. അതിപ്പോൾ പറഞ്ഞാൽ ആരും വിശ്വസിക്കുകയില്ല. കാരണം ഇപ്പോൾ ധാരാളം വാർത്തകൾ വരുന്നു; വാർത്തകൾക്ക് ആവർത്തന സ്വഭാവവുമുണ്ട്. ഒരു കൊലപാതകമുണ്ടായാൽ അത് പത്ത് പതിനഞ്ച് ദിവസം വാർത്തകളിൽ വരും. മാത്രമല്ല അത് പല വാർത്താചാനലുകളിലും പതിനഞ്ച് പത്രങ്ങളിലുമായി നമ്മൾ വീണ്ടും വീണ്ടും വായിക്കും. അതുകൊണ്ട് ഒരു കൊലപാതകം നമ്മൾ ആവർത്തിച്ച് വായിച്ച് അതിന്റെ രൂക്ഷത വീണ്ടും അനുഭവിക്കും. പണ്ട് ഇതായിരുന്നില്ല സ്ഥിതി. ഏതെങ്കിലും ഒരു കൊലപാതകത്തെക്കുറിച്ച് അറിയുന്നത് ആ കൃത്യം നടന്ന ജില്ലയിലുള്ള ആളുകൾ മാത്രമാണ്. ഒരു സ്റ്റേറ്റ് വൈഡ് റിപ്പോർട്ട് സാധാരണ ഉണ്ടാവാറില്ല. ഇപ്പോൾ കാസർഗോട്ട് നടന്ന കൊലപാതകത്തെപ്പറ്റി പത്തനംതിട്ടക്കാർ അറിയും, വായിക്കും. പണ്ട് അതൊരു ലോക്കൽ ന്യൂസാണ്. ഇപ്പോൾ അത് കേരളം മുഴുവനുമുള്ള വാർത്തയാണ്. മാത്രവുമല്ല, വാർത്താചാനലിലൂടെ അത് ബ്രേക്കിങ് ന്യൂസായി ലൈവായി വന്നുകൊണ്ടിരിക്കുന്നു. കൂടുതൽ കൊലപാതക

ങ്ങളെക്കുറിച്ച് കൂടുതലായി അറിയുന്നു എന്നല്ലാതെ കൊലപാതകങ്ങളുടെ നിരക്ക് അത്രകണ്ട് വർദ്ധിക്കുന്നില്ല.

1970 കളിൽ ഇവിടത്തെ സാമൂഹിക വ്യവസ്ഥിതിയുടെ ഭദ്രതയെക്കുറിച്ച് എല്ലാവർക്കും ആശങ്കയായിരുന്നു. അന്ന് കേരളത്തിൽ എപ്പോഴും സമരവും ബഹളവുമായിരുന്നു. “ഇത്രയും ആളുകൾക്ക് എങ്ങനെ ജോലി കിട്ടും? ഇവരെല്ലാം നക്സലാവില്ലേ”എന്നായിരുന്നു ഒരു വലിയ ആശങ്ക. ഇപ്പോൾ അതൊക്കെ മാറി. ദിവസക്കൂലിക്ക് അറുന്നൂറ് രൂപ കൊടുത്താൽപ്പോലും ആളെ കിട്ടാത്ത അവസ്ഥയാണ്. എല്ലാവർക്കും അവർക്കാവശ്യമുള്ള തൊഴിൽ കിട്ടിയെന്ന് ഞാൻ പറയുന്നില്ല. പക്ഷേ, തൊഴിലില്ലാത്തതുകൊണ്ട് പട്ടിണി കിടക്കുന്ന ഒരവസ്ഥ ഇന്ന് കേരളത്തിലില്ല. “തൊഴിൽ കിട്ടാത്തതുകൊണ്ട് ഞാൻ ഒന്നും ചെയ്യുന്നില്ല. പക്ഷേ, ഞാൻ എന്തു ജോലിയും ചെയ്യാൻ സന്നദ്ധനാണ്. എനിക്ക് ആരും ജോലി തരുന്നില്ല” എന്ന് പറയാൻ കേരളത്തിൽ ആർക്കും ഇന്ന് സാധിക്കുകയില്ല. ‘‘ആഗ്രഹിക്കുന്ന ജോലി കിട്ടുന്നില്ല’’ എന്നു പറയുന്നതല്ലാതെ ഒരു ജോലിയും കിട്ടുന്നില്ല എന്ന സ്ഥിതി ഇല്ല. മറ്റു സംസ്ഥാനങ്ങളൊക്കെ ആ കാലഘട്ടത്തിൽ വളരെ ശാന്തമായിരുന്നു. അവിടെയെല്ലാം ഭയഭക്തിബഹുമാനത്തോടെ പൊലീസിനെ കണ്ടാൽ എല്ലാവരും എഴുന്നേറ്റ് നിൽക്കും. പൊലീസുദ്യോഗസ്ഥർ ഗ്രാമങ്ങളിൽ ചെന്നാൽ ഗ്രാമവാസികൾ കൂട്ടായി ചെന്ന് അവരെ സ്വീകരിക്കും; കേരളത്തിൽ സ്ഥിതി അന്നു വിഭിന്നമായിരുന്നു. പക്ഷേ, അവിടെയൊക്കെ സ്ഥിതി ഇപ്പോൾ പാടേ മാറിപ്പോയിരിക്കുന്നു.

ഛത്തീസ്ഗഡ്ഢിലോ ഒറീസ്സയിലോ ബീഹാറിലോ ജാർഘണ്ഡിലോ ഇന്ന് പൊലീസുകാർക്ക് ഒറ്റയ്ക്കോ നാലോ അഞ്ചോ പേർ ചേർന്നോ ഒരു ഗ്രാമത്തിൽ ചെല്ലാൻ കഴിയാത്ത അവസ്ഥയാണ്. ഒരു ഗ്രാമത്തിലേക്ക് ചെല്ലുന്നതിനു മുമ്പ് നൂറ് പൊലീസുകാർ ഒരുമിച്ച് ആ ഗ്രാമം മുഴുവൻ വളഞ്ഞ് ബോംബുണ്ടോ എന്ന് നോക്കി ഏതാണ്ടൊരു വിദേശ രാജ്യത്തിന്റെ പോസ്റ്റ് ആക്രമിച്ചു കൈയടക്കുന്ന രീതിയിലാണ് ഇന്ന് ചില സംസ്ഥാനങ്ങളിലെങ്കിലും പൊലീസിന് ഗ്രാമ പ്രദേശങ്ങളിലേക്ക് പോകേണ്ടി വരുന്നത്. അതുകൊണ്ടാണ് ഞാൻ പറഞ്ഞത് കേരളത്തിൽ കഴിഞ്ഞ 35 കൊല്ലമായി പൊലീസിങ്ങിലും സാമൂഹിക സമാധാനത്തിലും മറ്റു സംസ്ഥാനങ്ങളിൽ ഉണ്ടായതിൽനിന്നും വളരെ വിഭിന്നമായ വ്യത്യാസമാണ് ഉണ്ടായത്. പക്ഷേ, ഇത് തിരിച്ചറിയാൻ മലയാളികൾക്ക് കഴിഞ്ഞിട്ടില്ല. മലയാളികൾ മറ്റ് സംസ്ഥാനങ്ങളിൽ പോകാത്തതുകൊണ്ടോ അവിടത്തെ സാഹചര്യങ്ങൾ അനുഭവിക്കാത്തതുകൊണ്ടോ അല്ല ഇത് മനസ്സിലാകാത്തത്; അതേപ്പറ്റി താരതമ്യം ചെയ്തു ആലോചിക്കാത്തതുകൊണ്ട് മാത്രമാണ്. തോക്കില്ലാതെ പോകാൻ കഴിയാത്ത അവസ്ഥയാണ് പൊലീസുകാർക്ക് ഇന്ന് ഇന്ത്യയിലെ പല സംസ്ഥാനങ്ങളിലും. ഇതിന് അപവാദമില്ലെന്നല്ല; പക്ഷേ, കേരളത്തിൽ സംഭവിച്ചിരിക്കുന്നത് വളരെ അസാധാരണമായ മാറ്റമാണ്; ഗുരുതരമായ കുറ്റകൃ

ത്യങ്ങൾ ഇവിടെ കുറഞ്ഞു. അതേസമയം ശരാശരി വ്യക്തികൾക്ക് വളരെ വലിയ സാമ്പത്തിക പുരോഗതിയുണ്ടാകുകയുംചെയ്തു. അവർ വളരെ മെച്ചപ്പെട്ട പൊലീസ് സേവനങ്ങൾ പ്രതീക്ഷിക്കുന്നു. ഇന്ന് നാം കേരളത്തിൽ അഭിമുഖീകരിക്കുന്ന പ്രശ്നങ്ങൾ ഈ മാറ്റം കൊണ്ടുണ്ടായിട്ടുള്ള പൊലീസ് പ്രശ്നങ്ങളാണ്; അല്ലാതെ 40 കൊല്ലം മുമ്പുണ്ടായിരുന്ന പ്രശ്നങ്ങളുടെ തുടർച്ചയല്ല.

കേരളത്തിലുണ്ടായ സാമൂഹ്യമാറ്റത്തിന് അനുസൃതമായ മാറ്റം പൊലീസ് സംവിധാനത്തിലുണ്ടാക്കാനുള്ള ശ്രമങ്ങളാണ് കേരളത്തിൽ തുടർച്ചയായിട്ട് നടന്നുകൊണ്ടിരുന്നത്. അതിനെ സംബന്ധിച്ച് കേരളത്തിലെ സാമൂഹിക നേതൃത്വവും രാഷ്ട്രീയ നേതൃത്വവും പൊലീസ് നേതൃത്വവും ഇക്കഴിഞ്ഞ പത്തുമുപ്പതു വർഷങ്ങളായി വളരെ ജാഗരൂകരായിരുന്നു. ഉദാഹരണമായി നമ്മുടെ ഐ ജിയായിരുന്ന അനന്തശങ്കര അയ്യർ. അദ്ദേഹം എഴുപതുകളിലാണ് പെറ്റിഷൻ എൻക്വയറി എന്നൊരു സംവിധാനം ആരംഭിച്ചത്. ഈ സംവിധാനം കേരളത്തിൽ മാത്രമേയുള്ളൂ. ഇന്ത്യാ രാജ്യത്ത് മറ്റൊരു സ്ഥലത്തും ഇതില്ല. പെറ്റിഷൻ എൻക്വയറി എന്നാലെന്താണ്? ഒരു പൗരന് ഒരു പ്രശ്നമുണ്ടായി; അവൻ എന്തിനെയോ ഭയപ്പെടുന്നു; ഏതോ കാര്യത്തിൽ ആശങ്കപ്പെടുന്നു; അതിനെ സംബന്ധിച്ച് പൊലീസ് അതിൽ ഇടപെട്ട് അത് ഒരു ക്രിമിനൽ കുറ്റം ആകാതിരിക്കാനുള്ള നടപടിയെടുക്കുക. ഇത് വളരെ ജനസൗഹൃദപരമായ സംഗതിയാണ്. പെറ്റിഷന്റെ അടിസ്ഥാനത്തിൽ ആരും ശിക്ഷിക്കപ്പെടുന്നില്ല. സാധാരണ ഗതിയിൽ പൊലീസ് ഇടപെട്ടാൽ ആരെങ്കിലുമൊരാളെ ശിക്ഷിപ്പിക്കണം എന്നാണ് വയ്പ്പ്. ഒരു പെറ്റിഷൻ കൊടുത്താൽ അതിലൊരു ക്രൈം സാദ്ധ്യത മാത്രമേ ഉള്ളു എന്നാണർത്ഥം. ഇതിലൂടെ ആളുകളെ സമാധാനത്തിന്റെ പാതയിലേക്ക് കൊണ്ടുവരുന്നതിനുള്ള ഒരു പരിഹാരനടപടിയാണ് ഉണ്ടാകുന്നത്. രണ്ടു പേരെയും കൂട്ടിയോജിപ്പിച്ച് അവരുടെ അഭിപ്രായ വ്യത്യാസം പറഞ്ഞു തീർത്ത് അവരെ രമ്യതയിലാക്കുന്നതിന് സാധിക്കുന്നു.

അതായത് രമ്യപ്പിക്കൽ ആണ് പെറ്റിഷൻ എൻക്വയറിയുടെ ഒരു ലക്ഷ്യം. അതിനു മുൻപ് ഒരുകാലത്തും ഇന്ത്യയിലെ ഒരു പൊലീസ് സേനയ്ക്കും അതൊരു ഔദ്യോഗിക ലക്ഷ്യമായിരുന്നില്ല. കേരളത്തിലുണ്ടായിരുന്ന ഒരു പ്രത്യേക സാമൂഹികവ്യവസ്ഥിതിയോട് പൊലീസ് സേന പ്രതീകരിച്ച പുതിയ രീതിയായിരുന്നു അത്. അത് പിന്നീട് വളർന്നു വളർന്ന് ഇപ്പോൾ പെറ്റിഷൻ എൻക്വയറിക്ക് പുതിയ പൊലീസ് ആക്ടിൽ നിയമപരമായിട്ടുള്ള സാധുത നൽകുന്ന അവസ്ഥവരെ എത്തിയിരിക്കുന്നു. അങ്ങനെ ജനങ്ങളുമായിട്ടും ജനങ്ങൾ അഭിമുഖീകരിക്കുന്ന പ്രശ്നങ്ങളുമായിട്ടും നിരവധി മേഖലകളിൽ സംവദിക്കുന്നതിനുള്ള അവസരം കേരളാ പൊലീസ് ഒരിക്കലും വേണ്ട എന്നു വച്ചിട്ടില്ല. ഇത് ഞങ്ങളുടെ ജോലിയല്ല എന്നു പറഞ്ഞ് കേരളാ പോലീസ് കുറ്റകൃത്യജന്യമായ സാമൂഹ്യ പ്രശ്നങ്ങളിൽ നിന്നു തിരിഞ്ഞു നിന്നിട്ടില്ല. അപ്പോൾ ഇങ്ങ

നെയുള്ള ചെറിയ ചെറിയ കാര്യങ്ങളിൽ ഇടപെട്ട് അതിന് സാമൂഹിക നേതൃത്വത്തോടും രാഷ്ട്രീയ നേതൃത്വത്തോടും നാട്ടിൽ അഭിപ്രായം രൂപീകരിക്കുന്ന ആളുകളോടും സംഘടിത ശക്തികളോടും തുടർച്ചയായി സഹകരിച്ചതിന്റെ ഫലമായിട്ടാണ് കേരളത്തിൽ പൊതുവെ വലിയ രീതിയിലുള്ള ഒരു സാമ്പത്തിക പുരോഗതി ഉണ്ടായിട്ടുള്ളത്.

സാമ്പത്തിക പുരോഗതിയോ? സംശയം തോന്നാം. നാം പലപ്പോഴും ചിന്തിക്കാത്ത കാര്യമാണിത്. കേരളത്തിലെ സാമ്പത്തിക പുരോഗതിയുടെ അടിസ്ഥാനം വളരെയധികം പേർ വിദേശത്ത് ജോലിചെയ്യുന്നതുകൊണ്ടാണെന്ന് നാം പലപ്പോഴും പറയുന്നു. പക്ഷേ, കേരളത്തിലെ ആളുകൾക്ക് വിദേശത്ത് ജോലിചെയ്യാൻ സാധിക്കുന്നത് എന്തുകൊണ്ടാണ്? അതിനെക്കുറിച്ച് ആരും സാധാരണ ഓർക്കാറില്ല. വിദേശത്തുപോകുന്നവരുടെ കുടുംബങ്ങൾ ഇവിടെ ആക്രമിക്കപ്പെടുകയും കൊല്ലപ്പെടുകയും ചെയ്യുന്ന സാഹചര്യമാണെങ്കിൽ ആരെങ്കിലും വിദേശത്ത് പോകുമോ? അങ്ങനെ ഒരു അരക്ഷിതാവസ്ഥ ആണ് മാതൃരാജ്യത്ത് ഉള്ളതെങ്കിൽ ആ മാതൃരാജ്യത്തുള്ള ജോലി ഉപേക്ഷിച്ച് കുടുംബത്തെ ഒറ്റയ്ക്കാക്കി ആരെങ്കിലും വിദേശ ജോലി നോക്കാൻ പോകുമോ? ഇത്രയുമധികം മലയാളികൾ വിദേശരാജ്യങ്ങളിൽ പോയി ജോലിചെയ്യാനുള്ള സാഹചര്യം നിലനില്ക്കുന്നത് കേരളത്തിൽ സാധാരണ വ്യക്തികൾക്കും ഒറ്റയ്ക്ക് ജീവിക്കുന്ന കുടുംബങ്ങൾക്കും വലിയ രീതിയിലുള്ള പൊതു സംരക്ഷണം ഉറപ്പുവരുത്താൻ കേരള സമൂഹത്തിന്റെ കൂടെ കേരളാ പൊലീസും ഉണ്ടെന്നുള്ളതുകൊണ്ടാണ്. ഇത് പൊലീസിന്റെ പ്രത്യേകമായ മിടുക്കാണെന്ന് ഞാൻ ഒരിക്കലും വിശ്വസിക്കുന്നില്ല. എന്നാൽ ഇത് യാഥാർത്ഥ്യമാക്കി തീർക്കാൻ കേരളസമൂഹത്തിന്റെ കൂടെ കേരളാ പൊലീസും ജോലിചെയ്യുന്നുണ്ട്. അപ്രകാരം സൃഷ്ടിക്കപ്പെട്ട പൊതുസാമൂഹിക സുരക്ഷിതത്വമുള്ളതുകൊണ്ടാണ് വലിയ അളവിലുള്ള വിദേശജോലികൾ സാദ്ധ്യമായത്.

മറിച്ചൊരു അനുഭവമാണ് ഇവിടെയുണ്ടാകുന്നതെങ്കിൽ ഇവിടത്തെ സ്ഥിതി ഒന്ന് ആലോചിച്ചുനോക്കുക. ഉദാഹരണത്തിന് ഈയിടെ ആസാമിലുണ്ടായ കുഴപ്പം തന്നെ നോക്കുക. അവിടെ അവരുടെ ബന്ധുക്കൾക്ക് കലാപംമൂലം കുഴപ്പമാണെന്ന് കണ്ടപ്പോൾ അന്യസംസ്ഥാനങ്ങളിൽ താമസിച്ചു പണിയെടുത്തുകൊണ്ടിരുന്ന മുഴുവൻ ആസാംസ്വദേശികളും സ്വന്തം നാട്ടിലേക്ക് മടങ്ങിപ്പോയില്ലേ? അതുപോലെ കേരളത്തിൽ ഒരു വലിയ കുഴപ്പമുണ്ടാവുകയാണെങ്കിൽ അന്യനാട്ടിലെ മലയാളികൾ മുഴുവൻ ഇവിടെ വന്ന് അവരുടെ കുടുംബത്തെ രക്ഷിക്കാൻ നോക്കില്ലേ? ഇവിടെ സാമൂഹിക സമാധാനം നിലനിർത്താൻ നമുക്ക് സാധിച്ചിട്ടുണ്ട്. ഇത് കേരള പൊലീസും മറ്റ് സംസ്ഥാന പൊലീസ് സേനകളും തമ്മിലുള്ള പ്രധാന വ്യത്യാസമാണ്.

മൊത്തം ജനസംഖ്യയുടെ ഏകദേശം പത്ത് ശതമാനത്തോളം ആളുകൾ വിദേശത്ത് ജോലിചെയ്യുന്ന ഒരു വലിയ സംസ്ഥാനവും ഇന്ത്യ

യിലില്ല. വിദേശത്തുള്ള ഈ പത്ത് ശതമാനം കൂടാതെ അതിലും കൂടുതൽ ആളുകൾ അന്യസംസ്ഥാനങ്ങളിൽ ജോലിചെയ്യുന്നുണ്ട്. അന്യജില്ലകളിൽ ജോലിചെയ്യുന്നവരും ധാരാളം. ഇപ്പോൾ വേണാടിലോ, ഇന്റർസിറ്റി എക്സ്പ്രസിലോ കയറിയാൽ ദിവസവും നൂറ് നൂറ്റമ്പത് കിലോമീറ്റർ യാത്രചെയ്ത് ജോലിചെയ്യുന്ന സ്ത്രീകളെ കാണാം. ഈ ഒരവസ്ഥ ആന്ധ്രയിലോ, ഒറീസയിലോ, ഡൽഹിയിൽ പോലുമോ കാണാൻ സാധിക്കുകയില്ല. രാവിലെ വേണാടിൽ യാത്ര ചെയ്യുന്നതിന് രാത്രിയുടെ അവസാനയാമങ്ങളിൽ ഉണർന്ന് വീട്ടുജോലി മുഴുവൻ ചെയ്തു തീർത്ത് ഓട്ടോറിക്ഷ പിടിച്ചോ അല്ലെങ്കിൽ നടന്നോ തമ്പാനൂർ റയിൽവെസ്റ്റേഷനിൽ വരുന്ന നിരവധി സ്ത്രീകളെയും നമുക്കു ഇന്നു കാണാൻ കഴിയും. കേരള സമൂഹവും കേരളാ പൊലീസും തമ്മിൽ സഹകരിക്കുന്നതിന്റെ ഫലമായിട്ടാണ് ഈ സ്ഥിതി ഉണ്ടായിട്ടുള്ളത്.

കഴിഞ്ഞ മുപ്പത് കൊല്ലമായി കേരളത്തിൽ വലിയ സാമ്പത്തിക പുരോഗതിയാണുണ്ടായത്. അതുമൂലം വലിയ രീതിയിൽ മൊബിലിറ്റി വർദ്ധിച്ചു. മൊബിലിറ്റി ഒരു വലിയ പൊലീസിങ് പ്രശ്നമാണ്. എവിടെ മൊബിലിറ്റി കൂടുന്നോ അവിടെയെല്ലാം സുരക്ഷയും ക്രമസമാധാനവും അപകടപ്പെടുകയാണ് എന്നത് സാധാരണ അനുഭവം. ഏത് സുരക്ഷാ സംവിധാനത്തിനും ഇത് വലിയൊരു വെല്ലുവിളിയാണ്. മുമ്പ് ആളുകൾ വീട്ടിൽനിന്നും മാറി ദൂരെ സ്ഥലങ്ങളിലേക്ക് വളരെ കുറച്ചേ പോകാറുണ്ടായിരുന്നുള്ളു; ഇന്ന് വീട്ടിൽ നിന്നിറങ്ങി എല്ലാ ദിവസവും ദൂരെയുള്ള സ്കൂളിൽ പോകുന്നു; ഓഫീസിൽ പോകുന്നു; മാർക്കറ്റിൽ പോകുന്നു, സിനിമ കാണാൻ പോകുന്നു, എയർപോർട്ടിൽ പോകുന്നു, റെയിൽവേസ്റ്റേഷനിൽ പോകുന്നു. പണ്ടായിരുന്നെങ്കിൽ ഭൂരിഭാഗം ആളുകൾക്കും അവരുടെ വീട്ടിൽ മാത്രം സംരക്ഷണമൊരുക്കിയാൽ മതിയായിരുന്നു. കുടുംബത്തിലെ ഒരംഗമെങ്കിലും പത്ത് കി.മി. ദൂരെയെങ്കിലും പോകാത്ത ഒരു ദിവസവും ഇല്ല എന്നതാണ് ഇന്നത്തെ സ്ഥിതി. ഇപ്പോൾ ആളുകൾക്ക് ആക്രമണങ്ങളിൽനിന്നും അപകടങ്ങളിൽനിന്നും പോകുന്ന വഴിക്കെല്ലാം സംരക്ഷണം നല്കിയേ പറ്റൂ. അത് ഒരുക്കുന്നതിൽ കേരളാ പൊലീസ് വളരെ വലിയ അളവിൽ വിജയിച്ചു. അതിന് കാരണം പൊലീസും ജനങ്ങളുമായി വളരെയധികം സഹകരണം ഉണ്ടാക്കിയെടുക്കാൻ ജനങ്ങൾക്കും മാധ്യമങ്ങൾക്കും പൊലീസിനും കഴിഞ്ഞു എന്നതാണ്. ഇത് വലിയൊരു നേട്ടമാണ്.

'പൊലീസുകാരൻ' എന്നപദം വിവരമില്ലാത്തവൻ എന്ന വാക്കിന്റെ പര്യായമായിട്ടാണ് പണ്ടു സംഭാഷണശൈലിയിൽ പ്രയോഗിച്ചിരുന്നത്. "ഏതു പൊലീസുകാരനും ഒരു കാര്യം സാധിക്കും" എന്നാണല്ലോ പറഞ്ഞിരുന്നത്. പൊലീസിനെക്കുറിച്ചുള്ള സാധാരണ കാഴ്ചപ്പാട് അതായിരുന്നു. ഇപ്പോൾ സിനിമയിൽ പോലും പൊലീസിനെ അങ്ങനെ ചിത്രീകരിക്കുന്നില്ല. സിനിമകളിൽ ഡിക്റ്ററ്റീവിതര വേഷത്തിൽ പോലും പൊലീസ് കഥാപാത്രങ്ങൾ സാധാരണമായി. മുമ്പ് അതായിരുന്നില്ല

സ്ഥിതി. ആദ്യം ഹാസ്യകഥാപാത്രവും ക്രൂര കഥാപാത്രവുമായിരുന്നു. പിന്നീടത് കുറ്റാന്വേഷകനിലേക്ക് പോയി. കുറ്റാന്വേഷണം വന്നപ്പോൾ ഒരു മിടുക്കനും കുറേ മണ്ടന്മാരും, എന്നതായിരുന്നു രീതി. ഇപ്പോൾ കുറെ നല്ല പൊലീസായാലും, ചീത്ത പൊലീസായാലും രണ്ടുകൂട്ടരും ബുദ്ധിപരമായി ചിന്തിക്കുന്ന കഥാപാത്രങ്ങളാണ്. അതായത് ബുദ്ധിയുള്ള ഒരു വിഭാഗമാണ് പൊലീസ് എന്ന പൊതുവീക്ഷണം നിലവിൽവന്നു എന്നർത്ഥം. സമൂഹത്തിലെ പല സങ്കീർണ്ണ പ്രശ്നങ്ങളുമായും സംവദിക്കാൻ കഴിവുള്ള ഒരു വിഭാഗമായി പൊലീസ് മാറിയിരിക്കുന്നു. ജനങ്ങളുടെ ദൈനംദിന ഇടപെടലുകളിൽ അവർക്കത് ബോദ്ധ്യപ്പെട്ടതുകൊണ്ടാണ് സിനിമയിൽ പോലും ഇങ്ങനെയൊരു മാറ്റം സംഭവിച്ചിട്ടുള്ളത്.

ജനാധിപത്യം നിലവിൽ വരുന്നതിന് മുമ്പ് പൊലീസിന്റെ ജോലി ഇപ്പോഴത്തെ ജോലിയിൽനിന്നും വളരെ വ്യത്യസ്തമായിരുന്നു. ജനങ്ങളെ നിർബ്ബന്ധിച്ച് രാജാവോ വൈസ്രോയിയോ പറയുന്നത് അനുസരിപ്പിക്കുന്നവരായിരുന്നു പൊലീസുകാരൻ. പൊലീസ് കള്ളനെ പിടിക്കുന്നത് മറ്റൊരാളിന്റെ വസ്തു മോഷ്ടിച്ചതുകൊണ്ടു മാത്രമല്ല, മറിച്ച് വസ്തു മോഷ്ടിക്കരുതെന്ന രാജകൽപ്പന കള്ളൻ ലംഘിച്ചു എന്നതുകൊണ്ടാണ്. നിയമങ്ങൾ ജനങ്ങളുടെ സൗകര്യം ലക്ഷ്യമാക്കി മാത്രം സൃഷ്ടിച്ചവയായിരുന്നില്ല. കൽപ്പനയാണ് നിയമം. രാജാവിന്റെയോ വൈസ്രോയിയുടെയോ സമ്മതത്തോടുകൂടി ആ വസ്തു എടുത്തുമാറ്റാൻ പറഞ്ഞാൽ പൊലീസുകാർ അതെടുത്തോണ്ടു പോകും. അതായത് വസ്തുവിനോടും ഉടമസ്ഥനോടും പൊലീസിന് വലിയ പ്രതിബദ്ധതയൊന്നുമില്ല. അതായത് പണ്ട് പൊലീസിന്റെ ജോലി എന്നു പറയുന്നത് സർക്കാരിന്റെ ഇംഗിതം, ജനങ്ങൾക്ക് ഇഷ്മുണ്ടെങ്കിലും ഇല്ലെങ്കിലും, നടപ്പാക്കിയെടുക്കുക എന്നുള്ളതായിരുന്നു.

ഇപ്പോൾ അത് മാറി. ജനാധിപത്യം എന്നാൽ ജനങ്ങളുടേതാണ് സർക്കാർ എന്നർത്ഥം. ജനങ്ങളുടെ സമ്മതത്തിൽ അധിഷ്ഠിതമായ അധികാരമാണ് സർക്കാരിന്റെ അധികാരം. അങ്ങനെയെങ്കിൽ ജനാധിപത്യത്തിലെ പൊലീസ് പ്രവർത്തനം തീർച്ചയായും സഹകരണത്തിൽ അധിഷ്ഠിതമായിരിക്കണം. ജനാധിപത്യ സർക്കാർ ജനസമ്മതിയിലധിഷ്ഠിതമാണെങ്കിൽ അപൂർവ്വമായ സന്ദർഭങ്ങളിലൊഴികെ ജനാധിപത്യത്തിലെ പൊലീസ് സഹകരണാടിസ്ഥാനത്തിൽ പ്രവർത്തിക്കുന്ന പൊലീസ് തന്നെയാണ്. എവിടെയെങ്കിലും വളരെ അന്യായമായ രീതിയിൽ നിയമം പരസ്യമായിട്ടോ സർക്കാരിനെതിരായിട്ടോ ലംഘിക്കുന്ന സന്ദർഭങ്ങളിലൊഴിച്ച് 99 ശതമാനം സാഹചര്യങ്ങളിലും കഴിയുമെങ്കിൽ ജനങ്ങളുടെ സഹകരണം തേടുക. ജനങ്ങളുടെ സഹകരണം കിട്ടാത്തപ്പോൾ മാത്രമാണ് നിയമപ്രകാരമുള്ള അധികാരമുപയോഗിച്ച് ജനങ്ങളെ നിയമപ്രകാരം നിയന്ത്രിക്കുന്ന സാഹചര്യങ്ങളിലേക്ക് പൊലീസുകാരൻ എത്തിപ്പെടുന്നത്. പൊലീസുകാരൻ തേടേണ്ടത് പരമാവധി ജനങ്ങളുടെ സഹകരണമാണ്.

മോഷണം തടയാനാണെങ്കിലും, ട്രാഫിക് സുരക്ഷ ഉറപ്പാക്കാനാ

ണെങ്കിലും നിയമം നടപ്പാക്കുന്നതിന് ജനങ്ങളുടെ സഹായം ലഭ്യമാക്കേണ്ടതാണ്. ഇതാണ് പൊലീസിന്റെ കാര്യക്ഷമതയുടെ അളവുകോൽ; ജനാധിപത്യ പൊലീസിന്റെ മുഖമുദ്ര. മാറ്റത്തിലൂടെ കൈവരിക്കപ്പെടേണ്ട ഈ പ്രക്രിയ ത്വരിതപ്പെടുത്താനേ സാധിക്കുകയുള്ളൂ. പെട്ടെന്ന് മാറ്റിമറിക്കാൻ സാധിക്കില്ല. പത്ത് ഇരുന്നൂറ് വർഷങ്ങളായിട്ട് വ്യത്യസ്തമായ 'ട്രാക്കി'ൽ ഓടിക്കൊണ്ടിരിക്കുന്ന വണ്ടിയെ പെട്ടെന്ന് 'എബൗട്ടേൺ' അടിക്കാൻ പറ്റില്ല. അപ്പോൾ പുതിയ ട്രാക്കിലേക്ക് തിരിച്ചു കൊണ്ടുവരണമെന്നുണ്ടെങ്കിൽ അത് തിരിച്ച് വരണം. ക്രമേണ മാറ്റിയെടുക്കാനേ കഴിയൂ. അതിന് ഒരു പത്ത് നാല്പത് വർഷമെടുക്കും. ഒരു തലമുറ അല്ലെങ്കിൽ രണ്ടു തലമുറ വേണ്ടിവന്നേക്കും. ആദ്യം ഈ പറയുന്നതിനെ പൊലീസുകാരൻ തന്നെ എതിർക്കും. ബീറ്റ് പോകുന്ന പൊലീസുകാരൻ കഴിയുമെങ്കിൽ അതീവ ഗുരുതര സാഹചര്യത്തിൽ അല്ലാതെ ആരെയും അറസ്റ്റ് ചെയ്യേണ്ടതില്ല എന്നു പറഞ്ഞാൽ, അറസ്റ്റ് ചെയ്യാനല്ലെങ്കിൽ പൊലീസ് എന്തിന്? ആയുധ പ്രയോഗമില്ലെങ്കിൽ പൊലീസിന്റെ ഉപയോഗമെന്ത്? എന്നും മറ്റും ചോദ്യങ്ങൾ ഉയരും. ഇങ്ങനെയുള്ള വാദപ്രതിവാദങ്ങൾ സാധാരണം. യഥാർത്ഥത്തിൽ ജനങ്ങളുടെ സഹകരണം ലഭിക്കുന്നതാണ് ഏറ്റവും വലിയ കാര്യം. ആ സഹകരണം ലഭിക്കുവാൻ നമ്മൾ ശ്രമിച്ചതിനുശേഷവും നിയമം മന:പൂർവ്വം നിഷേധിക്കാൻ ശ്രമിക്കുന്നവന്റെ പേരിലാണ് കർശനമായ നടപടി എടുക്കേണ്ടത്. ജനങ്ങളുടെ ഇച്ഛാശക്തി നിയമത്തിന്റെ പുറകിലുണ്ട്. അതാണ് ജനാധിപത്യത്തിന്റെ അടിസ്ഥാനപ്രമാണം. ഓരോ നിയമവും ജനങ്ങളുടെ ഇച്ഛയ്ക്ക് അനുസൃതമായിട്ടുള്ളതാണ്. അങ്ങനെയുള്ള നിയമം നടപ്പാക്കുമ്പോൾ നല്ലവരായ ജനങ്ങൾ 99 ശതമാനവും നിയമസമാധാനം നിലനില്ക്കണമെന്ന് ആഗ്രഹിക്കുന്നു. ഒരു ശതമാനം മാത്രം ഒരു പ്രത്യേക നിയമത്തോട് വിയോജിച്ചു പ്രവർത്തിക്കാൻ ആലോചിക്കുന്നു. ആ ഒരു ശതമാനം പോലും മറ്റു പല നിയമങ്ങളേയും അനുകൂലിക്കുന്നവരാണ്. കഴിയുന്നിടത്തോളം ചെയ്യേണ്ടത് 1000 പേരുടെ സംഘടിത മാനസിക ശക്തി ഉപയോഗിച്ച് ഇടഞ്ഞു നില്ക്കുന്നവരെ മെരുക്കിയെടുക്കുക എന്നതാണ്.

വകുപ്പിൽ ഒത്തിരിയൊത്തിരി മാറ്റങ്ങൾ അടുത്തകാലത്ത് വരുത്തിയിട്ടുണ്ട്. പൊലീസുകാരൻ എന്നാൽ വിവരമില്ലാത്തവൻ എന്നായിരുന്നല്ലോ പഴയ ധാരണ. സത്യത്തിൽ വിവരമില്ലായ്മ തന്നെയായിരുന്നു അതിന് കാരണം. എന്നുവച്ചാൽ വിദ്യാഭ്യാസപരമായ പിന്നോക്കാവസ്ഥ. പഴയ എം എസ് പിയെ പറ്റിയുള്ള കഥ ഞാൻ ആവർത്തിക്കുന്നില്ല. അതിന് വലിയ മാറ്റം വന്നത് പൊലീസ് റിക്രൂട്ട്മെന്റ് പബ്ലിക് സർവ്വീസ് കമ്മിഷൻ വഴി ആയതോടെയാണ്. അതിത്ര വലിയ മാറ്റം ഉണ്ടാക്കുമെന്ന് ആരും അന്ന് മനസ്സിലാക്കിയില്ല. പക്ഷേ, പത്ത് പതിനഞ്ച് കൊല്ലം കഴിഞ്ഞപ്പോൾ അന്ന് റിക്രൂട്ട് ചെയ്തപ്പെട്ട ആളുകൾ ലോക്കൽ പൊലീസിലേക്ക് വരാൻ തുടങ്ങി. അപ്പോഴാണ് മാറ്റം പ്രകടമായി തുടങ്ങിയത്. പഴയ റിക്രൂട്ട്മെന്റിൽക്കൂടി പ്രധാനമായും കടന്നുവന്നിരുന്നത് മുൻകാല

പൊലീസുകാരുടെ ബന്ധുക്കളായിരുന്നു. അതായത് മറ്റുപല ബന്ധങ്ങളാലും താൽപ്പര്യങ്ങളാലും പരസ്പരം പരമ്പരാഗതമായി ബന്ധപ്പെട്ടു നിലനിന്നിരുന്ന ഒരു കൂട്ടായ്മായിരുന്നു പൊലീസ്സേന. അന്നു നൂറു പൊലീസുകാരിൽ ഇരുപത്തിയഞ്ച് പേരെങ്കിലും പൊലീസുകാരുടെ അടുത്ത ബന്ധുക്കൾ ആയിരുന്നു. അതായത് പൊലീസ് മകൻ പൊലീസ്, മകന്റെ മകൻ പൊലീസ്. സമൂഹത്തിൽനിന്ന് വേർപിരിക്കപ്പെട്ട ഒരുകൂട്ടം ആളുകളാണ് പൊലീസെന്ന ധാരണ ശക്തിപ്പെടുത്തത്തക്കതരത്തിലുള്ള റിക്രൂട്ട്മെന്റ് സമ്പ്രദായമാണ് അന്നുണ്ടായിരുന്നത്. 'പൊലീസ് വെൽഫയർ' എന്നരീതിയിൽ ആയിട്ടാണ് ഡിപ്പാർട്ട്മെന്റ് ഇതേപ്പറ്റി ചിന്തിച്ചിരുന്നതെങ്കിലും അത് വലിയ രീതിയിൽ നടക്കുമ്പോൾ സമൂഹത്തിന് കൊടുക്കുന്ന സന്ദേശം വ്യത്യസ്തമായിരുന്നു.

1981-82 വരെ പല പൊലീസ് സ്റ്റേഷനിലും 2 എച്ച് സി.8 പി. സി എന്ന സ്ഥിതി ആയിരുന്നു. ഇന്നത്തെ 5 എച്ച്. സി. 25 പി.സി. മിനിമം ആയി അത് ഉയർന്നത് അതിനുശേഷമാണ്. പൊലീസുകാരുടെ എണ്ണത്തിലും കാര്യമായ മാറ്റമുണ്ടായി. കഴിഞ്ഞ മൂന്നു വർഷങ്ങളിൽ ഏകദേശം 15,000ത്തോളം പേരെ പൊലീസിലേക്ക് റിക്രൂട്ട് ചെയ്തു. (1956-ൽ കേരള പൊലീസിന്റെ സംഖ്യാബലം ഇത്രമാത്രം തന്നെ ഇല്ലായിരുന്നു) ഇതിനുമുമ്പുള്ള വലിയ റിക്രൂട്ട്മെന്റ് നടന്നത് 1983-84 കാലഘട്ടത്തിലാണ്; ഏഴായിരത്തോളം പേരെ. അങ്ങനെ ധാരാളം വ്യത്യസ്ത കുടുംബങ്ങളിൽനിന്ന് ആളുകൾ പൊലീസ് സേനയിൽ വന്നു. ഇവർ വന്നതു വ്യത്യസ്ത ജീവിത പശ്ചാത്തലങ്ങളിൽ നിന്നാണ്.

മാത്രമല്ല, പി എസ് സി റിക്രൂട്ട്മെന്റ് ആയപ്പോൾ ബൗദ്ധിക ഉന്നത നിലവാരം പുലർത്തുന്നവർക്ക് മാത്രമേ കായികക്ഷമതാ പരീക്ഷയ്ക്ക് അർഹതയുള്ളൂ എന്ന് വന്നു. നേരത്തെ നടന്നിരുന്നത് മസിലുള്ളവർക്ക് സാമാന്യ ബുദ്ധിയുണ്ടോ എന്നുള്ള പരീക്ഷണമായിരുന്നു. പി എസ് സി റിക്രൂട്ട്മെന്റ് വന്നപ്പോൾ ബുദ്ധിയുള്ളവർക്ക് ആവശ്യത്തിന് മസിലുണ്ടോ എന്ന് നോക്കുന്ന രീതിയിലേക്ക് മാറി. ഇങ്ങനെ ബൗദ്ധികമായി ഉന്നതനിലവാരമുള്ള ആളുകൾ സേനയിലേക്ക് വരാൻ തുടങ്ങി. ആദ്യകാലത്ത് പി എസ് സി റിക്രൂട്ട് ചെയ്തവരൊക്കെ ഇന്ന് ഗ്രേഡ് എസ് ഐ മാരാണ്. ഇന്നത്തെ ഗ്രേഡ് എസ് ഐ മാരെക്കുറിച്ചും, സമൂഹത്തിൽ കാര്യമായൊരു പരാതിയും ഇതുവരെ വന്നിട്ടില്ല. വ്യാപകമായി "ഇവരെല്ലാം മോശക്കാരാണ്, കഴിവില്ലാത്തവരാണ്" എന്ന് രാഷ്ട്രീയക്കാരുടെ ഭാഗത്തുനിന്നോ സമൂഹത്തിന്റെ ഭാഗത്തുനിന്നോ കഴിഞ്ഞ മൂന്നു കൊല്ലമായി പരാതികളൊന്നും വന്നിട്ടില്ല. സ്വയമായി ചിന്തിക്കാനും തെളിവ് ശേഖരിക്കാനും തെളിവ് അപഗ്രഥിക്കാനും കേസ് എഴുതാനുമൊക്കെ ബൗദ്ധികമായി കഴിവുള്ള ആളുകളാണ്. 1980 കളിൽ പി എസ് സി വഴി പൊലീസിലേക്ക് തെരഞ്ഞെടുക്കപ്പെട്ടത് എന്നത് 2007-09 കാലഘട്ടത്തിൽ അവരെല്ലാം ഗ്രേഡ് എ എസ് ഐമാരും എസ് ഐമാരുമായപ്പോൾ സേനയ്ക്ക് അനുഭവപ്പെട്ടു. ഇത്രയും പേർക്ക് ഒരുമിച്ച് ഗ്രേഡ്

കൊടുത്തപ്പോൾ പലർക്കും സംശയമുണ്ടായിരുന്നു. ഇപ്പോൾ അത് മാറി. അൽപ്പം ചിലർക്ക് ചില സ്വഭാവദൂഷ്യങ്ങളുണ്ടെന്നല്ലാതെ മറിച്ച് ഇവർ ബൗദ്ധികമായി നിലവാരമില്ലാത്തവരാണ് എന്നുള്ള വിമർശനം വന്നിട്ടില്ല എന്നത് ശ്രദ്ധേയമാണ്.

രണ്ടാമതായി, ഇവിടെ സംഭവിച്ച വലിയൊരു മാറ്റം യൂണിഫോം പരിഷ്കരണമാണ്. 1981–82 ൽ നിക്കർ മാറ്റി പാന്റ്സ് ആക്കിയപ്പോൾ പൊലീസുകാർക്ക് വലിയൊരു ആത്മാഭിമാനം ഉണ്ടായിയെന്നുള്ളതാണ് സത്യം. പാന്റ്സ് ലഭിച്ചപ്പോൾ അവർ അഹങ്കരിക്കുകയല്ല; മറിച്ച് അഭിമാനിക്കുകയാണ് ചെയ്തത്. അതും ജനങ്ങളുമായി ഇടപഴകുന്ന പൊലീസാകാനുള്ള ഒരു പുതിയ സംസ്കാരത്തിലേക്ക് കടന്നുവരാൻ പൊലീസിനെ സഹായിച്ച ഒരു ഘടകമാണ്. "ഞങ്ങൾ പഴയതിൽനിന്നും വ്യത്യസ്തരാണ്. ഞങ്ങൾക്കും ഒരു മാന്യതയുണ്ട്" എന്ന് അവർക്ക് തോന്നിത്തുടങ്ങി. അവരിൽ ആത്മാഭിമാനം വളരാൻ തുടങ്ങി. പാന്റ്സ് ഉപയോഗിച്ചു തുടങ്ങിയതിൽ പിന്നെ എല്ലാവരും ഷൂസ് ഉപയോഗിക്കാൻ തുടങ്ങി. വള്ളിച്ചെരുപ്പ് മാത്രം ഇടുന്ന പൊലീസുകാരുടെ എണ്ണം വളരെ കുറഞ്ഞു. ഇപ്പോൾ തീരെ ഇല്ലാതെയായി. വകുപ്പിന്റെ കർക്കശമായ നിയന്ത്രണം ഇല്ലാതെ തന്നെ ഡ്രസ് ഡിസിപ്ലിൻ വന്നു. പൊലീസുകാരുടെ ആത്മാഭിമാനം പൊലീസിങ്ങിനെ സംബന്ധിച്ചിടത്തോളം വളരെ പ്രധാനമാണ്. അതിന്റെ കാരണം ജനങ്ങളുമായി ഇടപഴകുമ്പോൾ ആത്മാഭിമാനം ഉള്ളവന് മാത്രമേ ജനങ്ങൾക്ക് നല്ല സർവ്വീസ് കൊടുക്കാൻ സാധിക്കൂ എന്നുള്ളതാണ്. ആത്മാഭിമാനവും അഹങ്കാരവും തമ്മിൽ വ്യത്യാസമുണ്ട്. ആത്മാഭിമാനം ഉള്ളവന് ഒരിക്കലും അഹങ്കാരം കാണില്ല. പൊലീസുകാർക്ക് ആത്മാഭിമാനം ഉണ്ടാക്കാൻ പബ്ലിക് സർവ്വീസ് കമ്മീഷന്റെ റിക്രൂട്ട്മെന്റും യൂണിഫോം പരിഷ്കരണവുംകൊണ്ട് വളരെയധികം സാധിച്ചു എന്നാണ് എന്റെ വിലയിരുത്തൽ.

ഞാൻ സർവ്വീസിൽ ഇവിടെ വന്നുചേർന്ന കാലത്ത് പൊലീസുകാർക്ക് താമസിക്കാൻ വീടുകളില്ലായിരുന്നു. അതിന് ഒരു പരിഹാരമെന്ന നിലയിലായിരുന്നു 1980–81 ൽ ഹൗസിങ് കോ-ഓപ്പറേറ്റീവ് സൊസൈറ്റി രൂപീകൃതമായത്. ഇന്ന് പത്ത്മുന്നൂറ് കോടി രൂപ ആസ്തിയുള്ള സ്ഥാപനമാണ് കെ പി എച്ച് സി സി എണ്ണായിരത്തിൽപ്പരം വീടുകൾ അതുമൂലം പൊലീസുകാർക്കുണ്ടായി. പൊലീസുകാരുടെ സഹകരണമാണ് ഈ വളർച്ചയ്ക്ക് പിന്നിൽ. അങ്ങനെ പല മേഖലകളിലും അവർക്ക് വളരെ ഉയരാൻ കഴിഞ്ഞു. പണ്ടില്ലാതിരുന്ന പൊലീസ് അസോസിയേഷനും 1979 ൽ വന്നു. അവ ഇപ്പോൾ വളരെ സജീവമായി പ്രവർത്തിക്കുന്നുണ്ട്. ഇതെല്ലാം നല്ലരീതിയിൽ നടപ്പാക്കുന്നത് പൊലീസുകാരന്റെ 'ക്വാളിറ്റി' കൊണ്ടാണ്. ഇന്ത്യാമഹാരാജ്യത്തിലെ തന്നെ അല്ലെങ്കിൽ ലോകത്തിലെ തന്നെ ഏറ്റവും 'ഹൈലി ക്വാളിഫൈഡ്' ആയിട്ടുള്ളവരാണ് കേരളാ പൊലീസിലുള്ളത്. അമേരിക്കയിൽ ബിരുദധാരിയായ പൊലീസുകാരനെ

സാധാരണ കാണില്ല. ബ്രിട്ടനിൽ പോലും അത് അപൂർവ്വമാണ്. ഉന്നത വിദ്യാഭ്യാസ നിലവാരം പുലർത്തുന്ന സമൂഹത്തിന്റെ പരിച്ഛേദമാണ് നമ്മുടെ പൊലീസ് എന്ന നില കൈവരിക്കാൻ ഈ പത്ത് മുപ്പത് വർഷം കൊണ്ട് നമുക്ക് കഴിഞ്ഞു. പൊലീസും ജനങ്ങളുമായുള്ള മെച്ചപ്പെട്ട ബന്ധത്തിന് സഹായിച്ചത് ആ ഘടകമാണ്. ഒരു "ഇംപ്രൂവ്ഡ് ഹ്യൂമൻ ബിയിങ്ങി"ന് മാത്രമേ ഒരു പുതിയ രീതിയിലുള്ള പൊലീസിങ് നടത്താൻ സാധിക്കൂ.

ജനമൈത്രി പൊലീസിങ് 2008 ൽ തുടങ്ങി അത് പടിപടിയായി വിജയിച്ചത് ഇപ്പോൾ നാം കാണുന്നു. ആയിരക്കണക്കിന് ബീറ്റ് ഓഫീസർമാരും പതിനായിരക്കണക്കിന് പൊലീസുകാരും ഉണ്ടെങ്കിൽ മാത്രമേ ആ സംവിധാനം വിജയിപ്പിക്കാൻ കഴിയൂ. ഒറ്റയ്ക്ക് പ്രവർത്തിക്കുന്ന ഒരു മിടുക്കനായ ഓഫീസറെക്കൊണ്ട് മാത്രം, അയാൾ എത്ര മിടുക്കനാണെങ്കിൽപ്പോലും അത് നടക്കില്ല. ആശയങ്ങൾ ആർക്കും പറയാം. അതുകൊണ്ടുമാത്രമായില്ല. ആശയം നടപ്പിലാക്കണമെങ്കിൽ അത് നടപ്പാക്കാൻ കർമ്മശേഷിയുള്ള, ത്രാണിയുള്ള ധാരാളം ആളുകൾ വേണം. അതിന് ബലമായി രാഷ്ട്രീയ സാമൂഹ്യ നേതൃത്വങ്ങൾ പ്രതികരിക്കുകയും വേണം.

സർവ്വീസ് കൂടുന്തോറും റാങ്ക് കുറഞ്ഞുവരുന്ന ഒരു വിഭാഗമായിരുന്നു പണ്ട് പൊലീസുകാർ. പലർക്കും ഇതു കേൾക്കുമ്പോൾ പെട്ടെന്ന് അത് മനസ്സിലാകില്ല. ഉദാഹരണത്തിന് ഒരു പൊലീസുകാരൻ വിവാഹം കഴിക്കുന്ന സമയത്ത് അയാൾ ആമ്ഡ് പൊലീസിൽ ഹവീൽദാർ ആയിരിക്കും. പത്ത് പതിനെട്ട് വർഷങ്ങൾ കഴിഞ്ഞ് അയാളുടെ മകളുടെ വിവാഹസമയം ഹവീൽദാറിൽനിന്നും അയാൾ പ്രമോട്ട് ചെയ്യപ്പെട്ട് എസ് ഐ ആയിത്തീർന്നിരിക്കും എന്നാണ് നാം സാധാരണ ചിന്തിക്കുന്നത്. എന്നാൽ യഥാർത്ഥത്തിൽ അയാൾ അപ്പോൾ പിന്നോക്കം പോയി കോൺസ്റ്റബിൾ ആയിത്തീരും. കാരണം ആ സമയംകൊണ്ട് അയാൾ എ ആറിൽ പോയി. അവിടെ നിന്ന് പിന്നെ ലോക്കൽ പൊലീസിലേക്ക് പോകുന്നു. ലോക്കൽ പൊലീസിൽ പത്തിരുപത് കൊല്ലം കഴിഞ്ഞാലേ ഹെഡ്കോൺസ്റ്റബിൾ ആകുന്നുള്ളൂ. മകളുടെ വിവാഹസമയത്ത് അയാൾ ലോക്കൽ പൊലീസിൽ കോൺസ്റ്റബിളായിത്തീരും. ഇതായിരുന്നു പഴയ അവസ്ഥ. ഇത് അവരുടെ ജീവിതവീക്ഷണത്തെ ബാധിച്ചു. പ്രൊഫഷണൽ എക്സലൻസ് കൈവരിക്കാനുള്ള വ്യക്തികളുടെ ത്വരയെ ഇത് ഇല്ലാതാക്കി. എത്രയായാലും ഞാൻ ഹെഡ്കോൺസ്റ്റബിൾ മൂത്ത് 'കോൺസ്റ്റബിളേ' ആകൂ എന്ന സ്ഥിതി പണ്ട് നിലനിന്നിരുന്നു. എന്തായാലും അത് ഇപ്പോൾ മാറി. ഇപ്പോൾ എല്ലാവരും എസ് ഐ മാരാകും. ഇപ്പോൾ എസ് ഐയുടെ ജോലിയെക്കുറിച്ച് ചിന്തിക്കുന്നതിനും അതിന്റെ പ്രാധാന്യം മനസ്സിലാക്കുന്നതിനും അതിന്റെ വൈഷമ്യങ്ങൾ ദൂരീകരിക്കുന്നതെങ്ങനെയാണെന്ന് ആലോചിക്കുന്നതിനും അയാൾ ശ്രമിക്കും. പഴയ കാലത്ത് "ഞാൻ ഇതൊന്നും ചെയ്തിട്ട് കാര്യമില്ല. ഒന്നും

ആകാൻ പോകുന്നില്ല. എങ്ങനെയെങ്കിലും ആരെങ്കിലും പറയുന്നത് കേട്ട് സർവ്വീസ് തീർക്കണം" - അങ്ങനെയേ ചിന്തിക്കുമായിരുന്നുള്ളൂ. ജോലിയെ കുറിച്ച് ആകമാനമുള്ള അറിവ് വർദ്ധിപ്പിക്കുന്നതിന് വേണ്ടിയുള്ള ഒരു വ്യക്തിപരമായ ത്വര പൊലീസുകാർക്ക് ഉണ്ടാകണമെന്നുണ്ടെങ്കിൽ ഒരു വ്യക്തിയെന്നുള്ള നിലയിൽ പൊലീസുകാരന് ഔദ്യോഗിക ശ്രേണിയിലൂടെ നടന്നുകയറാനുള്ള സാദ്ധ്യത ഉണ്ടെന്നുള്ള ബോദ്ധ്യമുണ്ടായിരിക്കണം. അതിനുതകുന്ന മിക്ക നടപടികളും കഴിഞ്ഞ ആറ് ഏഴ് വർഷംകൊണ്ട് നടന്നിട്ടുണ്ട്. പൊലീസുകാരുടെ പ്രൊമോഷൻ സാദ്ധ്യത വർദ്ധിക്കുന്നതനുസരിച്ച് അവരുടെ ജീവിത വീക്ഷണവും പ്രൊഫഷണൽ പ്രാവീണ്യവും മെച്ചപ്പെടും. അത് ഡിപ്പാർട്ട്മെന്റിനും ജനങ്ങൾക്കും വളരെ പ്രധാനമാണ്. കാരണം പ്രൊഫഷണൽ കഴിവുള്ള പൊലീസുകാർ ഉണ്ടാവുകയെന്നത് ഡിപ്പാർട്ട്മെന്റിന്റെ മാത്രം ആവശ്യമല്ല. നാടിന്റെയും ആവശ്യമാണ്.

നമ്മുടെ സമൂഹത്തിൽ സാമൂഹ്യ പൊലീസിങ് രീതികളിലൂടെ ഉടലെടുത്ത കാഴ്ചപ്പാട് മാറ്റമാണ് സ്റ്റുഡന്റ് പൊലീസ് കേഡറ്റ് എന്ന പദ്ധതിയിൽ പ്രതിഫലിച്ചത്. പൊലീസിങ് "ഞങ്ങളും ഞങ്ങൾക്കുവേണ്ടി ഞങ്ങളുടെ കൂടെ നിന്ന് പൊലീസുകാരും ചേർന്ന് ചെയ്യുന്ന പ്രവൃത്തിയാണ്; പൊലീസുമായി സഹകരിക്കുന്നത് നല്ലതാണ്"എന്നുള്ള ചിന്ത നാട്ടിൽ പ്രചാരം നേടിയിട്ടുള്ളതുകൊണ്ടാണ് സ്റ്റുഡന്റ് പൊലീസ് കേഡറ്റ് പദ്ധതി ഇപ്പോൾ വിജയകരമായി നടക്കുന്നത്. പൊലീസ് - പൊതുജന സഹകരണമാണ് സമാധാനത്തിന്റെ അടിത്തറ എന്ന ചിന്ത, ഇന്ന് സമൂഹത്തിന്റെ ചിന്തയായി മാറിയിട്ടുണ്ട്. ഇന്ന് പി എസ് സി കേരളത്തിലെ ഇരുന്നൂറോളം സ്കൂളിൽ വിജയകരമായി നടന്നുവരുന്നു. എന്നാൽ ഇവരാരും പൊലീസുകാരാവണം എന്നതല്ല നമ്മുടെ ലക്ഷ്യം. എന്നാൽ ഇവർ പൊലീസാവാതെ തന്നെ സമൂഹത്തിന്റെ പൊലീസുകാരാണ്. പൊലീസ് ഉത്തരവാദിത്വം സമൂഹത്തിന്റെ ഉത്തരവാദിത്വമാണെന്ന് തിരിച്ചറിയുന്ന ഒരു വലിയ ജനതയുടെ പ്രതിനിധികളായിട്ട് ഇവർ മാറണം. പതിനഞ്ച് വർഷംകൊണ്ട് കേരളത്തിൽ അഞ്ച്ലക്ഷം പേരിലധികമുള്ള ഒരു സ്റ്റുഡന്റ് പൊലീസ് കേഡറ്റ് സമൂഹം ഉണ്ടാകും. നാളെ ഇവർ ഡോക്ടറാവാം, വക്കീലാവാം, ജഡ്ജിയാവാം മറ്റു പലതുമാവാം. പൊലീസിന്റെ ഉത്തരവാദിത്വം എന്താണെന്ന് തിരിച്ചറിയുന്ന, ചിന്തിക്കുന്ന ആളുകളായി ഈ സമൂഹം വളർന്നുവരും. "ഈ നിയമവ്യവസ്ഥ നമ്മുടെ പൊതുസ്വത്താണ്; നിയമവ്യവസ്ഥ എന്ന പാവനമായ സ്വത്ത് സംരക്ഷിക്കുന്നതിൽ വലിയ പങ്കുവഹിക്കാൻ പൗരന്മാരെന്ന നിലയ്ക്ക്, വ്യക്തികളെന്ന നിലയിൽ എല്ലാവരും ബാദ്ധ്യസ്ഥരാണ്" എന്നു തിരിച്ചറിയുന്ന വലിയൊരു സമൂഹം സൃഷ്ടിക്കപ്പെടണം. അത് നമുക്ക് അത്യന്താപേക്ഷിതമാണ്.

ഞാൻ കേരളത്തിൽ സർവ്വീസിൽ വരുന്നത് 1976 ലാണ്. ടി എ എസ് അയ്യർ, എം കെ ജോസഫ്, രാജ്ഗോപാൽ നാരായൺ ഈ മൂന്നുപേരും അതിനുശേഷം ദീർഘകാലം കേരള ഡി ജി പിമാരായിരുന്നവരാണ്. ഇവ

രെല്ലാം എന്നെ വളരെ കാര്യമായിട്ട് സ്വാധീനിച്ചിട്ടുള്ളവരാണ്. പൊലീസിന്റെ ജോലിയെന്ന് നമ്മൾ പറയുന്ന പല കാര്യങ്ങളേപ്പോലെതന്നെ പ്രാധാന്യം 'പൊലീസിന്റെ ജോലിയല്ല' എന്ന് പലരും ധരിച്ചുവച്ചിരിക്കുന്ന കാര്യങ്ങൾക്കുണ്ട് എന്ന് ബോദ്ധ്യപ്പെടുത്തിയത് എം കെ ജോസഫാണ്. ഡിപ്പാർട്ട്മെന്റിന്റെ ചട്ടങ്ങൾ, റെഗുലേഷൻസ്, പ്രൊമോഷൻ സാദ്ധ്യതകൾ, പൊലീസുകാരുടെ വെൽഫയർ ഇങ്ങനെയുള്ള കാര്യങ്ങളിൽ ടി എ എസ് അയ്യർ വളരെ വലിയ ദീർഘവീക്ഷണമുള്ള ഒരാളായിരുന്നു. അദ്ദേഹത്തിന്റെ കാലഘട്ടത്തിന് അതീതമായി ദീർഘവീക്ഷണം നടത്തിയ വ്യക്തിയായിരുന്നു. ഡിപ്പാർട്ട്മെന്റിന്റെ വിവിധ ബ്രാഞ്ചുകൾ ഏകീകരിക്കുന്നതിലൊക്കെ അദ്ദേഹം വളരെ താൽപ്പര്യമെടുത്തിരുന്നു. ഒരു എസ്റ്റാബ്ലിഷ്മെന്റ് സെൻസ് ഉണ്ടെങ്കിൽ മാത്രമേ പൊലീസിൽ പരിഷ്കാരങ്ങൾ നടത്താൻ കഴിയൂ. ഇത് ടി എ എസ് അയ്യർ ആവർത്തിച്ചു പറയുമായിരുന്നു. എന്ത് ചെയ്യണമെന്നുണ്ടെങ്കിലും ഒരു അജണ്ട ടൈപ്പ് അപ്രോച്ച് വേണം. ഒരു പ്രത്യേക കാര്യം നടത്താൻ വേണ്ടി കൂട്ടായ പ്രവർത്തനം ഉണ്ടാകണം. അങ്ങനെയുള്ള ആളായിരുന്നു ശ്രീ. രാജ്ഗോപാൽ നാരായൺ.

പൊലീസ് മാന്വൽ പരിഷ്കരിക്കണമെന്ന് ആലോചിച്ചപ്പോഴാണ് മനസ്സിലായത് കേരളാ പൊലീസ് ആക്ട് ആണ് ആദ്യം മാറ്റേണ്ടത് എന്ന്. പൊലീസ് ആക്ട് മാറ്റിയാൽ മാത്രമേ അതിനനുസൃതമായിട്ട് പൊലീസ് മാന്വൽ ഉണ്ടാക്കാൻ കഴിയൂ. പുതിയ കേരളാ പൊലീസ് നിയമത്തിൽ പറഞ്ഞിരിക്കുന്ന കാര്യങ്ങൾ നടപ്പിലാകണമെങ്കിൽ കുറഞ്ഞത് പത്ത് വർഷമെങ്കിലും എടുക്കും. ഒരു സമൂഹത്തെ സംബന്ധിച്ചിടത്തോളം പത്ത് കൊല്ലം എന്ന് പറയുന്നത് അത്ര വലിയ കാര്യമൊന്നുമല്ല. ഇപ്പോൾ നമ്മൾ ഏറ്റെടുക്കുന്ന 95 ശതമാനം കേസും 1961 കാലഘട്ടത്തിൽ സംഭവിക്കാൻ സാദ്ധ്യതയില്ലാത്ത കേസുകളാണ്. അന്നുണ്ടായിരുന്ന ജിവിതരീതിയല്ല ഇന്നുള്ളത്. ഇപ്പോൾ പൊലീസിന്റെ ഡ്യൂട്ടിതന്നെ മാറി. പൊലീസിന്റെ ജോലി എന്നു പറയുന്നത് ഭരണഘടന നല്കുന്ന സ്വാതന്ത്ര്യങ്ങൾ എല്ലാ ജനങ്ങളും ആസ്വദിക്കുന്നുണ്ടെന്ന് ഉറപ്പ് വരുത്തുക എന്നതാണ്. നേരത്തെ ജനങ്ങളെ നിയന്ത്രിക്കുക എന്നത് മാത്രമായിരുന്നു.

കേസുകളുടെ എണ്ണം കൂടുന്നുണ്ടെങ്കിലും കേരളം കൂടുതൽ സുരക്ഷിതമായിക്കൊണ്ടിരിക്കുകയാണ് എന്നാണ് എന്റെ വിലയിരുത്തൽ. 19-ാം നൂറ്റാണ്ടിന്റെ സാമൂഹ്യചരിത്രം വായിക്കാത്ത ആളുകൾ മാത്രമേ 20-ാം നൂറ്റാണ്ട് മ്ലേച്ഛമാണെന്ന് പറയൂ. ഏതായാലും പത്തൊമ്പതാം നൂറ്റാണ്ടിനേക്കാൾ കൂടുതൽ ഇഷ്ടപ്പെട്ട പെരുമാറ്റ നിലവാരം പുലർത്തുകയും കുറ്റകൃത്യങ്ങളിൽ ഏർപ്പെടാതിരിക്കുകയും ചെയ്യുന്ന സമൂഹമാണ് ഇപ്പോഴത്തേതെന്ന് 19-ാം നൂറ്റാണ്ടിന്റെ സാമൂഹ്യ പശ്ചാത്തലത്തെക്കുറിച്ച് പ്രാഥമിക അറിവുള്ളവർ സമ്മതിക്കും. ഇന്ന് നാം കൂടുതൽ കേസ് എടുക്കുന്നു എന്നേയുള്ളൂ. അന്ന് കേസെടുക്കാത്ത പലകാര്യങ്ങൾക്കും ഇന്ന്

കേസ് എടുക്കുന്നുണ്ട്. 19-ാം നൂറ്റാണ്ടിൽ സാമൂഹ്യമായി ശരിയെന്ന് പറഞ്ഞ പല കാര്യങ്ങളും തെറ്റായിരുന്നു. ഇന്ന് അവയെല്ലാം കുറ്റങ്ങളാണ്. അന്ന് വാഹനങ്ങൾ ഇല്ലായിരുന്നു. അതുകൊണ്ട് വാഹനാപകടങ്ങളും ഇല്ലായിരുന്നു. കമ്പ്യൂട്ടർ ഇല്ലായിരുന്നു അതുകൊണ്ടുതന്നെ സൈബർ കുറ്റകൃത്യങ്ങളുമില്ലായിരുന്നു. ഇന്ന് നാം കൂടുതൽ സംസ്കാരസമ്പന്നരായി കൂടുതൽ നിയമങ്ങൾ സൃഷ്ടിക്കുന്നു. പഴയ ശരികൾ ഇന്നത്തെ തെറ്റുകളാണ്. എല്ലാവരും ഇന്ന് തുല്യരാണ്. എല്ലാവരുടെയും അവകാശങ്ങൾ സംരക്ഷിക്കപ്പെടണം. കുറ്റകൃത്യങ്ങൾ കൂടുന്നത് കൂടുതൽ നിയമങ്ങൾ ഉണ്ടാകുന്നു എന്നതുകൊണ്ട് കൂടിയാണ്. മെച്ചപ്പെട്ട നിയമങ്ങൾ ഉണ്ടാകുന്നത് പെരുമാറ്റസംസ്കാരം മെച്ചപ്പെടുന്നതിന്റെ ലക്ഷണമാണ്; കാരണം ഒരു പ്രത്യേക രീതിയിലുള്ള പെരുമാറ്റം തെറ്റാണെന്ന് പറയുന്നതാണ് നിയമം; ആ തെറ്റ് തിരിച്ചറിയുന്നതാണ് സംസ്കാരത്തിന്റെ ലക്ഷണം.

വേറൊരു പ്രകടമായ വ്യത്യാസം പൊലീസുകാരുടെ ഭാഷയാണ്. പൊലീസിന്റെ ഭാഷ വടക്കോട്ടൊക്കെ നന്നായിട്ടുണ്ട്. തെക്കോട്ട് ഇനിയും വളരെ ശരിയാകാനുണ്ട്. ഭാഷ എന്ന് പറഞ്ഞാൽ അതിന്റെ സാഹിത്യ ഗുണമല്ല ഇവിടെ വിവക്ഷിക്കുന്നത്. "എടാ...... പോടാ..... അടിസ്ഥാനപരമായി ആളുകളോടുള്ള ഒരു പുച്ഛമനോഭാവവും അതിൽ നിന്നുണ്ടാകുന്ന ഒരു സംസാര ശൈലി." ഇതിൽ നാം വളരെ മുമ്പോട്ട് പോകാനുണ്ട്. 40-ാമത്തെ വയസ്സിൽ ലോക്കൽ പൊലീസിലേക്ക് വരുമ്പോൾ അവർക്ക് പുതിയ സംസാരശൈലി പ്രയാസമാണ്. ഏതായാലും ഇപ്പോൾ മുപ്പതാമത്തെ വയസ്സിൽ ലോക്കലിലേക്ക് പോകാൻ ഇപ്പോൾ പല ജില്ലകളിലും സാധിച്ചിട്ടുണ്ട്. പ്രത്യേകിച്ചും വടക്കോട്ട്. അവിടെയൊക്കെ സംസാരശൈലിക്ക് വലിയ മാറ്റമുണ്ട്. വൈഷമ്യമുള്ളതും വ്യക്തിപരമായി ഇഷ്ടമില്ലാത്തതുമായ ഒത്തിരി കാര്യങ്ങൾ പൊതു നന്മയ്ക്കുവേണ്ടി നാം ചെയ്യണം എന്നുള്ള ബോധം ഉപബോധമനസ്സിൽ എല്ലാ സമയത്തും ഉണ്ടാകുന്നതിനെയാണ് യഥാർത്ഥത്തിൽ പൊലീസ് അച്ചടക്കം എന്ന് പറയുന്നത്. ഇങ്ങനെ അച്ചടക്കം ഉണ്ടെങ്കിൽ മാത്രമേ നമുക്ക് ജനങ്ങളുടെ പ്രശ്നങ്ങൾ തീർക്കാൻ വേണ്ടി കഴിയൂ. ജനങ്ങളുമായി ഇടപഴകുമ്പോൾ മേധാവിത്വമല്ല, മറിച്ച് പരസ്പര ബഹുമാനത്തിൽ അധിഷ്ഠിതമായ ഭാഷയാണ് ഉണ്ടാകേണ്ടത്. നമുക്ക് സ്വന്തമായുണ്ടാകുന്ന വൈഷമ്യങ്ങളെയും, നമ്മുടെ വികാരവിക്ഷോഭങ്ങളെയും സ്വയം നിയന്ത്രിക്കുക എന്നതാണ് അച്ചടക്കത്തിന്റെ അന്തഃസത്ത. ശൗര്യമല്ല അച്ചടക്കം. പൊലീസുകാരന് വേണ്ടത് ശൗര്യമല്ല അച്ചടക്കമാണ്. നിയമമാണ് അച്ചടക്കത്തിന്റെ ശക്തി.

നാളെ ടെക്നോളജി ബേസ്ഡ് പൊലീസിങ് ആയിരിക്കും വലിയ രീതിയിൽ ഉണ്ടാവുക. ടെക്നോളജിയാണ് ഭാവി. മനുഷ്യന് പണ്ട് അസാദ്ധ്യമായ പലകാര്യങ്ങളും പുതിയരീതിയിൽ ചെയ്യാൻ സാധിക്കും. അത്തരം 1000 കാര്യങ്ങളിൽ ഒന്നുമാത്രമായിരിക്കും ക്രൈം. രണ്ടെണ്ണം

സംഘർഷമുണ്ടാക്കിയേക്കും, പത്തെണ്ണം ടെൻഷൻ സൃഷ്ടിച്ചേക്കും, മാനുഷിക വ്യാപാരങ്ങളെല്ലാം നിയതമായ നിയമപരമായ രീതിയിൽ നടന്നു പോകുന്നതിലാണ് പൊലീസിന്റെ ശ്രദ്ധ വേണ്ടിവരുന്നത്. അപ്പോൾ നിയതമല്ലാതെ പോകുന്ന ചിലതൊക്കെ കാണും. അതിൽ പലതും വലിയ കുഴപ്പമില്ലാത്തതായിരിക്കും. പൊലീസ് ശ്രദ്ധിക്കേണ്ടത് ക്രൈം, ആകാതിരിക്കാനാണ്. പണ്ട് മനുഷ്യന് ചെയ്യാവുന്ന പ്രവൃത്തി കൾ വളരെ കുറവായിരുന്നു. ഇപ്പോൾ മനുഷ്യൻ വ്യാപരിക്കുന്ന മേഖല കൾ വളരെ കൂടുതലായി. അതോടെ ഇതുമൂലം ഗുണപരമായി ധാരാളം നല്ല കാര്യങ്ങൾ നടക്കുന്നു; എന്നാൽ അതോടൊപ്പം കുറേ കാര്യങ്ങൾ കുറ്റകൃത്യങ്ങൾ ആയിത്തീരുകയും ചെയ്യും. സാങ്കേതിക വിദ്യകൾ കൂടു ന്നതനുസരിച്ച് പ്രതികരിക്കാനുള്ള വർദ്ധിച്ച കഴിവ് പൊലീസ് നേടിയെ ടുക്കണം. പൊലീസ് സാങ്കേതികമായി വളരുന്നതോടൊപ്പം വകുപ്പിന്റെ എല്ലാ പ്രവർത്തനമേഖലകളിലും അത് എത്തിക്കണം. അതിനുള്ള അടി സ്ഥാനപരമായ ധാരാളം കാര്യങ്ങൾ ഇപ്പോൾ ചെയ്തിട്ടുണ്ട്. എല്ലാ പൊലീസ് സ്റ്റേഷനിലും കമ്പ്യൂട്ടർ, ഇന്റർനെറ്റ്, ഇമെയിൽ ഇതെല്ലാം നട പ്പിലാക്കിക്കഴിഞ്ഞു. മാത്രമല്ല പൊലീസുകാർക്ക് മൊബൈൽ ഫോൺ നൽകി. ഡിജിറ്റൽ നിയമം നടപ്പാക്കൽ രീതികളും, ഫൈൻ ഡിജിറ്റൽ ആയി സ്വീകരിക്കുന്നതും കേരളത്തിലെ ആദ്യത്തെ സമ്പൂർണ്ണ ക്യാഷ്ലസ് വിൽപ്പന സംവിധാനവും നിലവിൽ വന്നു. ആധുനിക സാങ്കേ തിക വിദ്യയെ പൊലീസിന്റെ അകത്തളത്തിലേക്ക് സ്വീകരിച്ചാനയിക്കാൻ നമുക്ക് കഴിഞ്ഞു. സാങ്കേതികവിദ്യ ജോലി ലഘൂകരിക്കുന്നു. ഉദാഹര ണത്തിന് പതിനായിരം പേർക്ക് എഴുത്തയക്കാൻ ഇപ്പോൾ ഒരു വിഷമ വുമില്ല. ഒറ്റ ക്ലിക്കിൽ കാര്യം നടക്കും. സാങ്കേതിക വിദ്യ വളർന്നുകൊ ണ്ടിരിക്കുകയാണ്. ഇനിയും നമുക്ക് വളരെയധികം മുമ്പോട്ട് പോകാ നുണ്ട്. സാങ്കേതിക വിദ്യ വളരുന്നതനുസരിച്ച് നമ്മളും മാറണം. അതാണ് കേരളാ പൊലീസിന്റെ നാളെ. തെറ്റായ കാര്യങ്ങൾ ചെയ്യാനും സംസാ രിക്കാനും അസാദ്ധ്യമാകുന്ന ഒരു സ്ഥിതിവിശേഷവും സാങ്കേതിക വിദ്യമൂലം സൃഷ്ടിക്കപ്പെടും എന്നുകൂടി മനസ്സിലാക്കണം. അതുമൂലം എല്ലാ കാര്യത്തിലും തത്സമയം പ്രതികരിക്കാൻ ഉപയുക്തമായ പ്രൊഫ ഷണൽ കാര്യശേഷിയുണ്ടാവേണ്ടതായും വരും.

എനിക്ക് ഒരു ഐ പി എസ് ഉദ്യോഗസ്ഥനാകാൻ സാധിച്ചതിന്റെ ഒരു പ്രധാന കാരണം ഇന്ത്യാ രാജ്യത്ത് അവസരസമത്വം ഉണ്ട് എന്നു ള്ളതുകൊണ്ടാണ്. ഇതില്ലായിരുന്നെങ്കിൽ ഞാനൊരിക്കലും ഐ പി എസ് ഓഫീസറോ, ആൾ ഇന്ത്യ സിവിൽ സർവ്വീസ് ഓഫീസറോ ആകു മായിരുന്നില്ല. അതുകൊണ്ടുതന്നെ എന്റെ ഔദ്യോഗിക ജീവിതത്തിൽ അവസരസമത്വം നിഷേധിക്കുന്ന ഏതെങ്കിലും നടപടി എന്റെ ഭാഗത്തു നിന്ന് ഒരിക്കലും ഉണ്ടായിട്ടില്ല. സമൂഹത്തിൽ സമത്വം യാഥാർത്ഥ്യമാ ക്കുന്നതിൽ പൊലീസിന് വളരെയധികം കാര്യങ്ങൾ ചെയ്യാൻ കഴിയും. നമുക്ക് അധികാരം ലഭിക്കുമ്പോൾ അത് മുഴുവൻ നമുക്ക് ചുറ്റുമുള്ള

ആളുകളുടെ വളർച്ചയ്ക്കുവേണ്ടി, ഉന്നമനത്തിനുവേണ്ടി ഉപയുക്തമാ
ക്കണം. തുല്യ അവസരം നൽകുന്നതും, മെരിറ്റിനെ അംഗീകരിക്കുന്നതും,
കഴിവിനെ പ്രോത്സാഹിപ്പിക്കുന്നതും, ബദ്ധപ്പെട്ട് പ്രയത്നിക്കുന്നവർക്ക്
അതിനനുസരിച്ചുള്ള പ്രതിഫലം ലഭിക്കുന്നതും ആയ ഒരു സംവിധാനം
ഉണ്ടെങ്കിൽ മാത്രമേ ഈ രാജ്യം വളരുകയുള്ളൂ. അതിനായുള്ള അടി
സ്ഥാനപരമായ സാഹചര്യം നാം പരിപോഷിപ്പിച്ച് വളർത്തണം. അതി
നുവേണ്ടി കഴിയുന്നിടത്തോളം ആളുകളെ സഹായിക്കണം. ആ രീതി
യിലുള്ള സമീപനമായിരുന്നു എന്റേത്; അതായിരുന്നു എന്റെ സർവ്വീസ്
ഫിലോസഫി. അതിന് വിപരീതമായി ഞാൻ ഒന്നും ചെയ്തിട്ടില്ല. അങ്ങ
നെയൊരു സംതൃപ്തിയോടെയാണ് ഞാൻ പൊലീസ് ആസ്ഥാനത്ത്
നിന്ന് പടിയിറങ്ങിയത്.

www.ingramcontent.com/pod-product-compliance
Lightning Source LLC
Chambersburg PA
CBHW021621270326
41931CB00008B/805
* 9 7 8 9 3 8 8 4 8 5 5 3 1 *